கனவின் யதார்த்தப் புத்தகம்
இலக்கியம் மற்றும் பிற

கனவின் யதார்த்தப் புத்தகம்
இலக்கியம் மற்றும் பிற

அரவிந்தன் (பி.1964)

பத்திரிகையாளர், எழுத்தாளர், விமர்சகர். *இந்தியா டுடே* இதழில் பத்து ஆண்டுகள் பணிபுரிந்தவர். *காலச்சுவடு* மாத இதழின் ஆசிரியர் குழுவில் ஐந்து ஆண்டுகள் பணிபுரிந்தார். தற்போது *சென்னை நம்ம சென்னை* என்னும் இதழை நடத்திவருகிறார். மொழிபெயர்ப்பிலும் ஈடுபாடு உண்டு.

மனைவி: ஸ்ரீதேவி; குழந்தைகள்: நம்ரதா, சைதன்யா.

மின்னஞ்சல்: aravindanmail@gmail.com

ஆசிரியரின் பிற நூல்கள்

- வானப்பிரஸ்தம்; சிறுகதைத் தொகுப்பு (2001)
- குளியலறைக்கு வெளியே சத்தம் கேட்டுக்கொண்டிருக்கிறது; சிறுகதைகள் (2006)
- சுட்டி மகாபாரதம் (2006)
- தாமரை இலைமீதுததும்பும் சொற்கள்: இலக்கிய விமர்சனங்கள் (2006)
- ராணியுடன் ஒரு தேநீர் விருந்து: மொழிபெயர்ப்பு (வெல்ஷ் மொழிச் சிறுகதைகள், 2011)

அரவிந்தன்

கனவின் யதார்த்தப் புத்தகம்
இலக்கியம் மற்றும் பிற

காலச்சுவடு பதிப்பகம்

கனவின் யதார்த்தப் புத்தகம் ♦ கட்டுரைகள் ♦ ஆசிரியர்: அரவிந்தன் ♦ © அரவிந்தன் ♦ முதல் பதிப்பு : டிசம்பர் 2011 ♦ வெளியீடு : காலச்சுவடு பப்ளிகேஷன்ஸ் (பி) லிட்., 669 கே. பி. சாலை, நாகர்கோவில் 629 001.

காலச்சுவடு பதிப்பக வெளியீடு: 448

Kanavin Ethartha Puthakam ♦ Essays ♦ Author: aravintan ♦ © D.I. Aravindan ♦ Language: Tamil ♦ First Edition: December 2011 ♦ Size : Demy 1 x 8 ♦ Paper: 18.6 kg maplitho ♦ Pages: **168** ♦ Copies: 550 + 50.

Published by Kalachuvadu Publications Pvt. Ltd., 669 K.P. Road, Nagercoil 629 001, India ♦ Phone: 91 - 4652 - 278525 ♦ e-mail: publications@kalachuvadu.com ♦ Wrapper Printed at Print Specialities, Chennai 600 014 ♦ Printed at Mani Offset, Chennai 600 005.

ISBN : 978-93-81969-03-8

12/2011/S.No. 448, kcp 784, 18.6 (1) 600

க.நா.சு.விற்கு

பொருளடக்கம்

கனவின் யதார்த்தப் புத்தகம் — 11

பகுதி 1: படைப்புகள், படைப்பாளிகள்

இமையத்தின் நாவல்கள்
ஆவணப் பதிவுகளினூடே நிகழும் கலை முயற்சிகள் — 15

படைப்பாளியின் போராட்டம் — 27

சுந்தர ராமசாமியின் ஆளுமை:
கொந்தளிப்பின் ஆழத்தில் உறையும் அமைதி — 31

ஜே.பி. சாணக்யாவின் கதையுலகம்:
கனவின் யதார்த்தப் புத்தகம் — 63

கொற்கை: வரலாற்றின் கலை வடிவம் — 77

நினைவோடையினூடே ஒரு பயணம் — 82

வேல்ஸ் இயக்கத்துக்கு நல்வரவு — 88

பாசாங்கற்ற அரசியல் நாவல் — 96

பகுதி 2: பதிவுகள், விவாதங்கள்

சாகித்திய அக்காதெமியும் தமிழும் நிகழ மறுக்கும்
நல்லுறவு அல்லது காக்கை உகக்கும் பிணம் — 103

காலச்சுவடு பயணம்: இடையறாத காரியங்களும்
தொடர்ந்து வரும் கனவுகளும் — 109

விவாதம்: இந்தியப் பார்வையும் இந்துத்துவப் பார்வையும் — 117

பகுதி 3: மொழி

கொலையில் பிறந்த குலந்தை	123
மொழி - மொழிபெயர்ப்பு - இலக்கிய மொழிபெயர்ப்பு	129
மொழிபெயர்ப்பின் பன்முகச் சவால்கள்	139
வட்டாரம் கடந்த மேட்டிமைவாதம் அல்லது கெலம்பு காத்து வர்ட்டும்	143

பகுதி 4: பிற

காந்தி ஏன் உப்பை எடுத்தார்?	153
அண்ணா ஹஸாரேயின் போராட்டம்: சலனம் கொள்ளும் இந்தியப் பொது வெளி	159

கனவின் யதார்த்தப் புத்தகம்

ஐந்து ஆண்டுகளுக்குப் பிறகு வரும் என்னுடைய கட்டுரைத் தொகுப்பு இது. பெரும்பாலான கட்டுரைகள் யாராவது கேட்டுக்கொண்டதன் பேரில் எழுதப்பட்டவை. படைப்புகள், படைப்பாளுமைகள் பற்றிய கட்டுரைகள் கருத்தரங்குகளில் வாசிக்கப்பட்டவை, நூல்களின் முன்னுரை களாக எழுதப்பட்டவை. விவாதங்களும் மொழி பற்றிய கட்டுரைகளும் எதிர்வினைகளாக எழுதப்பட்டவை. ஊடகத் தமிழ், சென்னைத் தமிழ் குறித்த கட்டுரைகள் மட்டுமே தன்னிச்சையாக எழுதப்பட்டவை. எழுத வேண்டும் என்று நினைத்து எழுதப்படாமல் இருக்கும் பல விஷயங்களைப் போலவே சென்னைத் தமிழ் பற்றிய கட்டுரையும் பல ஆண்டுகளாக எழுதப்படாமல் இருந்தது. முன்னாள் முதல்வர் மு. கருணாநிதி சென்னைத் தமிழ் பற்றித் தெரிவித்த கருத்து அது பற்றி எழுதுவதற்கான தூண்டுதலைத் தந்தது.

ஒவ்வொரு கட்டுரைக்கும் ஒரு விதமான தூண்டுதல். தொண்ணூறுகளின் பிற்பகுதியில் எழுதத் தொடங்கிய ஜே.பி. சாணக்யாவின் படைப்புகள் பற்றி எழுத வேண்டும் என்று பல ஆண்டுகளாக நினைத்துக்கொண்டிருந்தேன். நண்பர் தேவேந்திர பூபதியின் கடவு இலக்கிய அமைப்பும் காலச் சுவடும் இணைந்து நடத்திய ஒரு கருத்தரங்கு அதற்கான வாய்ப்பை ஏற்படுத்தித் தந்தது.

இமையத்தின் நாவல்களைப் பற்றி எழுதும் வாய்ப்பை அளித்தவர் நண்பர் அ. ராமசாமி. மனோன்மணியம் சுந்தரனார் பல்கலைக்கழகத்தில் நடத்திய ஒரு கருத்தரங்கில் வாசிக்கப்பட்ட கட்டுரை அது. சுந்தர ராமசாமியின் தனிப்பட்ட ஆளுமை பற்றி எழுதும்படி கேட்டுக்கொண்டவரும் அ. ராமசாமிதான்.

மொழிபெயர்ப்பு பற்றிய கட்டுரை நண்பர் செ.ச. செந்தில் நாதனின் ஆழி பதிப்பகம் நடத்திய பயிலரங்குக்காக எழுதப் பட்டது.

காந்தியின் உப்புச் சத்தியாகிரகம் பற்றிய கட்டுரை. நண்பர் பழ. அதியமான் கேட்டுக்கொண்டதற்கிணங்க அகில இந்திய வானொலிக்காக எழுதப்பட்ட கட்டுரை. பல தரப்பினரிடமிருந்தும் எதிர்வினைகளைப் பெற்ற இந்தக் கட்டுரை எனக்குப் பிடித்த கட்டுரைகளில் ஒன்று.

பெரும்பாலான கட்டுரைகள் கால அவகாசம் சார்ந்த நெருக்கடிகளுக்கு மத்தியில் எழுதப்பட்டவை. குறிப்பிட்ட காலக்கெடுவுக்குள் முடிப்பதற்காக மேற்கொண்ட போராட்டத்தின் சாட்சியங்கள். போராட்டத்தை வெற்றிகரமாக எதிர்கொண்ட பிறகு ஏற்படும் நிம்மதியைச் சொற்களால் விவரிக்க முடியாது. இந்த நெருக்கடிகள் இருந்திராவிட்டால் இந்தக் கட்டுரைகளில் பல எழுதப்படாமலேயே போயிருக்கும் என்பதால் மேலே குறிப்பிட்டுள்ள நண்பர்களுக்கும் சந்தர்ப்பங்களுக்கும் மட்டுமின்றி இந்த நெருக்கடிகளுக்கும் நன்றி சொல்வதே நியாயமாக இருக்கும்.

படைப்புகள் வாழ்வின் மீதான விசாரணையின் நுட்பமான வெளிப்பாடுகள். கட்டுரைகள் நமது சூழலுக்கான நேரடியான எதிர்வினைகள். இவை சூழலின் எதிர்வினைகளை எதிர்நோக்கி முன்வைக்கப்படுபவை. உரையாடலைக் கோருபவை. கூர்மையான எதிர்வினைகளும் காத்திரமான உரையாடல்களும் இந்தக் கட்டுரைகளை முழுமைப்படுத்தும் என்ற நம்பிக்கையுடன் இவற்றை முன்வைக்கிறேன்.

படைப்புகள், படைப்பாளிகள், படைப்புச் சூழல் ஆகியவற்றைப் பற்றி மிகுந்த ஆர்வத்துடனும் செயலூக்கத்துடனும் வாழ்நாள் முழுவதும் எழுதிவந்தவர் க.நா. சுப்பிரமணியன். நவீனத் தமிழின் விமர்சன மரபின் முன்னோடிகளில் ஒருவரான அவரது நூற்றாண்டு இது. இந்தத் தருணத்தில் வெளியாகும் இந்தக் கட்டுரைத் தொகுப்பை அவருக்குக் காணிக்கையாக்குவதில் மிகுந்த மனநிறைவு கொள்கிறேன்.

டிசம்பர் 21, 2011 அன்புடன்

அரவிந்தன்

பகுதி 1
படைப்புகள், படைப்பாளிகள்

இமையத்தின் நாவல்கள்
ஆவணப் பதிவுகளினூடே நிகழும் கலை முயற்சிகள்

1

இலக்கிய வெளிப்பாட்டு முறைகள் பற்றிய விவாதம் உச்சத்தில் இருந்தபோது இமையம் எழுத்துலகில் அடியெடுத்து வைத்தார். புலன்களால் அறியப்படும் உலகை, காரண-காரியத் தர்க்கத்திற்கு உட்பட்டுக் கலையில் பிரதிபலிக்கச் செய்யும் போக்கின் போதாமைகள் குறித்த குரல்கள் ஒலித்துக் கொண்டிருந்தபோது இமையம் தனக்கான வெளிப்பாட்டு முறையைத் தேர்ந்தெடுத்துக்கொண்டார். தர்க்கத்தின் விலங்கு களை உடைத்து, புலன்களால் அறியப்படும் உலகின் காட்சி களைப் புனைவினால் உருமாற்றி, அற்புத உலகங்களையும் மாயத் தோற்றங்களையும் படைக்கும் துடிப்புடன் பலர் செயல்பட்டுக்கொண்டிருந்தபோது இமையம் தான் பார்த்த, கேட்ட விஷயங்களை எளிமையான மொழியில் நேரடியாகச் சொல்லத் தொடங்கினார்.

ஒரு கலைஞரின் அனுபவமும் அனுபவத்துக்கும் அந்தக் கலைஞருக்கும் இடையே உள்ள உறவும் வலுவாக இருக்கை யில் அந்த வலிமையே தன் வெளிப்பாட்டு முறையைத் தேர்ந்து கொள்கிறது. அனுபவத்தின் உக்கிரம் நீர்த்துப்போகாமல் பிரதியினூடே நம்மை வந்து அடையும்போது வெளிப்பாட்டு முறை இரண்டாம்பட்சமாகிவிடுகிறது. இந்தப் பின்னணியில் பார்க்கும்போது இமையத்தின் கோவேறு கழுதைகள் நாவல் இலக்கிய வெளிப்பாட்டு முறைக்காக அல்லாமல் உள்ளடக்கத் திற்காகவும், தான் தேர்ந்துகொண்ட வெளிப்பாட்டு முறை யின் சாத்தியங்களுக்காவும் வெளிப்படுத்திய வாழ்க்கைக்கா வும் பேசப்பட்டதில் வியப்பில்லை. இந்நாவலின் வெளிப்பாட்டு

கனவின் யதார்த்தப் புத்தகம்

முறையை வழக்கொழிந்துபோன ஒன்று என்று சொன்னவர்களும் இந்த நாவலைப் பொருட்படுத்தி விவாதிக்க வைத்தது இந்த நாவலின் சாதனை.

நாவலுக்குள் செல்வதற்கு முன் ஒரு ஒப்புதல் வாக்குமூலத்தை முன்வைக்க வேண்டியிருக்கிறது. இந்த நாவல் வந்தபோது இதை மிகவும் பாராட்டியவர்களில் முதன்மையானவர் சுந்தர ராமசாமி. அந்தச் சமயத்தில் நாவல் எனக்கு அவ்வளவாகப் பிடிக்கவில்லை. புதுவகை எழுத்துக்களின் மீது ஏற்படுத்தப்பட்டிருந்த மோகமோ வாசிப்பின் கவனக் குறைவோ காரணமாக இருக்கலாம். நாவலாசிரியரின் வயது, பின்னணி ஆகியவற்றை மனத்தில் கொண்டு சு.ரா. இந்நாவலை மிகையாகப் புகழ்கிறார் என்று தோன்றுகிறது எனக் காலச்சுவடுக்குக் கடிதம் எழுதினேன். இன்று, கிட்டத் தட்டப் பதின்மூன்று ஆண்டுகள் கழித்துப் படிக்கையில் சு.ரா.வின் கருத்துக்களுக்கு நெருக்கமாகவே என் வாசக அனுபவம் அமைந்திருப்பதை உணர்கிறேன். சு.ரா.விடம் இதைத் தெரிவிக்க முடியவில்லையே என்ற வருத்தம் ஏற்பட்டாலும், "காலம் சுற்றி வந்தாவது சத்தியத்தை முத்தமிடும் என்பது கலைஞனின் நம்பிக்கை" என்று எழுதிய அவருக்கு இது பெரிய ஆச்சரியமாக இருக்காது என்று சமாதானப்படுத்திக் கொள்கிறேன்.

2

ஊருக்குள் ஒரு காலனி. காலனியை அடுத்து ஒரு சலவைத் தொழிலாளியின் குடும்பம். இவை இரண்டும் சேர்ந்ததுதான் நாவலின் கதைக்களம். இங்கு இயக்கம் கொள்ளும் வாழ்வு தான் நாவலின் மையம். இந்திய (தமிழ்) சாதியமைப்புப் பற்றியும் அதன் உள்ளீடான அநீதிகள் பற்றியும் அறிவுபூர்வமான வாதங்கள், உணர்வுபூர்வமான வெளிப்பாடுகள், தகவல் சார்ந்த ஆவணங்கள் என ஆயிரக்கணக்கான பக்கங்களுக்கு விரியக் கூடிய பதிவுகள் நமக்குப் படிக்கக் கிடைக்கின்றன. இவ்வளவு தூரம் பேசப்பட்ட, விவாதிக்கப்பட்ட விஷயத்தை ஒருவர் தன் கலையின் மூலம் அணுகும்போது அதில் புதிதாக என்ன இருக்க முடியும் என்ற கேள்வி எழுவது இயல்பானது. இமையத்தின் நாவல் இந்தக் கேள்வியைத் தன் எளிமையான வழிமுறைகளால் வலுவிழக்கச் செய்கிறது. நாவல், அறிவிலிருந்து உதயமாகாமல் அனுபவத்தினின்று உருப்பெறுவது இதற்கு முக்கியக் காரணம். சாதியமைப்புப் பற்றிய விவாதங்களும் பதிவுகளும் அதிகம் அணுகாத ஓர் இடத்தில் தன் மையத்தைக் குவித்திருப்பது இன்னொரு காரணம்.

பல நூற்றாண்டுகளாக வேர்விட்டு நிலைபெற்ற எந்த ஒரு சுரண்டல் அமைப்பும் தனது ஒடுக்குமுறையைத் திட்டமிட்டு அமல்படுத்துவதில்லை. ஒடுக்குமுறை என்பது அங்கு ஒரு வாழ்க்கை முறையாகியிருக்கும். ஏன், எதற்கு என்ற கேள்விகள்கூட எழாது. இப்படித்தான் வாழ்க்கை என்ற அணுகுமுறையோடு ஒடுக்குபவர்களும் ஒடுக்கப்பட்டவர்களும் இதில் பங்கு பெறுவார்கள். இதுதான் இயல்பான வாழ்க்கை என்ற உணர்வு ஊறியிருப்பதால் ஒடுக்கப்படுவர்களுக்குத் தம்மை ஒடுக்குபவர்கள்மீது கோபம்கூட வராது. ஆற்றாமைதான் ஏற்படும். அதுவும் தம் தலையெழுத்தை எண்ணி. இந்தப் போக்கினை அழிக்க முடியாத ஒரு யதார்த்தச் சித்திரமாகக் காட்டுகிறது கோவேறு கழுதைகள் நாவல். ஆரோக்கியம் என்ற பெண்ணை மையமிட்டு உருப்பெறும் இந்தச் சித்திரம் சமூக அடுக்கில் கடைநிலையிலும் கடைநிலையில் உழலும் ஒரு சலவைத் தொழிலாளியின் குடும்பத்தின் பின்னணியில் தீட்டப்படுகிறது.

ஆழமும் அடர்த்தியும் புதிர்களும் கூடிய பாத்திரமாக உருப்பெற்றுள்ள ஆரோக்கியம்தான் இந்த நாவலின் மையம். ஆரோக்கியம் ஏன் அப்படி இருக்கிறாள்? இழிநிலையிலிருந்து தப்பித்துச் செல்ல அவளுக்கு ஏன் மனம் வரவில்லை? விடுதலை பெற வேண்டும் என்ற வேட்கை அவளுக்குள் ஏன் தோன்றவில்லை? ஊரார் செய்யும் கொடுமைகளையும் தன் வாழ்நிலையின் அவலங்களையும் அறியாதவளல்ல ஆரோக்கியம். இருந்தும் எதிர்க்கும் மனமோ விடுதலை வேட்கையோ அவளுக்குள் உருப்பெறாமல்போவது ஒரு பெரும் புதிர். ஆரோக்கியம் ஏன் அப்படி இருக்கிறாள் என்பதற்கு நாவல் தெளிவான விடை எதையும் தரவில்லை. தெளிவான விடை தர இயலாது என நாவலாசிரியர் கருதியிருக்கலாம். தற்போதுள்ள வாழ்க்கையை விடவும் புதிய வாழ்க்கை மேலும் மோசமாக அமைந்துவிட்டால் என்ன செய்வது என்ற அச்சத்துடன் மாற்றத்தை விரும்பாத மக்களின் பிரதிநிதியாக ஆரோக்கியம் இருக்கலாம்.

எப்படியோ, ஆரோக்கியம் மாறவில்லை. அவளைச் சுற்றியுள்ள ஊர் மாறுகிறது. அவள் வாழும் காலம் மாறுகிறது. நவீன வாழ்வின் அடையாளங்கள் கிராமத்தை மாற்றத் தொடங்குகின்றன. சலவைக் கடைகள் முளைக்கின்றன. முடி திருத்தும் கடைகள் வருகின்றன. வருமான ஆதாரங்கள் மாறுகின்றன. பொழுதுபோக்குகள் மாறுகின்றன. ஆரோக்கியத்தின் வாழ்விலும் சின்னச் சின்ன மாற்றங்கள் ஏற்படுகின்றன. தலைவலிக்கும்போது கஷாயத்திற்கு பதில் மாத்திரை

சாப்பிடுகிறாள். களைப்பாக இருக்கும்போது டீ குடிக்கிறாள். ஆனால் ஆரோக்கியத்தின் அணுகுமுறையோ வாழ்க்கையோ பெரிதாக மாறிவிடவில்லை. அவள் நாள்தோறும் தெருத்தெருவாக நடந்துகொண்டிருக்கிறாள். அழுக்குத் துணிகளைச் சுமந்துகொண்டு. எச்சில் சோற்றைச் சுமந்துகொண்டு. அவமானங்களைச் சுமந்துகொண்டு.

ஆரோக்கியத்தின் பாத்திரத்தை மிக இயல்பாகப் படைத்திருப்பது இமையத்தின் சாதனை என்று சொல்ல வேண்டும். இந்த இயல்பு நாவல் ஓட்டத்தின் ஒட்டுமொத்தப் போக்கில் இயைந்திருக்கும் யதார்த்தப் போக்குடன் இணைந்த அம்சமாக விளங்குகிறது. ஆசிரியரின் கருத்துக்களோ, ஆசைகளோ அரசியலோ குறுக்கிடாமல் இயல்பாக நகர்கிறது நாவல். யதார்த்த வகை எழுத்தைக் கேலிப்பொருளாகச் சிலர் சித்தரித்துக்கொண்டிருந்த காலத்தில், கருத்துக்களின் சுமையோடு தட்டையான பதிவுகளைப் படைப்பு என்ற பெயரில் பலர் உற்பத்திசெய்து தள்ளிக்கொண்டிருந்த சமயத்தில், யதார்த்தத்தின் வலுவைப் படைப்பு வீரியத்தோடு உணர்த்திய நாவல் இது.

படைப்பில் உருவாகும் மௌனங்களும் அர்த்தபூர்வமான இடைவெளிகளும் அப்படைப்பை வலுவாக்கும் மிக முக்கியமான அம்சங்களில் ஒன்று. ஆரோக்கியத்துக்கும் சவுரிக்குமிடையே உள்ள உறவின் சித்தரிப்பில் இந்த அம்சத்தைத் தெளிவாக உணரலாம். அவர்களுக்குள் அன்பான வார்த்தை ஒன்றுகூடப் பரிமாறிக்கொள்ளப்படுவதில்லை. ஆனால் அவர்களுக்குள் நிலவும் அன்னியோன்னியத்தை நாம் உணர முடிகிறது. ஊரில் ஏற்படும் மாற்றங்களும் அவை மனித உறவுகளையும் வாழ்க்கையையும் பாதிக்கும் விதமும் நிகழ்வுகளுக்கிடையிலான மௌனங்களால் உணர்த்தப்படுகின்றன. கதைப் போக்குடன் ஒட்டிக்கொள்ளாத ஆசிரியரியரின் குரல் நாவலுக்கு அபூர்வமானதொரு சமநிலையைத் தந்து வலுவூட்டுகிறது.

சமூக ஒடுக்குமுறைக்கு ஆட்பட்டவர்கள் தாங்கள் அதிகாரம் செலுத்தக் கிடைக்கும் சிறிய வாய்ப்பையும் தவறாமல் பயன்படுத்திக்கொள்ளும் மனித இயல்பின் விசித்திரத்தையும் காட்டுகிறது இந்த நாவல். இதற்கான மனநிலை நூற்றாண்டுகளாகப் புரையோடிப்போன ஒடுக்குமுறை அமைப்பினால் உருவாகிறதா அல்லது எந்த நிலையில் இருப்பவர்களும் தங்களால் இயன்றவரையிலும் பிறரை ஒடுக்க முனைவது மனித இனத்தின் ஆதாரமான இயல்புகளில் ஒன்றா என்ற கேள்வியை எழுப்புகிறது.

ஒரு காலகட்டத்தின் பின்னணியில் ஒரு சமூகத்தின் வாழ்வையும் மாற்றங்களையும் வலுவோடும் விரிவான புரிதல்களுக்கான சாத்தியங்களோடும் பதிவுசெய்து இயங்குவது இந்த நாவலின் பலம். விரிந்த வாழ்க்கைப் பரப்பில், விரிவான காலப் பின்னணியில் வைத்துப் பார்க்கும்போது இதன் பரப்பு குறுகியதாக இருப்பது இதன் வரையறை. அதிகார உணர்வு, அதிகார அடுக்கு, ஒடுங்கிப்போகும் மனநிலை, நவீனத்துவத்தின் வருகையால் ஒடுக்கப்பட்டோர் அடையும் விடுதலை ஆகியவை குறித்த கேள்விகளை எழுப்பும் இந்த நாவல், படைப்பின் பின்னணியைத் தாண்டி, வாழ்வின் நிரந்தரமானதும் அடிப்படையானதுமான கேள்விகளை எழுப்பிக்கொள்ளவில்லை. ஆரோக்கியத்தின் குடும்பத்தின் வாழ்வை மையமிட்டுச் சுழலும் இந்நாவல், அதிலிருந்து மேலெழும்பி மானிட வாழ்வின் ஆதாரமான அம்சங்களைத் தொட முயலவில்லை. நாவலின் உணர்வுத் தளம், அடிப்படையான மானிட உணர்வுகளுடன் நுட்பமாகத் தன்னை இணைத்துக்கொண்டு நாவலின் பொருண்மையான தளத்தைத் தாண்டியும் பொருள் மிகுந்ததாக இருக்கையில் நாவலின் தத்துவத் தளம் போதிய விரிவு கொள்ளாமல் நிற்கிறது.

3

இவ்வளவு வலுவோடு தனது முதல் நாவலைப் படைத்த இமையம் இதிலிருந்து அடுத்த கட்டத்திற்கு நகராமல் தேக்க மடைந்ததன் அடையாளமாகவே அவரது அடுத்த நாவல் முயற்சி உருப்பெற்றிருக்கிறது. ஆரோக்கியத்தைச் சுற்றிக் கோவேறு கழுதைகள் நாவல் இயங்குவது போலவே ஆறுமுகத்தைச் சுற்றி ஆறுமுகம் நாவல் இயங்குகிறது. கோவேறு கழுதைகள் நாவல் கதையம்சத்திற்காக மெனக்கெடவில்லை. ஆனால் ஆறுமுகத்திலோ சுவாரஸ்யமான ஒரு கதை இருக்கிறது. நாவலின் முதல் வரியிலிருந்தே கதை தொடங்கி உச்சக்கட்ட அதிர்ச்சியுடன் சம்பிரதாயமாக முடிகிறது. முந்தைய நாவலில் திடுக்கிடும் திருப்பங்களோ சுவையான முடிச்சுக்களோ இல்லை. ஆறுமுகத்தில் இவை கொட்டிக் கிடக்கின்றன – வாசகர் மூச்சுத் திணறும் அளவுக்கு.

சுவையான, திடீர்த் திருப்பங்கள் தம்மளவில் பலவீனமானவையோ கலையனுபவத்திற்கு விரோதமானவையோ அல்ல. ஆனால் அவை வலிந்த முயற்சிகளாக வெளிப்படும் போது கலையனுபவத்தைச் சிதைக்கின்றன. ஆறுமுகத்திற்கு நிகழ்வது இதுதான். நம்பகத்தன்மையற்ற, அதிர்ச்சி மதிப்புக்கு மட்டுமே பயன்படுகின்ற, முன்கூட்டியே எளிதாக யூகிக்கக்

கூடிய, மலினமான திருப்பங்கள் இவை. சில பாத்திரங்கள் திடீர் திடீர் என்று முளைக்கின்றன. அது எப்படி என்பது சொல்லப்படும்போது ஏற்கத்தக்க விதத்தில் சொல்லப்படுவ தில்லை.

ஆறுமுகம் நாவலில் பாராட்டத்தக்க அம்சம் எதுவும் இல்லையா என்னும் கேள்வி எழலாம். இருக்கிறது. கோவேறு கழுதைகள் நாவலில் உள்ளதைப் போலவே காட்சிச் சித்தரிப்பு கள் இதிலும் அபாரமாக உள்ளன. நிலவியல் சார்ந்த சித்திரங்களைத் தருவதற்கான வாய்ப்புக்களைக் கூடுதலாகக் கொண்டுள்ள இந்த நாவல் அவற்றைச் சிறப்பாகவே பயன் படுத்திக்கொள்கிறது. காட்டில் நொச்சிக் கிளைகளை ஒடிக் கும் காட்சி, ஆரோவில் காட்சிகள், செக்குமேடு, பரோட்டா கடை முதலான அனைத்துக் காட்சிகளும் உயிர்த் துடிப்புள்ள சித்திரங்களாகத் தீட்டப்பட்டிருக்கின்றன. பாத்திரங்களின் பேச்சு மொழி அதன் சகல வண்ணங்களோடும் பதிவுபெற்றுள்ள பாங்கு இமையத்தின் திறமையைப் பறைசாற்றுகிறது. காட்சிச் சித்தரிப்பிலும் உரையாடல் பதிவிலும் அவரது திறமை வளர்ந்திருக்கிறது. விபச்சாரம், சாராயக் கடை, அதன் அருகில் உள்ள தெருவோரச் சிற்றுண்டிக் கடை, இந்த இடங்களில் புழங்கும் மனிதர்கள், அவர்களது வாழ்வு, மொழி என விளிம்பு நிலை வாழ்வின் பதிவுகள் நம்பகத்தன்மையுடன் உருப்பெற்றிருக்கின்றன. விளிம்பு நிலை மனிதர்களின் பேச்சு வழக்குகளுக்கான கலைக்களஞ்சியத்தை உருவாக்க விரும்பு பவர்கள் இமையத்தின் நாவல்களைப் புறக்கணித்துவிட்டு அதைச் செய்ய முடியாது.

இத்தகைய வலுவான அடித்தளத்தின் மீது நல்லதொரு படைப்பினை உருவாக்கக்கூடிய வாய்ப்பை வீணடிக்கிறது இமையத்தின் அணுகுமுறை. கோவேறு கழுதைகளில் பாத்திரங் களை அவர்களின் இயல்பான போக்கில் வாழவிடும் ஆசிரியர், ஆறுமுகத்தில் அவர்களது போக்கைத் தன் முடிவுகள் சார்ந்து கட்டுப்படுத்துகிறார். அங்கு வாழ்க்கை தன்னியல்போடு உருப் பெறுகிறது. இங்கே வாழ்க்கை திட்டவட்டமான நோக்கங் களால் வழிநடத்தப்படுகிறது. விளைவாக, வெகுஜனத் தமிழ்த் திரைப்படங்களின் மசாலா அம்சங்களின் துணையோடு விளிம்பு நிலை வாழ்வைச் சித்தரிக்கும் முயற்சியாக நாவல் சரிந்துவிடுகிறது.

தனக்குத் தெரியவந்த சில களங்கள், சில பாத்திரங்கள், சில மாற்றங்கள் ஆகிய எல்லாவற்றையும் ஒரே நாவலில் சொல்ல வேண்டும் என்ற பதற்றத்தில் ஆசிரியர் தன் பிரதான பாத்திரமான ஆறுமுகத்தைப் பல்வேறு களங்களுக்கு

விரட்டி அடிக்கிறார். அவனை ஒரு இடத்திலும் நிம்மதியாக இருக்கவிடாமல் களத்தையும் அவனது சக பயணிகளையும் மாற்றிக்கொண்டே இருக்கிறார். இந்தப் பதற்றம்தான் அவரது கதையின் நகர்வைச் செயற்கையான திருப்பங்களின் மலின மான விளைவாக மாற்றுகிறது.

4

ஆறுமுகம் நாவலுக்குப் பிறகு கிட்டத்தட்ட ஆறு ஆண்டுகள் கழித்து *செடல்* என்னும் நாவலை இமையம் வெளியிட்ட போது அதிக எதிர்பார்ப்பு இன்றிச் சூழல் அதை எதிர் கொண்டதில் ஆச்சரியமில்லை. வாசகர்களாகவும் இருந்து வரும் சில எழுத்தாளர்கள், விமர்சகர்களிடம் பேசும்போது இந்த நாவல் குறித்த எதிர்பார்ப்பு அதிகம் இல்லை என்பதைத் தெரிந்துகொள்ள முடிந்தது. *கோவேறு கழுதைகள்* தந்த நம்பிக்கையைவிட, *ஆறுமுகம்* தந்த ஏமாற்றத்தின் பாதிப்பு அதிகம் இருப்பதை உணர முடிந்தது. இந்தப் பின்னணியில் பார்க்கும்போது *செடல்* தருவது ஆச்சரியத்தை. ஒரு எழுத் தாளர் என்னும் முறையில் இமையத்தின் கருவிகள் மேலும் கூர்மை பெற்றிருப்பதையும் கலை சார்ந்த முனைப்பு வளர்ந் திருப்பதையும் செடல் உணர்த்துகிறது.

செடலின் களம் வேறு. இங்கே உருப்பெறும் வாழ்க்கை யின் அடையாளங்கள் வேறு. இதிலும் தாழ்த்தப்பட்டவர் களின் வாழ்வுதான் மையம் கொள்கிறது. இதிலும் "பறத் தெரு"வும் "உயர் சாதித் தெரு"வும் தத்தமது அடையாளங் களுடன் தோற்றம் கொள்கின்றன. உயர் சாதியினரால் ஒடுக்கப் படும் மக்கள் தாழ்த்தப்பட்ட மக்களில் ஒரு பிரிவினரான கூத்தாடிச் சாதியினரை மோசமாகவே நடத்துகின்றனர். இந்தச் சாதியினரில் யாரேனும் ஒரு பெண்ணை மிகவும் சிறிய வயதிலேயே ஊர்க் கோவிலுக்குப் பொட்டுக் கட்டி விடும் நடைமுறை நிலவும் கிராமம் அது. யாரைப் பொட்டுக் கட்டிவிடுவது என்பதை முடிவு செய்யும் அதிகாரம் ஊரின் உயர் சாதியினர் கையில்தான் இருக்கிறது.

பொட்டுக் கட்டிவிடப்படும் பெண், அவளது ஊர், மற்றும் ஊர் ஊராகச் சென்று கூத்தாடும் கூட்டத்தினர் எனத் தன் களத்தைக் குவித்துக்கொண்டு இயங்குகிறது நாவல். மிகச் சிறு வயதில் பொட்டுக் கட்டிவிடப்பட்ட செடலின் பயணம் தான் நாவல். உயர் சாதியினருக்கும் தாழ்த்தப்பட்ட சாதியின ருக்கும் இடையே நிலவும் சமன்பாடுகள், அவை வெளிப்படும் விதங்கள், பொருளாதாரத்திற்கும் பண்பாட்டிற்கும் இடையே உள்ள தொடர்பு, சமய நம்பிக்கைகள், ஆண்டைகளுக்கும்

அவர்களை அண்டிப் பிழைப்பவர்களுக்கும் இடையே உள்ள உறவுகள், கூத்தாடிகளின் வாழ்முறை, அவர்கள் வாழ்வில் இரண்டறக் கலந்திருக்கும் கலையும் வறுமையும் நிரந்தரப் பாதுகாப்பின்மையும், தவிர்க்க முடியாமல் பாலியல் விவகாரங் கள், அபவாதங்கள் ஆகியவற்றுக்கு மத்தியில் வாழ நேரும் செடலின் வாழ்க்கைதான் இந்த நாவல். இவற்றுடன் ஊருக் குள் பிரவேசிக்கும் கிறிஸ்தவ மதம், அம்மதத்திற்கு மாறும் மக்களிடம் ஏற்படும் மாற்றம், சாதி அடுக்கின் வெவ்வேறு படிநிலைகளில் இருப்பவர்கள் கிறிஸ்தவ மதத்தை எதிர்கொள் வதில் பிரதிபலிக்கும் அதிகாரச் சமன்பாடுகள் ஆகியவையும் கோடிகாட்டப்படுகின்றன.

ஆசிரியக் குறுக்கீடோ விருப்பம் சார்ந்த திருப்பங்களோ அதிகம் இன்றி இயல்பாக நகர்கிறது நாவல். பல இடங்களில் நிதானமாகவும் சில இடங்களில் மிக மிக நிதானமாகவும் நகர்கிறது. நிகழ்வுகளினூடே செடலின் வளர்ச்சியும் அனுபவங் களும் சொல்லப்படுகின்றன. இயல்பான இந்தப் போக்கு வேறு சில விஷயங்களையும் குறிப்புணர்த்திச் செல்கிறது. உதாரணமாக, ஊர்ப் பெரிய மனிதர் அய்யரைத் தன் கைப்பிடி யில் வைத்திருக்கும் விதம். பொட்டுக் கட்டுவது குறித்த நம்பிக்கைகள். பொட்டுக் கட்டிவிடப்பட்ட தாழ்ந்த சாதிப் பெண் ஒரே சமயத்தில் வணங்கப்பட வேண்டியவளாகவும் ஒதுக்கப்பட வேண்டியவளாகவும் இருக்கும் விசித்திரம். ஊருக்கே வளம் சேர்க்கும் சக்தி படைத்தவளாகக் கருதப்படும் அந்தப் பெண் வயிறு வளர்ப்பதற்காகத் தினமும் கையேந்த வேண்டிய அவலம்.

சாதிச் சமன்பாடுகளின் இழிவான அடையாளங்களைக் காட்டியபடி நகரும் நாவல் ஒரு கட்டத்திற்குப் பிறகு கூத்தாடி களின் வாழ்வின் சித்திரங்களைப் பதிவுசெய்தபடி இயங்குகிறது. ஆட்டக்காரியாக செடல் எடுக்கும் புதிய அவதாரம், ஊருக்குத் திரும்பி வரும் செடலை ஊரார் எதிர்கொள்ளும் விதம், தற்செயலாக நடைபெறும் ஒரு நிகழ்வால் செடலின் வாழ்வில் ஏற்படும் புதிய பரிமாணம் எனத் தன் பயணத்தை வகுத்துக் கொள்ளும் இந்நாவல் பெருமளவில் நம்பகத்தன்மையுடனும் கலை அமைதியுடனும் உருப்பெற்றிருக்கிறது.

ஒரு பிரதேசத்தின் ஒரு காலகட்டத்து வாழ்வைச் சொல்லி அதன் மூலம் இந்தச் சாதியமைப்பின் சமன்பாடுகளையும் அதன் வழிமுறைகளையும் அனுபவ தளத்தில் புரிந்துகொள்ள உதவுகிறது நாவல். நாவல் சாத்தியப்படுத்தும் அனுபவங்கள், தரும் செய்திகள் ஆகியவை நாவலின் இயல்பான போக் கிலேயே வெளிப்படுகின்றன. யூகிக்கக்கூடிய நிகழ்வுகள்

நடக்கின்றன என்றாலும் திடுக்கிடும் திருப்பங்கள் இல்லை. சுவாரஸ்யத்திற்காக மேற்கொள்ளப்பட்ட வலிந்த முயற்சிகள் அனேகமாக இல்லை. பாத்திரப் படைப்பிலும் குறிப்புணர்த்தல்களிலும் வார்த்தைகளுக்கு இணையாக மௌனங்களும் பங்காற்றுகின்றன. யதார்த்தம் அதன் சரியான பொருளில் தன் வலுவை மீண்டும் ஒரு முறை நிரூபித்துக்கொள்கிறது. ஆறுமுகத்தைச் சரியச் செய்த பலவீனங்களிலிருந்து ஆசிரியர் மீண்டிருப்பது எழுத்தாளர் என்ற முறையில் அவரது பயணத்தின் மீது நம்பிக்கைகொள்ள வைக்கிறது.

என்றாலும் ஆறுமுகத்தைத் தடம் புரளச் செய்த சில பிரச்சினைகள் இதிலும் தலைகாட்டுகின்றன. செடல் பெரிய வளான பிறகு நடக்கும் திருப்பங்கள் கதையின் அதுவரையிலுமான இயல்பான போக்கைச் சமன் குலைய வைக்கின்றன. ஊருக்கே மழை தந்து காப்பாற்றியவளாகக் கருதப்படும் செடலுக்கு நெருக்கடியில் உதவ அந்த இரவில் யாரும் இல்லை என்பதைக் காட்ட ஆசிரியர் எவ்வளவோ முயற்சி எடுத்தாலும் அது குறித்த நம்பகத்தன்மை உருப்பெற மறுக்கிறது. ஊர்ப் பெரியவர்கள் வந்து கூப்பிட்டால்தான் வருவேன் என்று கூறும் செடலை அழைக்க ஏன் யாரும் வரவில்லை என்பதற்கு நாவலில் பதில் இல்லை. செடல் ஆட்டக்காரியாக மாறும் நிர்ப்பந்தத்தை ஏற்படுத்தும் தருணமும் வலுவாக இல்லை. இதுபோன்ற பலவீனங்கள் கதையை 'நகர்த்தி' வேறு களத்திற்குக் கொண்டுபோவதற்கான பதற்றத்தைக் காட்டுகின்றன. ஆறுமுகத்தை நாவலின் பாதையிலிருந்து விலக்கி வெகுஜனத் திரைப்படத்தின் பாதையில் பயணம் செய்யவைத்த பதற்றம் இது.

செடல் பெரியவளாவதற்குச் சற்று முந்தைய காலகட்டமும் ஊரைவிட்டுப் போன பிறகான முதல் கட்டமும் அலுப்பூட்டும் அளவுக்கு மந்தமாகச் சொல்லப்படுகின்றன. வாசக அனுபவத்திற்குள் வந்துவிட்ட விஷயங்கள் வேறு வேறு விதங்களில் அடுத்தடுத்துக் கூறப்படும்போது நாவல் தேங்கி நிற்கிறது (உதாரணம் கூத்துக் காட்சிகள்).

இந்த முரண்கள் ஒருபுறம் இருக்க, ஆறுமுகத்தின் மனதிற்குள் புகுந்துகொள்வதைப் போலவே செடலின் மனதுக்குள்ளும் புகுந்துகொண்டு பாத்திர அமைதிக்குப் பொருத்தமற்ற எண்ணங்களை ஓட விடுகிறார் ஆசிரியர். தன் மீதான அபவாதங்களை செடல் எதிர்கொள்ளும் விதத்தில் பிரதிபலிக்கும் பக்குவம் அவளது பாத்திர ஆளுமை உருப்பெற்ற பின்னணியுடன் அவ்வளவாகப் பொருந்தவில்லை. இந்தக் கதையிலும் ஆசிரியரின் வசதிக்கேற்பப் பாத்திரங்கள் சாகடிக்கப்படு

கின்றனர். ஒவ்வொரு சாவும் சொல்லிவைத்தாற்போல் ஒரு திருப்பத்தைக் கொண்டுவந்துவிடுகிறது.

இவற்றுக்கு மத்தியில் சில காட்சிகள் அற்புதமாக உருப்பெற்றிருக்கின்றன. வறட்சியின் கோலம் அதன் நிலவியல் மற்றும் உளவியல் அடையாளங்களுடன் உயிர்ப்புடன் தீட்டப் படுகிறது. அதுபோலவே, மழையின் காட்சியும் அதையொட் டிய மக்களின் ஆனந்தத் தாண்டவமும் அபாரமாகப் பதிவாகி யுள்ளன. மேடையில் ஆடப்படும் ஆட்டத்தின் வர்ணனைகள் ஆட்டத்தை நேரில் காண்பதான பிரமையை ஏற்படுத்தும் அளவுக்கு உள்ளன. செடல்–திரௌபதி சந்திப்பின் சில படிமங்கள் காவியத் தன்மையுடன் உருப்பெற்றுள்ளன. சாவு வீட்டில் நடக்கும் சண்டை தத்ரூபமாகச் சித்தரிக்கப் பட்டுள்ளது. மகாபாரதக் கதைகளை மேடையில் நிகழ்த்தும் கூத்தாடிகள் தங்கள் வாழ்வின் நெருக்கடிகளைக் காப்பிய நாயகர்களின் நெருக்கடியோடு இணைத்து அடையாளம் காண்பது அழகாக உருப்பெற்றிருக்கிறது. நடைமுறை வாழ்வில் நெருக்கடிகளுக்குத் தீர்வு கிடைக்காதபோது இதுபோன்ற அடையாளப்படுத்தல்கள் தரும் தற்காலிக நிம்மதிகள் வாழ்வை நடத்திச் செல்ல உதவும் யதார்த்தம் நுட்பமாக வெளிப்படு கிறது. பேச்சு மொழியைப் பதிவுசெய்வதில் ஆசிரியரின் சரளம் கூடியிருக்கிறது. பேச்சினூடே வந்து விழும் வசவுகளும் பழமொழிகளும் பண்பாட்டுக் கூறுகளும் வாசக அனுப வத்தைச் செழுமைப்படுத்துவதுடன் சாதி/வட்டார வழக்கு களின் ஆவணப் பதிவுகளாகவும் விளங்குகின்றன.

ஆனால் இந்த ஆவணத் தன்மை பல சமயம் நிகழ்வு களின் சித்தரிப்பிலும் பிரதிபலித்துக் கதைப்போக்கிற்குக் குந்தகம் ஏற்படுத்துகிறது. ஆசிரியர் மேலும் கவனத்தோடு மறுபரிசீலனை செய்திருந்தால் இந்த நாவல் சிறப்பான நாவ லாக உருப்பெறுமளவுக்குச் சில மாற்றங்களைச் செய்திருக்க முடியும். எதைக் கொள்வது, எதைத் தள்ளுவது என்பதில் உள்ள குழப்பமே நாவலின் நீளத்தைக் கூட்டிக் கலை அனுப வத்தைக் குறைத்துவிடுகிறது. இன வரைவியல் சார்ந்த தகவல் கள் நாவலில் கொட்டிக் கிடக்கின்றன. ஆனால் இந்தப் பதிவு களில் சில, புனைவுக்குரிய கலை அமைதியுடன் உருப்பெறத் தவறுகின்றன. இந்தக் குறை, நாவல் புனைவம்சம் கொண்ட வாழ்வியல் சித்திரமாக உருப்பெறவிடாமல் தடுக்கிறது.

5

இமையத்தின் மூன்று நாவல்களிலும் பிரதிபலிக்கும் ஒரு பார்வையைப் பற்றிப் பேச வேண்டியிருக்கிறது. தலித்துகளின்

வாழ்வை, சாதி அமைப்பில் அவர்கள் படும் துயரை, அதை அவர்கள் எதிர்கொள்ளும் விதத்தை உணர்ச்சிப் பிசுக்கோ மிகையோ கோஷங்களின் துணையோ இல்லாமல் சித்தரிக் கிறார் இமையம். தாழ்த்தப்பட்டவர்கள் தங்களிலும் கீழான நிலையில் இருப்பவர்களை நடத்தும் விதத்தை அம்பலப்படுத்து வது உயர் சாதியினரின் ஒடுக்குமுறைக்கு நியாயம் கற்பிப்ப தாக அமையக்கூடும் என்று சிலர் கருதக்கூடும். நான் அதை ஏற்கவில்லை. எல்லா விதமான சுரண்டல்களும் அம்பலப் படுத்தப்பட வேண்டியவை என்பதில் சந்தேகமில்லை. எந்தச் சுரண்டலும் இன்னொரு சுரண்டலை நியாயப்படுத்திவிட முடியாது. நியாயப்படுத்தும் விழைவு ஆசியரிடத்தில் தெரி கிறதா என்பதுதான் முக்கியமான கேள்வி. இமையத்திடம் அது இல்லை என்பது என் கருத்து.

சுரண்டல்மயமான சாதியமைப்பைச் சித்தரிக்கும் இமையம் நவீனத்துவத்தின் வருகையால் ஏற்படும் மாற்றம் தாழ்த்தப்பட்டோரின் வாழ்வில் ஏற்படுத்தும் சாதகமான மாற்றங்களையும் சொல்கிறார். ஆனால் – ராஜ் கௌதமனின் வார்த்தையைக் கடன் வாங்கிச் சொல்வதானால் – சற்றே ஒவ்வாமையுடன் சொல்கிறார். நவீன வாழ்வு தரும் வசதி களில் மண் சார்ந்த கலாச்சாரக் கூறுகள் இழக்கப்படுவது உலகம் முழுவதற்கும் பொதுவானது. இது குறித்த விசாரணை யையோ கவலையையோ தன்னளவில் தவறு என்று சொல்லி விட முடியாது. ஆனால் இந்த இழப்புகள் ஆதிக்க சாதியினர்/ பிரிவினரின் பார்வையில் ஒரு விதமாகவும் ஒடுக்கப்பட்டோர் பார்வையில் வேறு விதமாகவும் தோற்றம் கொள்வதைத் தவிர்க்க இயலாது. சமூகம் நவீனமாகும்போது மேல் தட்டில் உள்ளோர் வசதிகளின் அடிப்படையில் அதிக லாபம் பெற்றா லும் சமூகப் படிநிலைகளின் அடிப்படையில் நஷ்டத்தையே அடைகிறார்கள். வேறு வழியின்றி அவர்களது ஒடுக்குமுறையைச் சகித்துக்கொண்டிருந்த மக்களுக்குப் புதிய வாசல்களைத் திறந்துவிடுகிறது நவீன வாழ்வு. அடிமைப்பட்டுக் கிடந்த மக்கள் அடங்க மறுத்து மேலெழும் வாய்ப்புகள் உருவாகின்றன. தன் காலடியில் கிடந்தவர்கள் தனக்குச் சமமாக வளர்வதைக் கண்டு பதறுகிறது உயர் சாதி மனம். எனவே உயர் சாதியினர் வசதிகளை அனுபவித்துக்கொண்டோ (அல்லது மறுத்தோ) பண்பாட்டு, சமூக ரீதியான மாற்றங்களை எதிர்ப்பார்கள். காலம் கெட்டுப் போச்சு என்பார்கள். கீழ் நிலையில் உள்ளவர் களுக்கோ அது விடுதலைக்கான வழி. அதனால் இழக்கப்பெறும் பண்பாட்டுக் கூறுகள் பற்றிக் கவலைப்படும் நிலையில் சமூகம் அவர்களை வைத்திருக்கவில்லை. நவீன வாழ்வின் வசதிகள், கல்வி, மதமாற்றம் ஆகியவற்றின் மூலம் தலித்துகளின்

வாழ்நிலையில் ஏற்படும் மாற்றங்களைப் படம்பிடித்துக் காட்டும் இமையம் அந்த மாற்றங்களை மேட்டுக்குடி மனப் பாங்குடன் அணுகுகிறாரோ என்று சந்தேகப்படும் வகையில் அவரது சித்தரிப்புகளில் பிரதிபலிக்கும் சாய்வுகள் இருக் கின்றன. ஆசிரியர் அறிந்தோ அறியாமலோ மாற்றத்திற்கு எதிரான மனநிலையை வெளிப்படுத்துவதாகக் கருத அவரது பிரதிகள் இடம்தருகின்றன.

கோவேறு கழுதைகளாக வாழ மறுத்து வெளியூர் சென்று வேறு வேலைகள் தேடிப் பிழைத்துக்கொள்வதைப் பழமையில் ஊறிய, ஒடுக்குமுறைக்குப் பழகிய ஆரோக்கியம் எதிர்மறை யாகப் பார்ப்பதில் வியப்பில்லை. ஆனால் அந்தப் புலம்பலில் வெளிப்படும் ஆசிரியரின் மனச் சாய்வு அவரது பார்வை குறித்த கேள்வியை எழுப்புகிறது. கோவேறு கழுதைகளிலும் செடலிலும் நுட்பமாக வெளிப்படும் இந்த அம்சம் ஆறுமுகத் தில் பட்டவர்த்தனமாகத் தெரிகிறது. மாற்றம் விழையும் எல்லோருமே சோரம் போகிறார்கள். "நவீன வாழ்வு உங்கள் மானத்தை விலையாகப் பெற்றுக்கொண்டுதான் சமூக முன்னேற் றத்தைத் தரும். இதனால் உங்கள் குடும்பம் சிதைந்துவிடும்" என்னும் மிரட்டல் இந்தச் சித்தரிப்பில் தொனிக்கிறது. இவ் வகையில் இமையத்தின் நாவல்களின் அரசியல் அபாயகர மானதாகவே எனக்குப் படுகிறது.

ஒவ்வொரு தனிநபருக்கும் ஒரு அரசியல் இருக்கலாம் என்பதால் இமையத்திற்கும் ஒரு அரசியல் இருக்கலாம். அந்த அரசியல் படைப்பிலும் பிரதிபலிக்கலாம். ஆனால் படைப்பில் வெளிப்படும் அரசியல் நுண் அரசியலாகவே இருக்க வேண்டும். சித்தரிப்பில் அம்பலமாகும் சார்பு நிலை யாக இருந்தாலும் அதுவும் கலை அமைதியைக் குலைக்கக் கூடியதாகவே அமையும். இந்தக் குறையைக் கடக்கும்போது அவரது கலை புதிய சிகரங்களை எட்டக்கூடும்.

கூடவே, தமிழ்த் திரைப்படங்களுடன் போட்டி போடும் வேலையை அவர் விட்டுவிட்டால் மேலும் மௌனங்களும் நுட்பங்களும் நிறைந்து, செறிவும் வலுவும் கூடிய படைப்பு களை அவரால் தர முடியும்.

○○

படைப்பாளியின் போராட்டம்
['பள்ளியில் ஒரு நாய்க்குட்டி' சிறுகதைத் தொகுப்புக்கான முன்னுரை]

சுந்தர ராமசாமி, தன் வாழ்நாளின் இறுதிக் காலத்தில் தனது நாட்குறிப்பில் தன் கைப்பட எழுதி, பிரசுரம் செய்யாமல் வைத்திருந்த சிறுகதைகளும் சில நெடுங்கதைகளும் இந்தத் தொகுப்பில் உள்ளன. இவற்றில் சில கதைகள் காலச்சுவடில் வெளிவந்தவை. சில, இதுவரை பிரசுரம் காணாதவை.

இந்தக் கதைகளையும் இவை எழுதப்பட்ட காலகட்டத்தில் பிரசுரமான கதைகளையும் பார்க்கும்போது அவர் தனது கடைசி ஐந்து ஆண்டுகளில் மிகவும் தீவிரமாகப் படைப்பாக்கத்தில் ஈடுபட்டிருக்கிறார் என்பது புலனாகிறது. முதுமை, உடல்நலக் கோளாறுகள், பயணங்கள், இழப்புகள், முன்னாள் நண்பர்களும் பகைவர்களாகத் தம்மை அறிவித்துக் கொண்டவர்களும் வாரி வழங்கிய அவதூறுப் பரிசுகள் ஆகியவை அவரது படைப்பு முயற்சிக்குப் போட முயன்ற தடையை அவர் தனது படைப்பூக்கத்தினாலும் அசாத்தியமான முயற்சியாலும் வென்றதன் சாட்சியங்கள் இந்தக் கதைகள்.

இந்தக் கதைகளில் சில கதைகள் முற்றுப்பெறாதவை. கிட்டத்தட்ட அனைத்துக் கதைகளும் ஆசிரியரின் செம்மையாக்கத்தினால் கொள்ளும் மறுபிறப்புக்கான வாய்ப்புக் கிடைக்கப்பெறாதவை. ஆயினும் சுந்தர ராமசாமியின் படைப்புத் திறனை வலுவாக வெளிப்படுத்தி நிற்பவை. அதனாலேயே பிரசுரம் காண வேண்டியவை.

O

இரண்டே மாதங்களில் எழுதப்பட்டுள்ள இந்தப் படைப்புக்கள், முதல் படிக்கே உரிய எழுத்துப் பிழைகளுடனும் சிற்சில கவனக் குறைவுகளுடனும் காணப்படுகின்றன. சு.ரா.வின்

நண்பரும் அவரது தீவிரமான வாசகருமான திரு. ராஜமார்த் தாண்டன் அவர்களுடன் கலந்தாலோசித்துச் சில பிழைத் திருத்தங்கள் மேற்கொள்ளப்பட்டுள்ளன. நாட்குறிப்பின் பக்கங்களின் விளிம்புகளில் அவர் எழுதிய சில குறிப்புக்கள் கதைகளுக்குள் இடம்பெற வேண்டியவையா இல்லையா என்பது குறித்தும் உரிய ஆலோசனைகளின் அடிப்படையில் முடிவுகள் எடுக்கப்பட்டுள்ளன. ஒரு கதை முடிவதற்கு முன்பே வேறொரு கதையைத் தொடங்கியுள்ளார். அத்தகைய பிரச்சினைகள் கவனமான வாசிப்பு மற்றும் கலந்தாலோசனையின் அடிப்படையில் தீர்க்கப்பட்டுள்ளன.

படைப்பு சார்ந்த சில பிரச்சினைகள் படைப்பாளியால் மட்டுமே தீர்க்கப்பட வேண்டியவையென்பதால் ஆலோசனைக் குழுவினரின் கவனத்திற்கு வந்த அத்தகைய சில பிரச்சினைகள் எந்த மாற்றமும் செய்யாமல் அப்படியே விடப்பட்டுள்ளன. உதாரணமாக, இரு நண்பர்கள் கதையில் வரும் மூத்த சகோதரி பாத்திரப் படைப்பு குறித்த முரணான தகவல்கள். அதுபோலவே தலைப்புப் போடாத கதை, திருவாழி மார்பனைப் பற்றியதாகத் தொடங்கிப் பிறகு கதைசொல்லியின் காதலைப் பற்றிச் சொல்வதாகத் தொடர்கிறது. ஒரு புள்ளியில் தொடங்கிப் பிறகு வேறொரு திசையில் கிளை விரிந்து செல்லும் அனுபவம் படைப்பாக்கத்தில் சகஜமானதுதான். ஜே.ஜே. சில குறிப்புகள் நாவலே வேறொரு நாவலிலிருந்து கிளை பிரிந்து தோன்றிய படைப்புத்தான். ஒருவேளை சு.ரா. இந்தக் கதையைச் செம்மையாக்கம் செய்திருந்தால் திருவாழி மார்பனுக்கான இடத்தை இந்தக் கதையின் ஒட்டுமொத்த அமைதிக்கு ஏற்ற வகையில் மாற்றியமைத்திருக்கக்கூடும். படைப்பு சார்ந்த இத்தகைய பிரச்சினைகள் எந்த மாற்றமும் செய்யப்படவில்லை.

O

அலுப்பூட்டும் வாழ்வின் செக்கு மாட்டுப் பயணம் குறித்த அதிருப்தி, பழக்கத்தின் அருவருப்பூட்டும் பாசியில் திரும்பத் திரும்ப வழுக்கிக்கொண்டிருப்பது குறித்த பிரக்ஞையற்ற வாழ்வின் மொண்ணைத்தனங்களின் மீதான விமர்சனம், இயற்கையின் மீது தனிப் பாசம், அழிந்துவரும் இயற்கைச் செல்வங்கள் குறித்த ஆழ்ந்த கரிசனம், மனித மனங்களையும் அவற்றின் போக்குகளையும் அவற்றின் முடிவற்ற நுட்பங்களோடு கிரகித்துக் கச்சிதமாக மொழிவழிப்படுத்தும் துல்லியம், செயல்களுக்குப் பின் இருக்கும் எண்ணங்கள், அந்த எண்ணங்களை உற்பத்தி செய்யும் ஆழ்மன பாவனைகள் என விரியும் அகவெளிப் பயணம், நிகழ்வுகளைக் காட்சிப்படுத்துவதிலும் ஆளுமைகளைச் சித்திரங்களாகத் தீட்டுவதில் உள்ள நேர்த்தியும் கூர்மையும்,

வாழ்வின் இருப்புக் குறித்தும் இருப்புக்கும் எதிர்பார்ப்புக்கும் இடையேயான முரண்கள் குறித்தும் அந்த முரண்களின் ஊற்றுக் கண்கள் குறித்துமான தீராத விசாரணை, உறவுகளின் விசித்திரப் பின்னல்கள், உறவுச் சிக்கல்களின் சூட்சும விதைகள் ஆகிய வற்றை அம்பலப்படுத்தும் கூர்மையான பார்வை, கூரிய விமர்சன நோக்கும் உள்ளார்ந்த தரிசனமும் கொண்ட அங்கதம்.

50 ஆண்டுகளுக்கு மேல் எழுதிவந்த சுந்தர ராமசாமியின் பன்முக எழுத்துப் பயணத்தின் சாரமான அம்சங்களில் முக்கியமானவை என இந்தப் பண்புகளைச் சொல்லலாம். இந்தப் பண்புகள் அனைத்தும் அவரது கடைசிக் காலத்தில் எழுதப்பட்ட இந்தக் கதைகளிலும் வலுவாக வெளிப்படுகின்றன. இவற்றைச் செம்மைப்படுத்தி, பூர்த்தி பெறாத கதைகளைப் பூர்த்திசெய்யும் வரையிலேனும் அவர் உயிரோடு இருந்திருக் கலாம் என்னும் ஆதங்கத்தை இக்கதைகள் ஏற்படுத்துகின்றன.

மனித மனங்கள், அவற்றின் எண்ணற்ற பின்னல்கள்; மனித உறவுகள், அவற்றின் எண்ணற்ற சிக்கல்கள் – இவற்றைப் பல பின்னணிகளிலும் பல கோணங்களிலும் காட்டியபடி இருக்கிறார் சு.ரா. இந்தச் சிடுக்குகளை ஏற்படுத்தும் காரணி கள், சுய பிம்பங்கள் சார்ந்த மனக் கோணல்கள், எளிமையாக வும் நேர்மையாகவும் வெளிப்பட முடியாமல் போய்விட்ட மனித இருப்பு ஆகியவை பற்றிய நுண்ணிய சித்திரங்கள் இந்தக் கதைகளில் காணக் கிடைக்கின்றன. இந்த வாழ்க்கை ஏன் இப்படி இருக்கிறது என்பதைத் தனிநபர்கள், உறவுகள், காலம், சூழல் ஆகியவை சார்ந்து விசாரணை செய்கிறார் சு.ரா. இந்த விசாரணை, புனைவு அம்சமும் கூரிய அங்கதமும் உள்ளார்ந்த தீவிரமும் ஆழ்ந்த அவதானிப்பும் மேற்பரப்பில் எளிமையும் கொண்ட படைப்புகளாக வெளிப்பட்டுள்ளது.

தொகுப்பின் பெரும்பாலான கதைகளில் சு.ரா.வின் பிரத்யேகமான அங்கதச் சுவை மிக இயல்பாகவும் வலுவாக வும் வெளிப்பட்டிருப்பதைக் காண முடிகிறது. குறிப்பாக, தலைப்புப் போடாத கதையில். இந்த அங்கதம் மேற்பரப்பில் பரிகாசமாகவும் ஆழமான அடுக்குகளில் காலம், இடம் ஆகியவற்றின் பின்னணியில் மனித வாழ்வு குறித்த கூரிய விமர்சனமாகவும் உருப்பெறுகிறது. காட்சிகளையும் மனிதர் களையும் நிகழ்வுகளையும் வித்தியாசமான கோணத்தில் பார்ப்பதால் பிறக்கும் அங்கதமும் கசப்புணர்வற்ற விமர்சன நோக்குடன் அணுகுவதால் தோற்றம் கொள்ளும் அங்கதமும் சு.ரா.வின் அங்கதத்தின் ஆதாரமான அம்சங்கள். அத்தகைய அங்கதம் இந்தத் தொகுப்பிலுள்ள கதைகளில் பரவலாகக் காணக் கிடைக்கிறது.

சு.ரா.வின் கதைகளில் ஒரு சூட்சுமமான பாத்திரமாக இடம்பெறும் காலம் என்னும் அம்சம் இகதைகளிலும் இடம்பெற்றிருக்கிறது. கால மாற்றத்தின் பதிவாக மட்டுமன்றி அதன் விமர்சன பூர்வமான எதிர்வினையாகவும் படைப்பைப் பயன்படுத்துவது மேலான படைப்பாளிகளின் இயல்பு. சு.ரா.வின் படைப்புலகின் வலுவான அம்சங்களில் ஒன்றான இந்தத் தன்மை இந்தக் கதைகளிலும் நீக்கமற நிறைந்திருக்கிறது. இத்தொகுப்பின் பல்வேறு கதைகளில் கதையோட்டத்திற்கு இணையாக, சில சமயம் அதைவிட முக்கியத்துவம் மிகுந்ததாக, இந்தப் பயணம் மேற்கொள்ளப்பட்டிருக்கிறது. கதையம்சம் சார்ந்த தளத்தைத் தாண்டிப் படைப்பின் பரிமாணங்களைக் கூட்டும் இந்தப் பயணம் இக்கதைகளின் முக்கிய அம்சம் என்று சொல்லலாம்.

சு.ரா.வின் எழுத்தில் ஒரு குறிப்பிடத்தக்க மாற்றத்தையும் இந்தக் கதைகளில் காண முடிகிறது. இறுக்கமானதும் செறிவானதுமன வாக்கியங்களை எழுதும் சு.ரா., பொதுவாக நீளமான வாக்கியங்களை எழுதுவதில்லை. ஆனால் இக் கதைகள் சிலவற்றில் அவர் மிகவும் நீளமான வாக்கியங்களை – பொருள் குழப்பம் இல்லாத வகையில் – எழுதிச் செல்வதைப் பார்க்க முடிகிறது. இவற்றில் ஒரு சில வாக்கியங்களை அவர் தனது மறுவாசிப்பில் மாற்றியிருக்கக்கூடும் என்றாலும் பெரும்பாலான நீள் வாக்கியங்கள் கதையின் அமைதியோடும் தொனியோடும் பொருந்திப்போவதால் சிலவற்றை அவர் மாற்றாமல் இருந்திருக்கக்கூடும் என்ற முடிவுக்கும் நாம் வர முடியும்.

தேக்கத்தின் சிறு நிழலும் செய்ததையே திரும்பச் செய்யும் தோல்வியும் அண்டாத சு.ரா.வின் ஆளுமை, முழுமை பெறாத அவரது இந்த எழுத்துக்களிலும் பரிமளிக்கிறது. முதுமையையும் நோய்களையும் அவதூறுப் பிரச்சாரங்களையும் எதிர்த்து ஒரு படைப்பாளி மேற்கொண்ட போராட்டத்தின் தடயங்கள் இந்தக் கதைகள்.

○○

சுந்தர ராமசாமியின் ஆளுமை: கொந்தளிப்பின் ஆழத்தில் உறையும் அமைதி

சுந்தர ராமசாமியின் ஆளுமை பற்றி எழுதுமாறு பணிக்கப்பட்டிருக்கிறேன். மிகவும் சிக்கலான பொறுப்பு இது. கிட்டத்தட்ட 15 ஆண்டுக் காலம் நெருங்கிப் பழகிய ஒருவரது ஆளுமை பற்றி எழுதுவது எளிதான ஒரு காரியமாகத்தான் இருக்க வேண்டும். ஆனால் என்னைப் பொறுத்தவரை அது சிக்கலானதாகவே இருக்கிறது. இதற்கு இரண்டு காரணங் கள். ஒன்று அவரது ஆளுமை பற்றி நிறைய எழுதப்பட்டுவிட் டது. அவர் இறந்த கையோடு அவரைப் பற்றி ஒரு நூலையே எழுதி வெளியிட்டுவிட்டார் ஒரு நண்பர். அதைத் தவிரப் பல நண்பர்கள், வாசகர்கள், எழுத்தாளர்கள் அவரது ஆளுமை பற்றி விரிவாகப் பேச்சிலும், எழுத்திலும் பதிவு செய்திருக்கிறார்கள். அவரது அன்பு, விருந்தோம்பல், உரை யாடலில் அவரது தனித்துவம், இளைஞர்களை ஊக்குவிக்கும் குணம், வலி மிகுந்த ஆத்மாக்களுக்கு இளைப்பாறும் நிழலாக அவர் இருந்தது, தொடர்ந்து சுறுசுறுப்பாக இயங்கியது, வாசிப்பின் வழியாகவும், உரையாடல்களின் வாயிலாகவும் தன்னைப் புதுப்பித்துக்கொண்டே இருந்தது, வயது, ஜாதி, பாலினம், பொருளாதாரம், அந்தஸ்து ஆகிய எந்தப் பாகுபாட் டையும் தன் வாழ்விலும் நட்பு வட்டத்திலும் நெருங்கவிடாமல் இருந்த சமத்துவ நோக்கு, உரையாடலின்போது பேசுவதைப் போலவே கேட்பதிலும் அவருக்கு இருக்கும் சிரத்தை, கூர்மை யான புத்திசாலித்தனம், அசாத்தியமான நகைச்சுவை உணர்வு, பரோபகாரம் போன்ற பல்வேறு அம்சங்களைப் பற்றிப் பலரும் சொல்லிவிட்டார்கள். இந்தக் குணங்களை நானும் அனுபவபூர்வமாகக் கண்டும் உணர்ந்தும் வியந்திருக்கிறேன். இவற்றையெல்லாம் சொல்ல ஆரம்பித்தால் அது மேற்படிப்

பதிவுகளின் மறுபதிப்பாக மாறிவிடக்கூடும் என்பதால் தயக்கமாக இருக்கிறது. இதையெல்லாம் தாண்டி சு.ரா.வைப் பற்றிச் சொல்வதற்கு எனக்கு ஏதாவது இருக்கிறதா என்று கேட்டுக்கொண்டேன். இருக்கக்கூடும் என்ற நம்பிக்கை ஏற்பட்டது. அதன் விளைவே இந்தக் கட்டுரை.

○

ஒரு படைப்பாளியின் ஆளுமையை – தனிப்பட்ட ஆளுமையை – அவரது படைப்புகளை வாசிப்பதன் வழி உணர முடியாது என்பது வெளிப்படை. ஆளுமையின் வலுவான சில கூறுகள் படைப்பில் வெளிப்பட்டே தீரும் என்றாலும், அதைத் தெளி வாகப் பிரித்தறிவது இயலாத காரியம். படைப்பில் சுயத்தின் வெளிப்பாடுகள் நுட்பமானவை; சிக்கலானவை. அதனாலேயே எளிதில் பிரித்தறிய முடியாதவை. யதார்த்தத்தின் மண்ணில் உதைத்தபடி கிளம்பும் படைப்பு புனைவின் துணையோடு சிறகடிக்கிறது. கலைப் பிரக்ஞையோடு உருவாக்கப்பட்ட படைப்புகளில் புனைவையும் நிஜத்தையும் பிரிப்பது இய லாத காரியமாகிவிடுகிறது. இந்நிலையில் ஒரு படைப்பாளி யின் படைப்புகளின் மூலம் அவரது படைப்பாளுமையை அறிய முடியுமே தவிர தனிப்பட்ட ஆளுமையைத் துல்லிய மாக அறிவது சாத்தியமல்ல. அப்படி அறிய முயலும் முயற்சி கள் பெரும்பாலும் தோல்வியிலேயே முடிந்திருக்கின்றன. சு.ரா.வுக்கும் எனக்கும் இடையிலான தனிப்பட்ட உறவு இப்படிப்பட்ட ஒரு தோல்வியிலிருந்தே தொடங்கியது.

1987ஆம் ஆண்டில் ஜே.ஜே. சில குறிப்புகள் நாவலைப் படித்தேன். மிகவும் பரசவமூட்டும் அனுபவமாக அது இருந்தது. அவ்வளவு தீர்க்கமான மொழியை அதுவரை படித்ததில்லை. செறிவும் இறுக்கமும் கொண்ட அந்த மொழிநடைதான் முதலில் என்னை மிகவும் கவர்ந்தது. கவித்துவத்தின் மென்மை யும், சிந்தனையின் கனமும் விமர்சனத்தின் கூர்மையும் ஒருங்கே கொண்ட அந்த மொழியின் வசீகரம் என்னை ஆட்கொண்டிருந்த காலம் அது. அதைப் படிக்கப் படிக்க அதை எழுதியவரின் உருவம் தன்னிச்சையாக என்னுள் உருக்கொண்டது. அந்த உருவத்தை நினைவுகூர்ந்து சொல்வதா னால் கார்ல் மார்க்ஸுக்கும் ரஜனீஷுக்கும் இடைப்பட்ட உருவம் என்று சொல்லலாம். இந்நிலையில் அவரது புகைப் படத்தை ஒரு பத்திரிகையில் பார்த்தபோது எனக்கு ஏற்பட்ட ஏமாற்றத்துக்கு அளவே இல்லை. மழுமழுவென்று ஷவரம் செய்த முகத்தில் படர்ந்திருந்த கனிவான சிரிப்பைப் பார்க்கும் போது அதிர்ச்சி ஏற்பட்டது. ஜே.ஜே. சில குறிப்புகளை எழுதியவர் எப்படி இவ்வளவு மென்மையாகச் சிரிக்கலாம்?

தடிமனான சட்டம் போட்ட அந்தப் பெரிய கண்ணாடிக்குப் பின்னால் இருந்த கண்களும் சிரிப்பதை என்னால் பொறுத்துக் கொள்ளவே முடியவில்லை.

அந்த ஏமாற்றத்தை எண்ணிப் பின்னாளில் பலமுறை எனக்குள் சிரித்துக்கொண்டதுண்டு. அதே சமயம் அவரது எழுத்தோடு அவரது நிஜ வாழ்வின் பிம்பத்தை ஒட்டிப் பார்த்துக் குழப்பிக்கொண்டு விசித்திரமான தீர்ப்பு வழங்கிய எழுத்தாளர்கள் சிலரது மதிப்பீட்டினைக் கண்டு சிரிக்கும் வாய்ப்பும் கிடைத்திருக்கிறது. சு.ரா. தன்னை ஜே.ஜே.யாகக் கருதிக்கொள்கிறார் என்று அவரது எழுத்தாள நண்பர் ஒருவர் எழுதியதைப் படிக்கும்போது அவரது வாசிப்பின் மீதும் ஆளுமைகளின் இயல்பை உணரும் திறமையின் மீதும் ஐயம் எழுந்தது. முதல் முறை சு.ரா.வைச் சந்திக்க நான் என் நண்பனுடன் சென்றபோது சென்னை அண்ணா நகரில் அவர் தங்கியிருந்தார். வீட்டைக் கண்டுபிடிக்க முடியாமல் அலைந்ததில் மிகவும் தாமதமாகத்தான் போக முடிந்தது. கைபேசிகள் இல்லாத அந்தக் காலத்தில் எங்கள் தாமதம் சு.ரா.வைக் கவலைகொள்ள வைத்திருந்தது. எங்களைப் பார்த்ததும் தனது கவலையை அவர் தனக்கே உரிய முறையில் – எங்களைப் பதற்றத்துக்குள்ளாக்காத முறையில் – பகிர்ந்துகொண்டார். எங்களுக்காகக் காத்துக்கொண்டிருந்தது ஜோசப் ஜேம்ஸாக இருந்திருந்தால் அவன் பொறுமையிழந்து வெளியே கிளம்பியிருப்பான். அல்லது சிகரெட் குடித்தபடி புத்தகம் ஒன்றைப் படித்துக்கொண்டிருப்பான். அல்லது நார்க் கட்டிலில் கவிழ்ந்து படுத்து உறங்கியும் இருக்கலாம்.

படைப்புகளில் ஆசிரியரின் ஆளுமையின் கூறுகள் கண்டிப்பாக வெளிப்படும். ஒரு குறிப்பிட்ட பாத்திரத்தில் மட்டுமல்ல. பல்வேறு பாத்திரங்களிலும் வெளிப்படலாம் (யாருடா அவாள்ளாம்? எல்லாமே நான்தானே என்று லா.ச.ரா. தன் பாத்திரங்களைப் பற்றிக் கூறுவார்). ஒரு கதையில் மிக மிகச் சிறிய பாத்திரத்தில் ஆசிரியரின் தன்னிலை வெளிப்படலாம். (கிடாரி கதை எழுதும்போது சு.ரா.வுக்கு 30 வயது இருக்கலாம். அந்தக் கதையில் ஒரு கிழவரின் ரூபத்தில் தன் ஆளுமை பிரதிபலித்ததாக சு.ரா. கூறியிருக்கிறார்.) எனவே கதைக்குள் நிஜ ஆளுமையைத் தேடும் வியர்த்தத்தை விட்டு விட்டுச் சொந்த அனுபவத்தின் அடிப்படையிலும் அவரது செயல்பாடுகளின் அடிப்படையிலும் மதிப்பிட முயல்வதே பொருத்தமானதாக இருக்கும்.

○

சுந்தர ராமசாமியைப் பற்றி யோசிக்கும்போது அவரது நட்புணர்வையும் அது தரும் இதமான உணர்வையும் தவிர்க்கவே முடியாது. நீங்கள் யாராக இருந்தாலும் சரி, எந்த ஜாதியை, எந்த மதத்தை, எந்தக் கட்சியைச் சார்ந்தவராக இருந்தாலும் சரி, எத்தகைய கொள்கையைக் கொண்டவராக இருந்தாலும் சரி, ஆணாகவோ, பெண்ணாகவோ, குழந்தை யாகவோ, முதியவராகவோ இருந்தாலும் சரி, சுந்தர ராமசாமி யோடு பழக ஆரம்பித்துவிட்டீர்கள் என்றால் அவரது நட்பின் இதத்தை உடனடியாக உணரத் தவற மாட்டீர்கள். அவரோடு பழகும்போது மட்டுமல்ல. அவரைப் பற்றி நினைக்கும்போதும் அந்த இதம் தரும் கதகதப்பு உங்களுக்குள் பரவுவதை உணர்வீர்கள். எப்படி அவரால் கிட்டத்தட்ட எல்லோரிடமும் இந்த உணர்வை ஏற்படுத்த முடிகிறது என்று பலமுறை ஆச்சரியப்பட்டிருக்கிறேன். அவரோடு நெருங்கிப் பழகுவதற்கு முன்பு அவரது நண்பர்கள் சிலரைச் சந்தித்திருக்கிறேன். அவர்களில் பெரும்பாலானோர் அவர் தன்னிடம் விசேஷ அன்புடன் பழகுவதாக நம்பியதை உணர்ந்திருக்கிறேன். சு.ரா.வோடு பழகிய பிறகு அவர்களது நம்பிக்கை சரியானதுதான் என்பது புரிந்தது. அதுமட்டுமல்ல. அப்படி நினைப்பவர்கள் இன்னும் பல பேர் இருக்கிறார்கள் என்பதும் புரிந்தது. எப்படி எல்லாரிடத்திலும் அவரால் இப்படிப் பழக முடிகிறது என்ற ஆச்சரியம் இன்றளவும் எனக்குக் குறையவில்லை.

அன்பும் அக்கறையும் மரியாதையும் கலந்த இந்த உறவைப் பாரபட்சமின்றி அனைவருடனும் கொண்டிருந்த சு.ரா., அந்த உறவில் சமநிலை பிறழாத நிதானமும் கொண் டிருந்தார். அதாவது, தான் செலுத்தும் அன்பும், அக்கறையும், மரியாதையும் சம அளவில் தனக்குத் திருப்பிக் கிடைக்காத போதும் தன்னளவில் அவற்றைப் பேணிவந்தார். அதைவிட முக்கியமான அம்சம் இந்த அன்பை அதிகாரமாக மாற்ற அவர் முனையவில்லை. அது மட்டுமல்ல. அவரது அன்பும், சூழலில் அவருக்கு இருக்கும் படிமமும் சேர்ந்து அவரது முயற்சி இன்றியே அவரது நண்பர்களின் மனத்தில் இயல்பாக உருவாக்கக்கூடிய அதிகார பீடத்தில் அவர் ஒருபோதும் அமர்ந்ததில்லை. பல நண்பர்கள் விரும்பி அழைத்தபோதும் அந்தப் பீடத்தை அவர் அண்டியதில்லை. நட்பில் சம உரிமை என்னும் மதிப்பீட்டை அவர் தன் கடைசி மூச்சுவரை பேணிக் காத்துவந்தார். அது அவரது ஆளுமையின் முக்கிய மான பகுதியாக மட்டுமல்ல; ஆளுமையின் சாராம்சத்தோடு நெருங்கிய தொடர்பும் கொண்டதாக இருந்தது.

அன்பின் நீட்சியாக அதிகாரம் உருவாவதைக் குடும்பங்களிலும் கல்விப் புலத்திலும், நண்பர்கள் வட்டாரத்திலும் சகஜமாகப் பார்த்துவருகிறோம். அதிலும் அன்பு செலுத்துபவர் மூத்தவராகவும் மதிப்புக்குரியவராகவும் இருந்துவிட்டால் இந்த உருமாற்றம் மிக எளிதாக ஏற்பட்டுவிடுகிறது. ஆதிக்க உணர்வின் அதிகாரத்தை விடவும் அன்பின், கருணையின் அதிகாரம் நுட்பமானது, ஆழமானது, வலுவானது. இதன் பிடிப்பு பயங்கரமானது. தன்மீது படர முனையும் சக மனிதனின் ஆதிக்கக் கொடுக்குகளில் விரும்பி மாட்டிக் கொள்ளும் பரிதாப நிலைக்கு ஒருவரைத் தள்ளிவிடக்கூடியது. மேற்படி நபர் அந்தக் கொடுக்குகளைப் பிரக்ஞைபூர்வமாகவும் தந்திரமாகவும் பிரயோகிக்க ஆரம்பித்து விட்டாரென்றால் அதன் வீச்சும் விளைவும் இன்னும் பயங்கரமானதாகிவிடும். அறிந்தும் அறியாமலும் இரண்டும் கலந்தும் உருவாகக்கூடிய இந்த அதிகார வீச்சுக்குள் விழுவதற்கான பலவீனங்களுடன் தனி மனிதர்கள் அலைந்துகொண்டிருக்கிறார்கள். சமூக அடுக்குகளும் மதிப்பீடுகளும் ஏற்படுத்தி வைத்திருக்கும் இடைவெளிகள் தாண்டி அன்பின் அரவணைப்பில் தஞ்சமடையும் வாய்ப்பு மறுக்கப்பட்ட ஆத்மாக்கள் அத்தகைய வாய்ப்புக் கிடைக்கும்போதெல்லாம் தடுமாற்றத்துடனேயே அதை எதிர்கொள்கிறார்கள். கிடைத்தற்கரிய பேறாக அந்த அரவணைப்பை உருவகித்துக்கொள்ளும் அவர்களது அந்தராத்மா அதைக் காப்பாற்றிக்கொள்ள எந்த விலையையும் கொடுக்கத் தயாராகிவிடுகிறது. அலைக்கழிக்கும் வாழ்வின் ஊசலாட்டங்களுக்கு மத்தியில் இந்த அரவணைப்பு பெரும் பற்றுக்கோடாய்த் தெரிகிறது. இதை எவ்வளவு முடியுமோ அவ்வளவு கெட்டியாகப் பிடித்துக்கொண்டு தொங்க ஏங்குகிறது மனம்.

இங்கேதான் தொடங்குகிறது முரண்பாடு. சுந்தர ராமசாமி நட்புணர்வில் சமநிலை பேணக்கூடியவராக மட்டுமின்றி அன்பின் அதிகாரத்தைப் பிரக்ஞைபூர்வமாகத் தவிர்ப்பவராகவும் இருந்தார். "ஒரு ஆத்மா மற்றொரு ஆத்மாவின் மீது கவியும் விந்தை"யைப் பற்றி (ஜே.ஜே. சில குறிப்புகள் நாவலில்) எழுதிய அவருக்கு அந்த விந்தையின் பிறப்பிடமாகவோ இருப்பிடமாகவோ தன் மன அரங்கம் ஆகிவிடாமல் பார்த்துக் கொள்வதற்கான புரிதலும் முயற்சியும் சகஜமாகக் கைவந்தன. சமநிலை பிறழ்ந்த உரிமைகோரல்களுடனும், எதிர்பார்ப்புகளுடனும் அவரை அணுகியவர்களுக்கு அவர் ஏமாற்றம் அளிப்பவராகவே இருந்தார். நட்பின், நட்பு சார்ந்த உரிமையின், சமநிலைப் பிறழ்வின் அபாயங்களை உணர்ந்தவரால் வேறு எப்படியும் நடந்து கொள்ள முடியாது. ஆனால் நட்பின் உரிமையில் சமநிலையைத் தவறவிட்டவர்களால் இதைப்

புரிந்துகொள்ள முடியாது. எனவே அவர்கள் புண்பட ஆரம்பித்தனர். இதன் நீட்சியாக அவரைப் புண்படுத்த ஆரம்பித்தனர். இருப்புக்கும் எதிர்பார்ப்புக்கும் இடையிலான இடைவெளியை ஏற்றுக்கொள்ள இயலாத மனங்களின் தவிர்க்க முடியாத வெளிப்பாடுகள் சுந்தர ராமசாமியைத் துன்புறுத்தத் தொடங்கின.

சு.ரா.வின் வாழ்க்கை வரலாற்றை உளவியல் நோக்கில் ஆராய்வது என் நோக்கமல்ல. எனினும் சு.ரா.வின் நட்புணர்வைப் பற்றிப் பேசும்போது அதன் மறு பக்கத்தை, அது அவருக்குத் தந்த வலியை, மறைத்துவிட்டு நாம் பேச முடியாது என்பதால் இவ்வளவு தூரம் போக வேண்டியதாகிவிட்டது. தமது எதிர்பார்ப்புகளுக்கும் ஏக்கங்களுக்கும் எற்ப அவர் எதிர்வினை ஆற்றவில்லை என்பதால் அவர்மீது அதிருப்தி கொண்ட நண்பர்களின் ஆற்றாமையையும் அவர் எதிர்கொள்ள வேண்டியிருந்தது.

இந்த ஆற்றாமைக்கு மத்தியில் தனது நண்பர்களுடனான உறவையும் அவர் பேணிவந்தார் என்பதுதான் முக்கியம். கிட்டத்தட்ட கடவுள், ஆசான், ஞானத்தந்தை ஆகிய படிமங்களை அவர்மீது சுமத்தி ஆராதனை செய்யும் அவரது இளம் நண்பர்கள் பிற்காலத்தில் பல காரணங்களால் அவரிடம் கோபமும், அதிருப்தியும் கொண்டு அவதூறுகளை அவர்மீது வீச ஆரம்பித்துவிடுவார்கள். முதலிலேயே குறிப்பிட்டதுபோல, உறவில் சமநிலை பேண முடியாத தடுமாற்றமே இதற்குக் காரணமாக அமையும். ஒரே ஒரு உதாரணத்தின் மூலம் இதை விளக்கிவிட்டு மேலே செல்லலாம் என்று நினைக்கிறேன்.

ஜெயமோகனுக்கும் சு.ரா.வுக்கும் இடையிலான உறவு ஊரறிந்த ஒன்று. தனது ஆசான், குருநாதர் என்றெல்லாம் சு.ரா.வைப் பகிரங்கமாக அறிவித்து ஆராதித்துவந்தவர் ஜெயமோகன். இது தொடர்பாக அவருக்கு எந்தத் தயக்கமும் இருந்ததில்லை. எண்பதுகளின் இறுதியில் ஏதோ ஒரு இலக்கியக் கூட்டத்துக்கு ஜெயமோகன் சென்றிருக்கிறார். அங்கு அவரைச் சந்தித்த ஒரு நண்பர், "உங்களைச் சுந்தர ராமசாமியின் அடிவருடி என்று சொல்கிறார்களே" என்று கேட்டாராம். அதற்கு ஜெயமோகன், "ஆமாம். அதில் என்ன தப்பு? குருவின் அடியை வருடிக் கற்பதுதானே இந்திய மரபு?" என்று திருப்பிக் கேட்டாராம். இதை ஜெயமோகனே என்னிடம் சொல்லியிருக்கிறார். ஆனால் சு.ரா.வுக்கு இந்த குரு, சிஷ்யன், அடிவருடி சமாச்சாரங்களில் எல்லாம் நம்பிக்கையோ, ஆர்வமோ இருந்ததில்லை. எங்கு போனாலும் என்னை குரு, ஆசான் என்று சொல்கிறீர்கள் தயவுசெய்து

இப்படியெல்லாம் சொல்லாதீர்கள் என்று சு.ரா. பலமுறை ஜெயமோகனிடம் சொல்லியும் அவர் கேட்பதாக இல்லை.

முதல் கட்டம் ஆராதனை. அதற்கு அடுத்த கட்டம் போட்டி. ஜெயமோகனும் எழுத்துத் துறையில் அழுத்தமான தடங்களைப் பதிக்க ஆரம்பித்து விட்டார். புகழும் விருது களும் அவரைத் தேடி வருகின்றன. இருவருக்கும் இடையே படைப்பு சார்ந்தும் அணுகுமுறைகள் சார்ந்தும் கருத்து வேற்றுமைகளும் முரண்பாடுகளும் முளைக்க ஆரம்பிக்கின்றன. அவை படிப்படியாக மனஸ்தாபமாக மாறுகின்றன. இதுபற்றி விளக்க ஆரம்பித்தால் தனியாக ஒரு நீண்ட கட்டுரையோ, குறுநாவலோ எழுத வேண்டியிருக்கும் என்பதால் நமது தலைப்புக்குத் தொடர்புடைய விஷயங்களை மட்டும் தொட்டுச் செல்ல விரும்புகிறேன். இருவருடனும் நெருங்கிய நட்பு எனக்கு அப்போது இருந்ததால் சு.ரா. எந்த அளவுக்கு நிதானமாக இந்த முரண்பாடுகளை எதிர்கொண்டார் என்ப தையும் ஜெயமோகன் எந்த அளவுக்கு மனக் கொந்தளிப்புடன் எதிர்கொண்டார் என்பதையும் மிகவும் அருகில் இருந்து பார்த்திருக்கிறேன்.

1996ஆம் ஆண்டின் பிற்பகுதியில் ஒருநாள். ஏதோ ஒரு சம்பவம் அல்லது சம்பவத் தொடரின் காரணமாக மிகுந்த மன உளைச்சலுக்கு ஆளாகியிருந்த ஜெயமோகன், என்னைத் தொலைபேசியில் தொடர்புகொண்டார். நடந்த சம்பவங்களை யெல்லாம் சொல்லிக் கொதித்தார். எனக்கு அவரைச் சமா தானப்படுத்த முடியவில்லை. நடந்த சம்பவங்களை வைத்துப் பார்க்கும்போது இவர் மிகவும் உணர்ச்சிவசப்பட்டு நிதானமிழந்து எதிர்வினையாற்றுவதாக எனக்குப் பட்டது. நீங்கள் இவ்வளவு கொதிப்புடன் இதை அணுக வேண்டாம் என்று சொன்னேன். நம்மால் மதிக்கப்படுபவர்களுடன் நமக்கு முரண்பாடுகள் ஏற்படும்போது மரியாதையுடனும் நிதானத்துடனும் அதைக் கையாள்வதே முறையானது என்றேன். நாளை நமது கருத்து மாறலாம், ஆனால் நாம் கொட்டிய வார்த்தைகள் மறைந்துவிடாது என்றேன். நீங்கள் வேண்டுமா னால் ஒரு சில மாதங்கள் சு.ராவைப் பார்க்காமல், பேசாமல், கடிதம் எழுதாமல் இருங்களேன். ஒரு இடைவெளிக்குப் பிறகு இந்த முரண்பாடுகளை நிதானமாகக் கையாளலாமே என்றேன். "நீங்கள் சொல்வது சரி என்று எனக்கும் தெரிகிறது. ஆனால் என்னால் அதைச் செய்ய முடியாது. ஏனென்றால் என் சுபாவம் அப்படி" என்றார் ஜெயமோகன்.

இத்தகைய நண்பர்களின் அன்புத் தொல்லைகளையும் அன்பை மீறிய தொல்லைகளையும் பொறுத்துக்கொண்டு

நட்பைப் பேணும் போராட்டத்தை சுரா. அடிக்கடி எதிர்கொள்ள வேண்டியிருந்தது.

○

தொடர்ந்து அவரைத் தேடிப் புதிய வாசகர்களும் பலதுறை அறிஞர்களும் வந்தவண்ணம் இருந்தார்கள். அவரைத் தேடி வந்த அனைவருமே அவரது எழுத்தால் ஈர்க்கப்பட்டவர்கள். இலக்கியம் சார்ந்த உரையாடல்களுக்காக அவர்கள் வருவதில் ஆச்சரியமில்லை. ஆனால் தங்களது தனிப்பட்ட பிரச்சினை கள் பற்றி அவரிடம் கூறி அவரது ஆலோசனைகளைப் பெறு வதற்காகவும் அவரது வாசகர்கள் அவரை நாடி வந்தார்கள். ஒருவருடன் நன்கு பழகிய பிறகு அந்தரங்க விஷயங்களை அவருடன் பகிர்ந்துகொள்வதில் ஆச்சரியம் இல்லை. ஆனால் அவரது கதைகளையும், கட்டுரைகளையும் படிக்கும் சிலர், இவரிடம் நமது பிரச்சினைக்குத் தீர்வு கிடைக்கும் என்ற நம்பிக்கையுடன் அவரைத் தேடி வந்தார்கள். எல்லா மனிதர் களையும் போலவே குடும்பம் சார்ந்தும், தொழில் சார்ந்தும் பல்வேறு நெருக்கடிகளை அனுபவித்துவந்த நிலையிலும் தன்னைத் தேடிவரும் அமைதியற்ற மனங்களுக்கு இளைப் பாறுதலைத் தரும் ஆலமரமாக அவர் விளங்கினார். தற் கொலையின் விளிம்பில் இருந்த சிலரை அவரது பக்குவமும் இதமும் நிரம்பிய சொற்கள் காப்பாற்றியிருக்கின்றன. அவரது இல்லத்திலுள்ள நூலகத்தின் மூலமாகவே புத்தக உலகுடன் நெருங்கிய அறிமுகத்தை ஏற்படுத்திக்கொண்ட இளைஞர்கள் கணிசமான அளவில் இருக்கிறார்கள். இவற்றுக்கெல்லாம் நடுவில் தொடர்ந்து தனது வாசிப்பிலும், எழுத்திலும் இலக்கியம் சார்ந்த உரையாடல்களிலும் தீவிரமாகக் கவனமும் செலுத்தி வந்தார் சுந்தர ராமசாமி.

தனிப்பட்ட முறையில் சந்திக்கும்போது மட்டுமன்றிப் பல்வேறு நண்பர்களை ஒன்றாகச் சந்திக்கும் சமயங்களிலும் ஒவ்வொரு நண்பர் மீதும் தனிக் கவனம் செலுத்தும் அணுகு முறை அவரது இயல்பாக இருந்தது. அவரது இல்லத்திலும் இலக்கியக் கூட்டங்களின் அரங்கங்களிலும் சூடான விவாதம் நடக்கும்போதும் குழுமியிருக்கும் அனைவர் மீதும் அவரது கவனம் இருக்கும். தான் சொல்வதை யார் கேட்கிறாரோ இல்லையோ சு.ரா. கேட்டுக்கொண்டிருக்கிறார் என்ற நம்பிக்கை அந்தக் குழுவில் இருக்கும் ஒவ்வொருவருக்கும் இருக்கும். அதுபோலவே அந்தக் குழுவில் இருக்கும் யாருக் கேனும் ஏதேனும் ஒரு அசௌகரியம் இருந்தால் அது சு.ரா.வின் பார்வையிலிருந்து தப்பாது. அந்தப் பார்வைக்குப் பின்னால் இருக்கும் அக்கறை அத்தகையது.

பொருளாதார ரீதியிலும் உடல் ரீதியிலும் மன ரீதியிலும் கஷ்டப்படும் நண்பர்களுக்குப் பண உதவி, மருத்துவ உதவிக்கான ஏற்பாடு போன்ற பல உதவிகளைச் சத்தமில்லாமல் செய்திருக்கிறார். பல சமயங்களில் அந்த நண்பர்களே சொன்னால்தான் அந்த உதவிகள் வெளியே தெரியவரும். அந்த அளவுக்குச் சலனமின்றி அவர் உதவிகள் செய்வார்.

o

நண்பர்களால் பெறும் இதம், உற்சாகம் ஆகியவற்றைப் போலவே பிரச்சினைகளும் யாவருக்கும் பொதுவானவை தாம். இலக்கிய மதிப்பீடுகள், கருத்துக்கள், அணுகுமுறைகள் ஆகியவை தவிர, படிமம் சார்ந்த சிக்கல்களாலும் ஆளுமைகளுக்குள் மோதல் ஏற்படுவது அரசியல், தத்துவ, இலக்கிய உலகில் சகஜமானதுதான். ஆனால் இலக்கிய ரீதியான நட்பு தனிப்பட்ட நட்பாகப் பரிணமித்த பிறகு இலக்கியம் சாராத காரணங்களுக்காகவும் பிரச்சினைகள் முளைக்கும். அப்படிப்பட்ட அனுபவமும் சு.ரா.வுக்கு ஏற்பட்டிருக்கிறது.

இலக்கிய விவாதம், பிரச்சினைகள் குறித்த பகிர்தல்கள் ஆகியவற்றிகாக மட்டுமின்றி, தனது கருத்துக்களை சு.ரா.விடம் சொல்லி மகிழும் எண்ணத்துடன் பல நண்பர்கள் அவரைத் தேடி அடிக்கடி வருவதுண்டு. அவர்களுக்கு ஆர்வம் இருக்கும் துறையில் சு.ரா.வுக்கு அவ்வளவாக ஆர்வம் இல்லாமலும் இருக்கலாம். ஆனால் அவர்கள் தங்களது சிந்தனைகளை, அனுபவங்களை சு.ரா.விடம் பகிர்ந்துகொள்வதில் அலாதியான ஆசையுடன் அவரைத் தேடி வருவார்கள். அவர்கள் சொல்வதை உயிரோட்டமுள்ள கவனத்துடனும் ஆர்வத்துடனும் கேட்டுக்கொண்டிருப்பது சு.ரா.வின் பழக்கம். பேசுபவர் சிற்பக் கலை பற்றிப் பேசலாம். தமிழ் சினிமா குறித்துப் பேசலாம். தன் அலுவலகத்தில் நிலவும் அரசியல் பற்றிப் பேசலாம். சு.ரா. ஆர்வத்தோடு கேட்டுக்கொண்டிருப்பார். அந்த விஷயத்தில் அவருக்கு இயல்பாக அவ்வளவு ஆர்வம் இல்லாத நிலையிலும் நண்பரின் உணர்வுக்கும் ஆர்வத்துக்கும் மதிப்பளித்துக் கேட்டுக்கொண்டிருப்பார். தமிழ் சினிமா பற்றிய தனது ரசனையையும் கருத்துக்களையும் முன்வைத்து ஒரு நண்பர் கிட்டத்தட்ட ஒரு மணிநேரம் பேசிக்கொண்டிருந்ததை சு.ரா. சுவாரஸ்யமாகக் கேட்டுக்கொண்டிருந்ததை நான் பார்த்திருக்கிறேன். சு.ரா. தமிழ்ப் படங்களை அவ்வளவாகப் பார்ப்பவரோ அவற்றின்மீது ஆர்வம் கொண்டவரோ அல்ல. ஆயினும் நண்பரின் ஆர்வத்துக்கு அணை போடாமல் காது கொடுத்துக் கேட்டுக்கொண்டிருப்பார். தமிழ்நாடு

முழுவதும் தேடினாலும் இத்தகைய விசாலமான காதுகளைப் பார்க்க முடியாது என்பது என் யூகம்.

இப்படிப் பிறரது பேச்சுக்குக் காதுகொடுக்கும் சுந்தர ராமசாமி, தன் கருத்துக்களை, தன் மீதான அபிப்ராயங்களுக்கான எதிர்வினைகளை, சொல்லவிடாமல் சிலர் பேசிக்கொண்டிருந்தபோது வேதனை அடைந்ததையும் பார்த்திருக்கிறேன். சு.ரா. பற்றி ஜெயமோகன் எழுதிய ஒரு கட்டுரையில் அவர் கருத்துமுதல்வாதி என்று பொருள்படும்படி எழுதினார். பிரமிளின் கருத்துலகுக்கும் சு.ரா.வின் கருத்துலகுக்கும் அதிக வித்தியாசமில்லை என்றும் சொல்லியிருந்தார். ஒரு முறை சு.ரா.வின் வீட்டில் அது பற்றிப் பேச்சு வந்தபோது ஜெயமோகன் தன் கருத்தை வலியுறுத்திப் பேசிக்கொண்டே இருந்தார். தான் ஒரு கருத்துமுதல்வாதி அல்ல என்று இடையிடையே சொல்ல முயன்றார் சு.ரா. அவர் ஒரு வாக்கியம் பேசுவதற்குள் ஜெயமோகன் உத்வேகம் அடைந்து தொடர்ந்து பேச ஆரம்பித்து விட்டார். பிரமிளின் கருத்துலகுடன் தன் கருத்துலகை இணைத்துப் பேசியதையும் சு.ரா. ஆட்சேபித்தார். ஆனால் ஜெயமோகன் தொடர்ந்து பேசிக்கொண்டே இருந்தார். இது போலப் பல முறை நடந்துவிட்டது. என்னைப் பேச விடாமல் நீங்கள் பாட்டுக்கும் பேசிக்கொண்டே போகிறீர்களே என்று சு.ரா. கெஞ்சாத குறையாகக் கேட்டார். ஜெயமோகன் அதற்கும் மசியவில்லை. கடைசியில் தன் முயற்சியைக் கைவிட்டுவிட்டுப் பேசாமல் இருந்தார் சு.ரா. ஜெயமோகன் தொடர்ந்து பேசிக்கொண்டிருந்தார். சு.ரா.வின் முகத்தில் தெரிந்த வேதனையைக் கண்ட நான், அவர் சொல்வதைக் கொஞ்சம் கேளுங்களேன் என்றேன். ஜெயமோகன் காதில் போட்டுக்கொள்ளவில்லை.

○

நண்பர்களைத் தன் வீட்டிற்கு அழைத்து, நாள்கணக்கில் தங்கவைத்து நட்பைக் கொண்டாடும் பழக்கம் கொண்ட சு.ரா., அதனால் பல இன்னல்களை அனுபவித்திருக்கிறார். ஆனால் ஒருவரிடத்தில் ஏற்பட்ட கசப்பான அனுபவம் மற்றவரிடத்தில் ஏற்படும் நட்பின் மீது தன் நிழலைப் படரவிடாமல் அவர் கவனமாகப் பார்த்துக்கொண்டார். ஒவ்வொரு நண்பரையும் அலாதியான ஆளுமையாகவும் ஒவ்வொரு நட்பையும் தனித்தன்மை கொண்டதாகவும் பார்த்து, மதித்து, கொண்டாடி, வேதனைப்பட்டு, அனுபவங்களிலிருந்து உரம் பெற்று வாழ்ந்துவந்த ஆளுமை சுந்தர ராமசாமி. எத்தனை கசப்பான அனுபவங்கள் ஏற்பட்ட போதிலும் ஒரு புதிய நண்பரை முன் முடிவுகள் இன்றி

வரவேற்கும் பக்குவம் அவரது இயல்பாக இருந்தது. சாகும் வரையிலும், அவரது நண்பர்களுக்கும் சுந்தர விலாசத்துக்கும் இடையேயான உறவு உயிர்ப்புடன் இருந்துவந்தது. அவரது மறைவுக்குப் பிறகும் அது உயிர்ப்புடன் இருந்துவருகிறது. சுந்தர விலாசத்தின் நட்பார்ந்த சூழல் சு.ரா.வின் ஆளுமையின் அழுத்தமான சுவடு என்றுதான் சொல்ல வேண்டும்.

○

இளம் வாசகர்கள், எழுத்தாளர்கள், எழுத்துலகிற்கு வெளியிலிருந்து வரும் இளம் நண்பர்கள் ஆகியோரில் பலர் சுந்தர ராமசாமியை ஒரு தந்தையின் ஸ்தானத்தில் வைத்துப் பார்த்துவந்தனர். தன் தந்தையுடன் அசௌகரியமான உறவு கொண்டிருந்த சு.ரா., ஒரு தந்தையாக அந்த அசௌகரியத்தைத் தன் குழந்தைகளுக்கு ஏற்படுத்தாமல் பார்த்துக் கொண்டார். தனது அனுபவங்களின் கசப்பு தனது சுபாவத்தின் ஒரு பகுதியாக மாறித் தன் பிள்ளைகளின் மீது கசிந்து விடாதபடி கவனமாக இருந்தார். தந்தையிடம் குழந்தைகள் பெற விரும்பும் உறவின் கதகதப்பையும், சுதந்திர வெளியையும் தன் குழந்தைகளுக்கு அவர் சாத்தியப்படுத்தினார். தன்னைத் தந்தையின் ஸ்தானத்தில் வைத்து மதித்த இளம் நண்பர்களிடம் தந்தைக்கான உரிமை கோரல்களை முற்றாகத் தவிர்த்தபடி அவர்களுக்குத் தேவையான ஆதரவை வழங்கினார். தந்தையிடமிருந்து தனயர்கள் பெறும் அசௌகரியத்தின் வேர், ஆளுமை சார்ந்த முரண்பாடுகளிலிருந்தும் தலைமுறை இடைவெளி சார்ந்த பார்வை பேதங்களிலிருந்தும் அதீதமாகச் சொந்தம் கொண்டாடித் திணற வைக்கும் அழுத்தத்திலிருந்தும் பிறக்கிறது. இத்தகைய அம்சங்களைத் தவிர்ப்பதில் சு.ரா. மிகவும் கவனமாக இருந்துவந்தார். தந்தையிடம் பெற விரும்பும் ஆதரவையும், பொதுவாகப் பெற முடியாமல் போகும் சுதந்திரத்தையும் இவரிடத்தில் பெறுவது இதனாலேயே பலருக்குச் சாத்தியமாயிற்று.

ஆனால் அதிலும் ஒரு பிரச்சினை இருந்தது. தன் மதிப்பீடுகளையும் பார்வைகளையும், விமர்சனங்களையும் சமரசமின்றி முன்வைக்கும் பழக்கம் கொண்ட சுந்தர ராமசாமி தனது கருத்துக்களை யார் மீதும் திணிக்க மாட்டார். தன் கருத்தை ஏற்காத நண்பர்களிடம் – அவர்கள் எவ்வளவு இளையவர்களாக இருந்தாலும்– அதிருப்தியோ விலகலோ கொள்பவரல்ல அவர். ஆனால் அவர் திணிக்காத நிலையிலும், கருத்து வேற்றுமையை மதித்துப் பழகும் நிலையிலும், அவரது நிலைப்பாடுகள் சார்ந்து அசௌகரியமடைந்த நண்பர்கள் அவரிடம் விரோதம் பாராட்டத் தொடங்கினார்கள். சமரசமற்ற

தன்மையும், மதிப்பீடுகளைப் பேணிக் காப்பதில் அவருக்கு இருந்த உறுதியும் அவர்களது பலவீனங்களை அம்பலப்படுத்தின. இதிலிருந்து பாடம் கற்றுத் தங்களைப் புடம் போட்டுக் கொள்வதற்குப் பதிலாக, அதிகார உணர்வு கொண்ட ஒரு தந்தையின் குரலை அவர் எதிரொலிப்பதாகக் கற்பனை செய்துகொண்டு தந்தையுடன் மோதும் தனயனின் கலக வேடம் தாங்கியபடி அவரைத் தாக்கத் தொடங்குவார்கள். இந்நிலையிலும் நண்பர்களின் பலவீனங்களைப் புரிந்து கொள்ளும் சு.ரா. அவர்களைத் திருப்பித் தாக்காமல், பரிவுடன் நடந்துகொள்வார். அந்தப் பரிவு அவர்களது பலவீனங்களை மேலும் அம்பலப்படுத்துவதாக அமைந்துவிடும் என்பதால் விரோத உணர்வு மேலும் கூர்மை பெறும். இந்நிலையிலும் அவர்களைத் தாக்கவோ வெறுக்கவோ முடியாத சு.ரா., அவர்களை விட்டு மௌனமாக விலக ஆரம்பிக்கிறார். இந்த விலகல் அலட்சியமாக அர்த்தப்படுத்தப்பட்டு சூழலில் பலவிதமான புனைவுகளுடன் முன்வைக்கப்படுகிறது. நேரடியான, வெளிப்படையான அவதூறுகளுக்குச் சில சமயம் பதிலளிக்கும் சு.ரா., நுட்பமான மறைமுகமான தாக்குதல்களுக்கு வேதனை கசியும் புன்னகையைப் பதிவாகத் தந்துவிட்டு ஒதுங்கிக் கொள்கிறார். இது தன்னைத் தேடிவரும் இளம் நண்பர்களுடனான உறவுக்கு அவர் கொடுக்கும் விலை. இந்த விலை தரும் வலியைச் சுமந்தபடி தொடர்ந்து தன்னை நாடிவரும் இளைஞர்களை முகமும், அகமும் மலர வரவேற்பது அவரது இயல்பு.

○

சுந்தர ராமசாமியின் வாழ்வின் கடைசி சில ஆண்டுகளில் அவரது நண்பர் வட்டம் மிகவும் சுருங்கிவிட்டதாக ஒரு கருத்து சூழலில் முன்வைக்கப்பட்டது. அவருடன் நெருங்கிப் பழகிப் பிறகு விலகிய சிலர், அவர் தன்னோடு மட்டும்தான் ஆத்மார்த்தமான உறவு கொண்டிருந்தார் என்று நம்ப விரும்பினார்கள். தவிர, தாங்கள் விலகியதற்குக் காரணமே சுந்தர ராமசாமியின் பழகுமுறையும் சுந்தர விலாசத்தின் சூழலும் மாறிவிட்டதுதான் என்றும் நிலைநிறுத்த விரும்பினார்கள். இப்போதெல்லாம் யாரும் சு.ரா.வைப் பார்க்கவே முடிவதில்லை, பேசவே முடிவதில்லை என்றெல்லாம் புனைவுகளைத் தகவல்களாகப் பரப்பினார்கள். உண்மையில் சுந்தர ராமசாமியை நாடி வரும் நண்பர்கள் – புதிய நண்பர்களும் பழைய நண்பர்களும் – எண்ணிக்கையில் நாளுக்கு நாள் கூடிய படியே இருந்தனர். நிலவியல் ரீதியாக நாகர்கோவிலுக்கு அருகில் இருந்தவர்கள் இயல்பாகவே அதிகம் அவரைச்

சந்தித்துவந்தார்கள். அலுவலகத்தில் விடுப்பு எடுப்பதில் அதிகப் பிரச்சினை எதுவும் இல்லாதவர்களும் நினைத்த போதெல்லாம் வந்து பேச ஆரம்பித்துவிடுவார்கள். அதற்காகத் தமிழகத்தின் வட கோடியில் இருந்த நண்பர்கள் நெருங்கிய நண்பர்கள் அல்ல என்று ஆகிவிடாது. சென்னையில் இருந்த ஆ.இரா. வேங்கடாசலபதி போன்ற சில நெருங்கிய நண்பர்கள் இதற்கு ஓர் உதாரணம். தொண்ணூறுகளுக்குப் பின் சு.ரா.வுடன் பழக ஆரம்பித்த இளம் நண்பர்களில் ஒருவரான ஹெபர்ட் சதீஷ், கே.என். செந்தில் போன்றவர்கள் அவரைப் பற்றிக் கூறும் செய்திகள் அவரது 'தனிமை' குறித்த புனைவை மிக எளிதாக உடைக்கின்றன. சிறையில் இருந்த ஓர் இளம் வாசக ருடன் 2000, 2001, 2002 ஆகிய ஆண்டுகளில் அவர் வைத்திருந்த தொடர்புக்குச் சான்றாக ஒரு நூலே இருக்கிறது. இது வெளியில் தெரிந்த பதிவு. வெளியில் தெரியாமல் எத்தனையோ நண்பர் கள் அவருடன் கடைசிவரையில் ஆத்மார்த்தமான உறவு கொண்டிருந்தார்கள். அமெரிக்காவில் அவரோடு அதிகம் பழகிய கோகுலக் கண்ணன் இன்னொரு உதாரணம். தொண் ணூறுகளுக்குப் பிறகு அவருக்குப் பரிச்சயமான சல்மா, உமா மகேஸ்வரி போன்ற சிலர் எழுத்தின் வாயிலாகத் தங்களை வெளிப்படுத்திக்கொள்வதில் சு.ரா. வகித்த பங்கு கணிச மானது. மேலும் பலரது பெயரைச் சொல்லலாம்.

இதைச் சொல்வதற்குக் காரணம், சுந்தர ராமசாமி எந்தக் காலத்திலும் ஆத்மார்த்தமான நண்பர்கள் இல்லாத தனிமையை அனுபவித்ததில்லை. சொல்லப்போனால் அவர் விரும்பிய அளவுக்கு இலக்கியப் பணிகளில் கவனம் செலுத்து வதற்கான தனிமை அவருக்குக் கிடைக்கவில்லை என்பதே சரியாக இருக்கும். தான் மிகவும் விரும்பிய ஒரு பணியைத் தன் நண்பர்கள் பொருட்டு, அவர்களது சந்தோஷங்களின் பொருட்டு விட்டுக்கொடுக்கத் தயாராக இருந்த ஆளுமை யாகவே சு.ரா. என் அனுபவத்தின் அடிப்படையில் என் மனத்தில் பதிவாகியிருக்கிறார். 2002க்குப் பிறகு என் மூலம் அவரது நண்பர்களான சில இளைஞர்கள் அவரைப் பார்க்க நாகர்கோவிலுக்குப் போனபோது, அவர்களுடன் அவர் செலவிட்ட நேரம் மிக அதிகம். வெவ்வேறு துறைகளைச் சேர்ந்த அவர்களோடு மணிக்கணக்கில் பேசிக்கொண்டிருந்தது மட்டுமல்ல, அவர்களை நாகர்கோவில் மற்றும் அதைச் சுற்றியுள்ள பகுதிகளுக்குக் கூட்டிச் செல்லவும் நேரம் ஒதுக்க அவரால் முடிந்தது.

பேசிக் கொதிக்கும், பேசிக் களிக்கும் நண்பர்கள் ஒரு புறம் இருக்க, பல்வேறு துறைகளைச் சேர்ந்த ஆளுமைகளும்

அவரைச் சந்திக்க அடிக்கடி அவர் வீட்டுக்கு வருவார்கள். நாட்டார் வழக்காற்றியல் துறை, தொல்லியல் துறை, தமிழ் அறிஞர்கள், பேராசிரியர்கள், பல போக்குகளைச் சேர்ந்த இலக்கியவாதிகள், அரசியல்வாதிகள், தமிழ்த் தேசியவாதிகள் எனப் பல தரப்பட்டவர்கள் அவரைத் தொடர்ந்து சந்தித்து உரையாடிவந்தார்கள். முற்றிலும் மாறுபட்ட கருத்துப் போக்கைக் கொண்டவர்களுடனும் அவர் உரையாடிவந்தார். இந்த அளவுக்குப் பல்வேறு தரப்பினரைச் சந்தித்துவந்த எழுத்தாளர் வேறு யாராவது இருக்கிறார்களா என்பது சந்தேகத்திற்குரிய விஷயம்தான். சு.ரா.வின் ஆளுமையின் இந்த அம்சம் அவர் தொடங்கிய காலச்சுவடின் முக்கிய அடையாளமாக இன்றளவிலும் தொடர்ந்து இருந்துவருவதை யும் இங்குக் குறிப்பிடுவது பொருத்தமானது.

இப்படி ஏதேனும் ஒரு விதத்தில் முக்கியமான ஆளுமை களுடன் மட்டும்தான் அவர் பழகிவந்தார் என்பதில்லை. இலக்கியம் முதலான எந்தத் துறையிலும் தொடர்பற்ற பலருடன் அவர் நெருக்கமான முறையில் பழகியதைப் பார்த்திருக்கிறேன். நாகர்கோவிலில் அவரது இல்லத்துக்கு அருகே உள்ள எஸ்.எல்.பி. பள்ளியில் நடைப் பயிற்சி மேற் கொள்ள அவருடன் சென்றிருக்கிறேன். அப்போது அவரைப் பார்த்துப் பேசும் பலருக்கு அவர் ஒரு எழுத்தாளர் என்பது கூடத் தெரியாது. அவரது இலக்கிய முகத்தை அறியாதவர் களும் அவர்மீது மிகவும் மதிப்புடன் பழகுவதைப் பார்த் திருக்கிறேன். ஒரு ஜவுளிக்கடையின் முதலாளி என்பதால் கொடுக்கப்படும் மதிப்பல்ல அது. அவரது நேர்மை, நேர்த்தி, அன்பு, கண்ணியம் ஆகிய பண்புகளுக்காகக் கொடுக்கப்படும் மரியாதை. நாகர்கோவிலில் சிறந்த குடிமகன் விருதும் அவருக்கு வழங்கப்பட்டிருக்கிறது. அவரது இலக்கியப் பெறு மானத்துக்காகக் கொடுக்கப்பட்ட விருது அல்ல அது என்பது எழுத்துலகின் எல்லையைத் தாண்டி அவரது ஆளுமையின் வெளிப்பாடு எப்படி இருந்தது என்பதை உணர்த்தும்.

இலக்கிய நண்பர்களைப் பொறுத்தவரை அவர்களுடைய குடும்பத்தினருடனும் நெருங்கிப் பழகும் இயல்பு கொண்டவர் சு.ரா. கடிதங்களில் எப்போதும் நண்பர்களின் நெருங்கிய உறவி னர்கள் குறித்த விசாரிப்பு இருக்கும். அவர்களுடன் பேசவும் அவருக்கு நிறைய விஷயங்கள் இருக்கும். இவ்வளவு விசால மான போக்கும் பன்முகப் பரிமாணங்கள் கொண்ட நட்புறவும் கொண்ட இன்னொரு எழுத்தாளரைக் காண்பது அரிது.

தனிப்பட்ட முறையில் சொல்வதானால் சுந்தர ராமசாமி அளவுக்கு அன்பும் மதிப்பும் கொள்ளத்தக்க இன்னொரு

நண்பரை – நபரை – நான் பார்த்ததில்லை. இலக்கிய ரீதியான விவாதங்களிலிருந்து தொடங்கி, தனிப்பட்ட வாழ்க்கை சார்ந்த பிரச்சினைகள் வரை பல்வேறு அம்சங்களுக்கான வழிகாட்டுதலும் ஆறுதலும் ஆதரவும் அவரிடமிருந்து எனக்குக் கிடைத்துவந்தது. புதிதாகக் கதை ஏதும் எழுதினால் உடனடி யாக ஒரு பிரதி எடுத்து அவருக்கு அனுப்பிவைப்பேன். அவர் கூடிய விரைவில் அதைப் படித்துவிட்டு அது பற்றித் தன் கருத்துக்களை அக்கறையோடு கூடிய விமர்சனபூர்வமாக முன்வைப்பார். என்னுடைய இலக்கியக் கட்டுரைகளை மிகவும் நுட்பமாகப் படித்து அவர் ஆற்றிய எதிர்வினைகள் கட்டுரைகள் விஷயத்தில் என் தன்னம்பிக்கையையும் பொறுப் புணர்வையும் அதிகரித்திருக்கின்றன. என்னுடைய அம்மா இறந்தபோது அவருக்கு நான் செய்யத் தவறிய சில விஷயங் கள் குறித்த குற்ற உணர்வால் விளைந்த மனக்கொதிப்பை சு.ரா.விடத்தில் கடிதமாகக் கொட்டியிருக்கிறேன். அதற்கு அவர் எழுதிய பதில் இறந்தவர்கள் குறித்த குற்ற உணர்வுகள் மீது புதிய வெளிச்சத்தைப் பாய்ச்சியது. இதில் ஆச்சரியம் என்னவென்றால், சு.ரா. விஷயமாக அவர் மறைந்த பிறகு தோன்றும் குற்ற உணர்வுகளைத் தேற்றிக்கொள்வதற்கும் அந்த வார்த்தைகள் பயன்படுகின்றன. என் நண்பர்கள் பலருக்கு அவரை அறிமுகப்படுத்தியிருக்கிறேன். அதற்காக அவர்கள் அனைவரும் என்னிடம் நன்றி பாராட்டும் அளவுக்கு அவர் அவர்களது வாழ்வில் அழுத்தமான சலனங்களை ஏற்படுத்தியிருக்கிறார்.

○

நட்பு என்பது சுந்தர ராமசாமியின் ஆளுமையின், வாழ்வின், மிக முக்கியமான பரிமாணம். எனவே, நட்பை மையமாக வைத்தே அவரது ஆளுமையையும் வாழ்வையும் பெருமள விற்குப் புரிந்துகொள்ள முடியும் என்பதால், நட்பு குறித்து இவ்வளவு பேச வேண்டியதாகிவிட்டது. இன்னமும் பல விஷயங்களை இதையொட்டிப் பேசலாம். ஜி. நாகராஜன், பிரமிள் எனப்படும் தருமு சிவராமு ஆகியோருடனான உறவை அடிப்படையாகக் கொண்டும் அவரது ஆளுமையை அலசலாம். எனினும் அது நம்மை வேறொரு விரிவான பயணத்திற்கு அழைத்துச் செல்லும் என்பதால் அதைத் தவிர்த்துவிட்டு அவரது ஆளுமையின் வேறு சில பரிமாணங் களைப் பார்க்கலாம்.

சொல்லுக்கும் செயலுக்கும் இடையே உள்ள உறவு என்பது ஒரு தனிநபரின் நேர்மை விஷயத்தில் மிக முக்கியமான கூறு. கொடுத்த வாக்கைக் காப்பாற்றுவது என்பதிலிருந்து, தான்

முன்வைக்கும் மதிப்பீடுகளைத் தானே கடைப்பிடிக்க முயல்வதுவரை பல வெளிப்பாடுகளைக் கொண்ட மதிப்பீடு இது. பிறருக்கு உபதேசம் செய்வது சுலபம் என்பதும் அதே உபதேசத்தைத் தன்னளவில் பின்பற்றுவது கடினம் என்பதும் நமக்குத் தெரியும். சிறிய அளவில்கூட விழுமியங்களைக் கடைப்பிடிக்கும் அக்கறையற்ற நபர்கள் கூச்சம் சிறிதும் இன்றி அதே விழுமியங்களை இலவச அறிவுரைகளாக அன்றாடம் விநியோகித்துவருவதை நாம் பார்த்திருப்போம். இலக்கியத்திலும் வாழ்வியலிலும் பல மதிப்பீடுகளைக் கறாராக முன்வைத்துவந்த சுந்தர ராமசாமி அவற்றைக் கடைப்பிடிப்பதற்கான நேர்மையான முயற்சியைத் தொடர்ந்து மேற்கொண்டு அதில் பெருமளவு வெற்றியும் பெற்றுவந்தார்.

படைப்பில் சத்தியத்தின் தவிர்க்க முடியாத இடத்தைப் பற்றி சு.ரா. தொடர்ந்து வலியுறுத்திவந்தார். படைப்பில் உண்மையின் பிரதிபலிப்பு என்பது தகவல் சார்ந்த ஒன்றல்ல என்பது வெளிப்படை. தெருவின் பெயர், காலை, மாலை போன்ற விவரங்கள், சம்பளத்தொகை, பதவியின் பெயர் போன்ற புள்ளிவிரங்கள் ஆகியவற்றைத் துல்லியமாகச் சொல்வது செய்தித்தாள் கட்டுரையாசிரியரின் அடிப்படைக் கடமை. படைப்பில் உண்மை என்பது அதன் சாரமான உண்மை. தந்திர புத்தி, சுய படிமம் மற்றும் சமூக அந்தஸ்து குறித்த அச்சம் ஆகியவை தவிர்த்த சத்திய உணர்வு. இத்தகைய சத்திய உணர்வையும் ஆத்மார்த்தமான தன்மையையும் கொண்ட படைப்புகளைப் பாராட்டிய சு.ரா.வின் அனைத்துப் படைப்புகளிலும் இந்த அம்சங்கள் இடம் பெற்றிருப்பதை உணர முடியும். அதுபோலவே, படைப்பில் புதுமை என்ற அம்சம், செய்ததைத் திரும்பச் செய்வதில் கூச்சம், சிறிய இலக்கை நிர்ணயித்துப் பெறும் வெற்றியைக் காட்டிலும் பெரிய இலக்கைத் தேடிச் செல்வதில் பெறும் தோல்வியைப் பெரிதாக நினைக்கும் அணுகுமுறை ஆகியவற்றை அவர் உயர்ந்த படைப்புகளின் இலக்கணமாகக் கூறிவந்தார். யதார்த்தத்திற்கு முகம் கொடுக்காத அசட்டுக் கற்பனைகள், கலை உணர்வற்ற பிரச்சாரங்கள், சுய படிமத்தை ஊதிப் பெருக்க உதவும் போலி கோஷங்கள் ஆகியவற்றைப் படைப்புக்கு எதிரான நோய்க் கிருமிகளாக அவர் கண்டார். இத்தகைய பார்வைகள் அனைத்தையும் அவரது படைப்புக்கள் பிரதிபலிப்பதை மேலோட்டமான வாசிப்பில்கூடப் புரிந்துகொள்ள முடியும்.

ஒரு எழுத்தாளர் படைப்பு குறித்த தனது கருத்துக்களை எத்தனை வலுவாக முன்வைக்கிறாரோ அவ்வளவு வலுவாக

அந்தக் கருத்துக்கள் அவரது படைப்புக்களுக்கு எதிராகப் பிரயோகிக்கப்படுவது இயல்புதான். சு.ரா.வின் கறாரான மதிப்பீடுகள் என்னும் உரைகல்லால் அதிகம் உரசப்பட்ட படைப்புக்கள் அவரது படைப்புக்களாகவே இருக்கும். இந்த அளவுகோல்கள் தன் மீதே திரும்புவது பற்றி அவர் கவலைப் படவில்லை. மாறாக, அப்படித் திரும்பினாலும் தாக்குப் பிடித்து நிற்கக்கூடிய படைப்புக்களை உருவாக்க வேண்டும் என்ற சவாலை ஏற்று அவர் செயல்பட்டுவந்தார். தனது படைப்புகளின் எல்லைகளுக்குள் நின்றுகொண்டு அவற்றுக்கு உட்பட்ட இலக்கிய மதிப்பீடுகளை முன்வைத்துப் பாதுகாப் பாக வளையவரும் தந்திரத்தை அவர் மேற்கொள்ளவில்லை. தொடர்ந்து அழுத்தமான மதிப்பீடுகளை முன்வைத்த அவர் தொடர்ந்து வலுவான படைப்புகளை உருவாக்கும் முயற்சி களிலும் ஆத்மார்த்தமாக ஈடுபட்டுவந்தார். அவரது படைப்பு களை விமர்சித்த பலரும் அவரது இலக்கிய அளவுகோல்களை அடிப்படையாகக் கொண்டே அதைச் செய்துவந்தனர். உள்நோக்கத்துடனோ காழ்ப்புணர்ச்சி காரணமாகவோ முன் வைக்கப்பட்ட விமர்சனங்களைத் தவிர்த்துவிட்டுப் பார்த்தால் இந்தக் கூற்றிலுள்ள உண்மையை உணரலாம்.

இலக்கிய மதிப்பீடுகள் இவ்வாறு இருக்க, இலக்கிய விமர்சனத்தை ஆக்கபூர்வமாக அணுகுவதிலும் அவர் சொல் லுக்கும் செயலுக்கும் இடையே இடைவெளி இல்லாதவராக இருந்தார். நேர்மையான முறையில் உள்நோக்கமற்று முன் வைக்கப்படும் விமர்சனங்களை ஆக்கபூர்வமாக அணுகுவதில் அவருக்கு இணையான எழுத்தாளர்களைப் பார்ப்பது அரிது. ஜே.ஜே. சில குறிப்புகள் நாவலையும் பள்ளம், பல்லக்குத் தூக்கிகள் சிறுகதைத் தொகுப்புகளையும் படித்த பிறகு அவரது பிரசாதம் சிறுகதைத் தொகுப்பை நான் படித்தேன். ஜே.ஜே. முதலான நூல்கள் என்னைக் கவர்ந்த அளவுக்குப் பிரசாதம் தொகுப்பு என்னைக் கவரவில்லை. அதை அவருக்கு எழுதினேன். "ஒரு வாசகனாக என் கதைகளை இப்போது படித்தால் நானும் அப்படித்தான் கருதுவேன்" என்று அவர் பதிலளித்தார். பிரசாதம் தொகுப்பில் உள்ள கதைகளின் மேற்பரப்பில் உள்ள எளிமையைத் தாண்டி அவற்றில் பல விஷயங்கள் உள்ளன. அவற்றைக் குறிப்பிட்டு அவர் எனக்குப் பதில் எழுதியிருக்க முடியும். ஆனால் அவர் அப்படிச் செய்யவில்லை. பல்லக்குத் தூக்கிகள், கொந்தளிப்பு, முதலான கதைகளில் தோய்வு கொள்ளும் மனம், பிரசாதம் முதலான கதைகளினின்றும் விலகல் கொள்வதில் உள்ள இயல்புத் தன்மையைப் புரிந்துகொண்டு பதில் எழுதினார். தன் கதை களைப் பற்றிக் காலே அரைக்கால் வரி நீளத்துக்கு யாராவது

குறை சொல்லிவிட்டால் உடனே சொன்னவரின் வாசகத் திறனைக் கேள்விக்குள்ளாக்கி 64 பக்கத்திற்கு நீண்ட கட்டுரை எழுதுபவர்களுக்கு மத்தியில் மிக அரிதாகக் காணக் கிடைக்கும் குணம் இது.

அவரது 107 கவிதைகள் நூலைப் பார்த்த இளம் நண்பர் ஒருவர் குசும்பாக, "எண்ணிப் பார்த்தேன், 107 இருக்கு. கவிதைன்னு போட்டிருக்கே அது எங்கே இருக்கு?" என்று தன் நண்பரிடம் கேட்டார். அதை அந்த நண்பர் கர்ம சிரத்தையாக வந்து சு.ரா.விடம் சொல்லிவிட்டார். சு.ரா. அதைக் கேட்டு மிகவும் ரசித்துச் சிரித்தாராம். பிறகு ஒருமுறை மேற்படி நபரைப் பார்த்தபோது, "நான் என்னைக் கவிஞன்னு நெனச்சிக்கல." நான் கவிதைகள் எழுதிட்டதாகவும் நெனச்சிக்கல என்றாராம். இளம் நண்பர் மிகவும் சங்கடம் அடைந்துவிட்டார். நான் ஏதோ தமாஷுக்குச் சொன்னேன் என்று சமாளிக்கப் பார்த்திருக்கிறார். நீங்கள் சொன்னதில் எந்தத் தவறும் இல்லை. உங்கள் கருத்தை நீங்கள் என்னிடம் தாராளமாகச் சொல்லலாம் என்று சு.ரா. அவரிடம் கூறினார். இதை அந்த இளம் நண்பரே என்னிடம் சொன்னார். இது சு.ரா.விடம் அவரது நண்பர்களுக்கு இருந்த சுதந்திரத்துக்கான ஒரு சான்று..

சு.ரா. எந்த வாசகரையும் குறைவாக மதிப்பிட்டு நான் பார்த்ததில்லை. நண்பர்களுடனான உரையாடலின்போது தன் கதைகளைத் தானே தூக்கிப் பிடித்துக் கொண்டாடும் எழுத்தாளர்களைப் பார்த்திருக்கிறேன். தன் படைப்புக்களில் எவ்வளவு அரிய பொக்கிஷங்கள் ஒளிந்திருக்கின்றன என்பதையும் அவற்றை எப்படிக் கண்டுபிடிப்பது என்பதையும் விளக்கமாகக் கூறும் எழுத்தாளர்களுடனும் பழகியிருக்கிறேன். இத்தகைய அணுகுமுறை சு.ரா.விடம் இருந்ததில்லை. தன் கதைகளைப் பற்றிப் பிறர் கூறுவதைப் பெரும்பாலும் மௌனமாகக் கேட்டுக்கொள்வார். சில சமயம் அந்த உரையாடல் விவாதத்தை நோக்கி நகர்ந்தால் அவரும் விவாதத்தில் கலந்துகொள்வார். வேறு யாரோ எழுதிய கதையைப் பற்றிப் பேசுவதுபோல் பேச ஆரம்பித்துவிடுவார். சில சமயம் கதையின் வரையறைகளையும் குறைகளையும் அம்பலப் படுத்துவார். தன் கதைகளை விமர்சித்து அவர் எழுதிய கடிதங்கள் சில என்னிடம் இருக்கின்றன.

ஒரு கதைக்குப் பலரும் பல விதமாக எதிர்வினையாற்றுவார்கள் என்பதும் கவனமான வாசிப்பின் விளைவாய் உருவாகும் ஒவ்வொரு எதிர்வினையும் பொருட்படுத்தத் தக்கதுதான் என்பதும் சு.ரா.வின் நம்பிக்கை. ஒரு கதையைப்

பலர் பாராட்டுகிறார்கள் என்பதற்காக அதைக் குறை சொல்பவர்களின் கருத்தை அலட்சியப்படுத்தும் பழக்கம் அவருக்கு இருந்ததில்லை. முன்பே சொன்னதுபோல உரிய கவனத்துடன் முன்வைக்கப்படும் ஒவ்வொரு எதிர்வினையையும் அவர் மதித்தார். மேல் பார்வை என்ற கதை என்னை அவ்வளவாகக் கவரவில்லை. கதை சிறப்பான முறையில் எழுதப்பட்டிருந்தாலும் அது ஒரு சிறுகதை என்ற அளவில் முழுமை பெறவில்லை என்று எனக்குப் பட்டது. அதை அவரிடம் சொன்னேன். அவர் அதன் பிறகு அந்தக் கதையைப் படித்துப் பார்த்துவிட்டு எனக்கு எழுதிய கடிதத்தில் அந்தக் கதை பற்றி என்னைப் போலவே தானும் உணர்வதாக எழுதியிருந்தார். கதை பற்றிய கூர்மையான விமர்சனத்தையும் எழுதியிருந்தார். அந்தக் கதையைப் பலரும் அவரிடம் பாராட்டிப் பேசினார்கள். ஆயினும் அந்தப் புகழுரைகளில் ஆசுவாசம் கொள்ளாமல் என்னுடைய விமர்சனத்தைப் பொருட்படுத்தித் தன் படைப்பை அவர் மறு பரிசீலனை செய்தது விமர்சனங்கள் குறித்த அவரது அணுகுமுறையை உணர்த்துகிறது. "விமர்சனத்துக்கு ஆளாகும்போது எதிராளியின் முகத்திரையைக் கிழிப்பதல்ல, என் மனத்திரையைத் தூக்கிப் பார்த்துக்கொள்வதே என் முதல் வேலை என்று நினைக்கிறேன்" என்று ஜே.ஜே. சில குறிப்புகளில் ஒரு இடத்தில் வரும். அதற்கு இலக்கணமாக விமர்சனம் குறித்த அவரது அணுகுமுறை இருந்தது.

எனினும் உள்நோக்கம் கொண்ட விமர்சனங்கள், அவதூறுகள் ஆகியவை அவரைக் காயப்படுத்தின. நேர்மையான விமர்சனங்கள் – அவை எவ்வளவு கடுமையாக இருந்தாலும் – அவரை உற்சாகப்படுத்தின. தன் படைப்புச் செயலைப் பற்றிய சுய ஆய்வுக்கான தூண்டுதலாக அதைப் பயன்படுத்திக்கொள்வார். தமிழில் வெளிவந்த படைப்புகளிலேயே அதிகபட்சமான எதிர்வினைகளைப் பெற்றுவரும் படைப்பு ஜே.ஜே. சில குறிப்புகள். இதைப் பற்றி அச்சிலும், பேச்சிலும் வெளிவந்த எதிர்வினைகளைத் தொகுத்தால் குறைந்தது 500 பக்கங்களுக்குப் புத்தகமாகப் போடலாம். இதற்கெல்லாம் பதில் சொல்லும் வேலையில் அவர் ஒருபோதும் இறங்கியதில்லை. ஜே.ஜே. பற்றிப் பாராட்டியும், குறை கூறியும் அவருக்கு ஏராளமான கடிதங்கள் வந்திருக்கின்றன. குறை கூறியவர்களுடன் அவருக்கு மனத்தாங்கலோ பகைமை உணர்வோ ஏற்பட்டதில்லை. ஆனால் ஜே.ஜே. சில குறிப்புக்கள் பிரெஞ்சு நாவல் ஒன்றின் தழுவல் என்று சிலர் சொன்னபோது அவர் புண்பட்டார். தமிழ் கற்ற பிரெஞ்சு அறிஞரான ஃப்ரான்ஸ்வா க்ரோ ஜே.ஜே.வைப்

பிரஞ்சில் மொழிபெயர்த்தார். ஒருவேளை அது பிரெஞ்சு நாவலின் தழுவலாக இருந்தால் ஃப்ரான்ஸ்வா அப்படிச் செய்திருக்க வேண்டிய அவசியம் இல்லை என்னும் எளிய தர்க்கத்தைக் கூடக் கணக்கில் எடுத்துக் கொள்ளாமல் முன்வைக்கப்படும் இத்தகைய அபாண்டமான குற்றச்சாட்டுக்கள் அவரை மிகவும் வேதனைப்படுத்தியிருக்கின்றன.

விமர்சனம் என்று வரும்போது அவரது படைப்புக்களையும் வாழ்வையும் அவர் பிறந்த சாதியை வைத்து முன்வைக்கப்படும் விமர்சனங்களையும் நாம் பார்க்க வேண்டியிருக்கிறது. பிராமணராகப் பிறந்த அவர், சாதி, மத சம்பிரதாயங்களையும், நம்பிக்கைகளையும் முற்றாகத் துறந்தவராகவே வாழ்ந்து வந்தார் என்பது அவரோடு பழகிய அனைவருக்கும் தெரியும். சமய, சாதிச் சடங்குகள் எதுவுமற்ற அவரது இறுதி யாத்திரையும் அவரது அணுகுமுறைக்குச் சான்றாய் இருக்கிறது. இருந்தும் தலித் இலக்கியம் குறித்த விவாதங்களிலும் *பிள்ளை கெடுத்தாள் விளை* என்னும் கதை குறித்த எதிர்வினைகளிலும் அவரது சாதி சந்திக்கு இழுக்கப்பட்டது. பல்வேறு சாதிகளையும் மதங்களையும் சேர்ந்தவர்களைத் தன் நெருங்கிய நண்பர்களாகக் கொண்டவரும் சொந்த சாதி அபிமானத்தை முற்றாகத் துறந்தவருமான சு.ரா.வை உண்மையின் சிறு சுவடுகூடப் படாத இத்தகைய விமர்சனங்கள் மிகவும் வேதனைக்குள்ளாக்கின.

○

ஒரு படைப்பாளி ஒரு இதழுக்குத் தன் படைப்பை அனுப்பிவிட்டதாலேயே அந்த இதழ் அதைப் பிரசுரிக்க வேண்டும் என்பதில்லை என்பது சு.ரா.வின் நம்பிக்கை. அவர் எவ்வளவு பெரிய படைப்பாளியாக இருந்தாலும் ஏதோ ஒரு காரணத்தால் அந்தப் படைப்பைப் பிரசுரிக்க முடியாது என்று முடிவெடுக்க இதழின் ஆசிரியருக்குப் பரிபூரண உரிமை இருக்கிறது என்பது அவரது கருத்து. இதைத்தான் நடத்திவந்த *காலச்சுவடு* இதழில் அவர் அமல்படுத்திவந்தார் என்பது பெரிய விஷயமல்ல. தனது படைப்புகளை இதழ்களுக்கு அனுப்பும்போது அவர் இதழாசிரியர்களின் இந்தச் சுதந்திரத்தை முழுமையாக அங்கீகரித்து மதித்து நடந்துகொண்டார் என்பதுதான் முக்கியமான விஷயம். *இந்தியா டுடே* இதழில் நான் பணிபுரிந்துகொண்டிருந்தபோது அவரிடம் இலக்கிய மலருக்காகக் கதை கேட்டிருந்தோம். கதையை அனுப்பும் போது உங்களுக்குப் பிடித்திருந்தால் இதைப் பயன்படுத்திக் கொள்ளுங்கள் என்ற குறிப்பும் கதையுடன் இணைக்கப்பட்டிருந்தது.

காலச்சுவடு இதழை அவர் நிறுத்திய பிறகு அவரது மகன் கண்ணனின் முயற்சியால் திரும்ப வர ஆரம்பித்த பிறகு காலச்சுவடுக்கு அவர் அனுப்பிய கதைகளும் இது உங்கள் பரிசீலனைக்காக என்ற குறிப்புடனேயே அனுப்பப்பட்டன. நான் ஆசிரியர் குழுவில் இருந்தபோது அவர் மின்னஞ்சலில் கதைகளை அனுப்ப ஆரம்பித்திருந்தார். அப்போது எனக்குக் கதைகளை அனுப்பும்போதும் அதே குறிப்பு தவறாமல் இடம்பெறும். ஓரிரு கதைகள் என்னை அவ்வளவாகக் கவராத சமயங்களில் அதை அவரிடம் நேரடியாகச் சொல்லி வேறு கதை கேட்கும் உரிமை எனக்கு அவரிடம் இருந்தது. வேறு கதை கைவசம் இருந்தால் அனுப்பி வைத்துவிட்டு, அந்தக் கதையில் எனக்குப் பட்ட குறைகளை எழுதும்படி கேட்டுக்கொள்வார். ஜகதி என்னும் கதை பற்றி நான் எழுதியிருந்த விமர்சனத்தை ஏற்றுக்கொண்டு அந்தக் கதையை மீண்டும் எழுதுவதாக அவர் கூறியிருந்தார். ஆனால் அப்படிச் செய்ய அவருக்குச் சந்தர்ப்பம் கிடைக்கவில்லை.

o

சு.ரா.வின் ஆளுமையின் முக்கியமான ஓர் அம்சம் அவரது தீவிரம். அவரது சிந்தனையில் மட்டுமின்றிச் செயலிலும் பிரதிபலித்த இந்தத் தீவிரம் அவரைத் தமது ஆதரிசமாக நினைப்பவர்களுக்கு உத்வேகமூட்டும் அம்சமாகவும் அவரது பகைவர்களாகத் தம்மைக் கற்பனை செய்துகொண்டவர்களுக்கு அசௌகரியமாகவும் இருந்தது. மனிதர் 60–65 வயதிலும் அவ்வப்போது ஒரு கதையை எழுதுவதோடு நிறுத்திக் கொள்ளாமல் தொடர்ந்து சுறுசுறுப்புடனும் தீவிரத்தன்மையுடனும் தனது பன்முகச் செயல்பாடுகளை மேற்கொண்டு வந்தார்.

சிறு வயதில் காகங்கள் கூட்டத்தை நடத்திவந்த அவர், தனது 58 ஆம் வயதில் காலச்சுவடு இதழைத் தொடங்கினார். அதைத் தொடர்ந்து நடத்த முடியாமல் போனபோதும் பல்வேறு இலக்கியப் போக்குகளையும், சிந்தனைப் போக்குகளையும் கொண்ட நண்பர்களை ஒன்றிணைத்துப் பாம்பன் விளையில் ஆண்டுதோறும் ஒரு விவாத – கலந்துரையாடல் அரங்கை நடத்திவந்தார். தொடர்ந்து கூட்டங்களில் கலந்து கொண்டு பேசிவந்தார். நண்பர்களைச் சந்திப்பதையும், கடிதங்கள் போடுவதையும் ஒருநாளும் அவர் நிறுத்தியதில்லை. கறாரான விமர்சனங்களால் எழும் பகைமை உணர்வினால் விமர்சனங்கள், மதிப்புரைகள் எழுதுவதைக் குறைத்துக் கொண்டாலும் தனது வாசக அனுபவங்களை விமர்சன நோக்குடன் முன்வைப்பதை அவர் நிறுத்தவில்லை. புதிய

எழுத்தாளர்களை ஆர்வத்துடன் படித்துவந்ததுடன் அவர்களுடன் உரையாடலையும் மேற்கொண்டுவந்தார். கதைகள், பத்தி எழுத்துக்கள், கட்டுரைகள், கடிதங்கள், உரைகள், உரையாடல்கள் ஆகியவற்றுடன் மொழிபெயர்ப்பிலும் அவர் ஆர்வத்துடனும், பொறுப்புணர்வுடனும் ஈடுபட்டுவந்தார்.

சிறு வயதில் ஏற்பட்ட நோய் காரணமாகத் தொடர்ந்து எழுத அவரது கை ஒத்துழைக்காது. இதனால் தான் எழுத வேண்டியவற்றை ஒரு தட்டச்சாளரிடம் சொல்லி எழுதச் சொல்வதைப் பழக்கமாகக் கொண்டிருந்தார். வயதான பிறகு அவரது உடல் நிலையில் கணிசமான முன்னேற்றம் காணப்பட்ட நிலையில் அவரால் ஓரளவு எழுத முடிந்தாலும் தட்டச்சு உதவியாளர் மூலம் எழுதுவதே அவருக்கு வசதியாக இருந்தது. இதற்குள் தட்டச்சுப் பொறி மறைந்து கணிப்பொறி வந்துவிட்டிருந்தது. அமெரிக்காவில் அதிக நாட்கள் தங்க வேண்டியிருந்தபோது தட்டச்சுக்கு யாரையும் நம்ப முடியாத நிலை ஏற்பட்டது. அப்போது – கிட்டத்தட 68 வயதில் – தட்டச்சு வகுப்பில் சேர்ந்து தட்டச்சைக் கற்றுக்கொண்டு தன் கதைகளைத் தானே கணினியில் ஏற்றத் தொடங்கினார். *மரியா தாமுவுக்கு எழுதிய கடிதம்* என்னும் தொகுப்பில் உள்ள அத்தனை கதைகளும் அவர் தன் கைப்படக் கணினியில் அடித்த கதைகள். இது முதிய வயதிலும் அவரது அயராத உழைப்புக்கும் தொழில்நுட்ப வளர்ச்சிக்கேற்பத் தன்னைப் புதுப்பித்துக்கொண்டு வந்ததற்குமான சான்று.

இடையறாத இந்த உழைப்பும் அதன் பின் இருந்த தீவிரமான மனப்போக்கும் சு.ரா.வின் ஆளுமையின் முக்கியமான குணங்கள். ஒரு விதத்தில் பார்த்தால் அவர் தொடர்ந்து தீவிரமாக இயங்கிவந்ததே பலருக்குத் தாங்க முடியாததாக இருந்தது. இதுவே பலரது காரணமற்ற கோபங்களுக்குக் காரணமாக அமைந்தது.

○

தமிழில் எண்பதுகளின் இறுதியிலும் தொண்ணூறுகளின் தொடக்கத்திலும் புதிய இலக்கியக் கோட்பாடுகள் முன் வைக்கப்பட்டன. ஆவேசத்துடனும் அழுத்தமாகவும் அவை முன்வைக்கப்பட்டதுடன் அந்தக் கோட்பாடுகளின் பின்னணியில் தமிழ்ச் சூழல் குறித்த இளக்காரமான மதிப்பீடுகளும் முன்வைக்கப்பட்டன. இந்தச் சந்தர்ப்பத்தில் தாங்கள் முன்வைக்கும் கருத்தாக்கங்களுக்கேற்ற படைப்புகளையும் தங்களது படைப்புப் பாணிகளுக்கு முட்டுக் கொடுக்கக்கூடிய தத்துவங்களையும் பலர் சூழலில் கடைபரப்பினார்கள்.

புதிய சிந்தனைகளை எப்போதும் வரவேற்கும் சு.ரா., இந்தக் கருத்துக்கள் முன்வைக்கப்பட்ட விதத்தையும் அவற்றை முன்வைத்தவர்கள் சூழலில் ஏற்படுத்த விரும்பும் தாழ்வு மனப்பான்மையையும் விமர்சனபூர்வமாகவே எதிர்கொண்டார். உடனே, புதிய கருத்துகளுக்கு முகம்கொடுக்க சு.ரா. அஞ்சுகிறார் என்பது போன்ற விமர்சனங்கள் முன்வைக்கப்பட்டன. ஆனால் சு.ரா. இந்த விமர்சனங்களைக் கண்டு நிதானமிழக்காமல் தொடர்ந்து தனது எதிர்வினைகளை வாய்ப்புக் கிடைக்கும்போதெல்லாம் முன்வைத்துவந்தார்.

பெரும் பிரகடனங்களுடன் முன்வைக்கப்பட்ட கோட்பாடுகளின் மூல வடிவங்களை ஆங்கிலத்தின் வாயிலாகப் படித்துவந்த அவருக்கு அவற்றின் தமிழ்ப் பதிப்புகள் மீது அதிகம் மதிப்புக்கொள்ள முடியவில்லை. எந்தக் கோட்பாடாக இருந்தாலும் அது இலக்கிய வாசிப்பில் புதிய கதவுகளைத் திறக்கவும் புதிய விஷயங்களைக் கண்டு சொல்லவும் உதவ வேண்டும் என்பது அவரது கருத்தாக இருந்தது. அவரது மதிப்பீட்டில், அப்படிப் புதிய வெளிச்சம் தமிழ்ப் படைப்புகள் மீது பாய்ச்சப்படவில்லை. இதை அவர் சொல்லத் தயங்கவில்லை. கதவைத் திற காற்று வரட்டும் என்று எழுதிய சு.ரா., புதிய விஷயங்களைக் கண்டு திணறுகிறார் என்றெல்லாம் சொன்னார்கள். படைப்பு வெளிப்பாட்டில் பிரகடனங்கள் எதுவுமின்றித் தொடர்ந்து பரிசோதனைகளையும் மாற்றங்களையும் செய்துவந்த சு.ரா., சூழலின் அழுத்தத்தில் கரைந்துவிடாமல் தொடர்ந்து தனது படைப்பு மனம் நம்பும் வடிவங்களில் தன்னை வெளிப்படுத்திக்கொண்டுவந்தார்.

ஜே.ஜே. சில குறிப்புகள், *பல்லக்குத் தூக்கிகள்*, *கொந்தளிப்பு* என்று பல பரிசோதனைகளைத் தன் படைப்பில் செய்துவந்த சு.ரா., எளிமையின் அழகையும் உன்னதத்தையும் எப்போதும் மறக்காதவராகவே இருந்துவந்தார். தொடர்ந்து படைப்பில் ஆழம், தீவிரம், உண்மை, புதிய இலக்குகளை நோக்கிச் செல்வது, அழகியல், வெற்று கோஷங்களையும் பிரச்சாரங்களையும் தவிர்த்தல், கச்சிதம் போன்ற அடிப்படை மதிப்பீடுகளை அவர் முன்வைத்துவந்தார். புதிய கோட்பாடுகளை முன்வைத்த பலர் ஒரு சில ஆண்டுகளில் இதே கோட்பாடுகளின் வெளிச்சத்தில் சு.ரா.வின் கதைகளில் புதிதாகப் பல வலுவான அம்சங்களைக் கண்டுபிடித்துச் சொன்னார்கள்.

○

ஒரு நபரின் ஆளுமையையும் சிந்தனைப் போக்கையும் பிரித்துப் பார்க்க முடியாது. எழுத்தில் முன்வைக்கப்படும்

சிந்தனை பல்வேறு மறு பரிசீலனைகளுக்கும் தணிக்கை களுக்கும் மாற்றங்களுக்கும் உட்பட்டு வலுப்பட்டு வெளிப் படக்கூடியது. ஆனால் பேச்சில் வெளிப்படும் சிந்தனைக்கு அத்தகைய அனுகூலங்கள் எதுவும் இல்லை. எழுத்தில் செறி வான சிந்தனைகளைக் கச்சிதமான மொழிக் கட்டமைப்புடன் தர்க்க நியாயங்களுடன் முன்வைக்கும் சு.ரா., பேச்சிலும் கிட்டத்தட்ட அதே போன்ற சிந்தனை வெளிப்பாட்டைக் கொண்டிருந்தது ஆச்சரியமானது. 1990இல் நடைபெற்ற ஒரு சம்பவம் நினைவுக்கு வருகிறது. இலக்கிய அரங்கங்களில் பெண் எழுத்தாளர்களுக்கு உரிய அங்கீகாரமும் மரியாதையும் கிடைக்கவில்லை என்று குறைபட்டுக்கொண்டு பிரபலப் பெண் எழுத்தாளர் ஒருவர் எழுதிய ஒரு கட்டுரை பற்றி அவரிடம் பேசிக்கொண்டிருந்தேன். புதுமைப்பித்தன் முதல் கோணங்கி வரை தமிழில் பல முக்கியமான எழுத்தாளர்கள் அவர்களது அபாரமான உழைப்புக்கும் சாதனைகளுக்கும் உரிய அங்கீகாரமோ மரியாதையோ கிடைக்காமல் இருக்கும் நிலை குறித்து விரிவாகப் பேசிய சு.ரா., "மேற்படி எழுத்தாளர் பிரதிநிதித்துவப்படுத்தும் பெண் எழுத்தாளர்களில் யாரேனும் இவர்களுக்கு இணையாகப் பேசக்கூடிய அளவுக்குச் சாதனை படைத்திருக்கிறார்களா?" என்று கேள்வி எழுப்பினார். "இவ்வளவு சாதனைகள் படைத்த தீவிர எழுத்தாளர்களுக்கு உரிய இடம் கிடைக்கவில்லையே என்று நாங்கள் கவலைப் பட்டுக்கொண்டிருக்கிறோம். ஒன்றுமே செய்யாமல் தங்களுக்கு மரியாதை கிடைக்கவில்லையே என்று இவர் கவலைப்படு கிறார். வீடு கட்டி வைத்துவிட்டு அதில் குடி போக முடிய வில்லையே என்பது எங்கள் கவலை. வீடு மாதிரி ஒரு படம் போட்டுவிட்டு அதில் குடி போக முடியவில்லையே என்பது இவர்களுடைய கவலை" என்றார் சு.ரா.

படிப்படியாக வளர்ந்து உச்சத்தை அடையும் அவரது உரையாடல் பாணிக்கு இது ஒரு மாதிரி. முடிவுகளை முன் வைத்துப் பேச்சைத் தொடங்குவது அவர் பழக்கமல்ல. பேச்சி னூடே விவாதப் பொருள் சார்ந்த விசாரணை கூர்மை பெற்று உச்சத்தை அடையும் கண்டடைதல் முறை அது. அவரோடு எந்தப் பொருள் குறித்து விவாதித்தாலும் அவரது பங்களிப்பு முன் முடிவுகளைச் சார்ந்த சொல்லாடல்களின் வெளிப்பாடாக இல்லாமல் அந்த நிமிடத்து விசாரணையின் பயணத்தின் விளைவாக இருக்கும். அது வரையிலான அவரது வாசிப்பும் சிந்தனையும் இந்தப் பயணத்திற்குப் பின்புலமாக இருந்து வலுச் சேர்க்கும்.

சிந்தனைப் போக்கு என்று சொல்லும்போது பேச்சிலும் எழுத்திலும் அது வெளிப்படும் விதங்களின் வித்தியாசத்தை

நாம் கருத்தில் கொள்ள வேண்டும். ஃபியதோர் தாஸ்தா யேவ்ஸ்கியின் பிரதர்ஸ் கராமசோவ் நாவல் குறித்தும் பொது வாக தாஸ்தாயேவ்ஸ்கி குறித்தும் தன்னுடன் தனிப்பட்ட பேச்சில் சு.ரா. நிறையச் சொல்லியிருப்பதாக ஜெயமோகன் குறிப்பிட்டிருக்கிறார். அந்தப் பேச்சில் வெளிப்பட்ட உன்னதம், அதில் அவர் எட்டிய சிகரம், *கல் குதிரை* தாஸ்தாயேவ்ஸ்கி சிறப்பிதழில் சு.ரா. எழுதிய கட்டுரையில் எட்டப்படவில்லை என்று ஜெயமோகன் எழுதியிருக்கிறார். பேச்சில் சிந்தனையின் இயல்பான பாய்ச்சலை அனுமதிக்கும் சு.ரா., எழுத்தில் அதன் போக்கைக் கட்டுபடுத்தித் தணிக்கை செய்துவிடுவது தான் இதற்குக் காரணம் என்னும் கண்டுபிடிப்பையும் முன்வைத்தார். எழுத்தில் எடுத்துகொள்ளும் சுதந்திரத்தை விடப் பேச்சில் அதிக சுதந்திரம் எடுத்துக்கொள்ள முடியும் என்பது ஆராய்ச்சி தேவைப்படாத ஓர் உண்மை. பேசும்போது யாரை நோக்கிப் பேசுகிறோம் என்பது தெளிவாகத் தெரியும். எழுதும்போது, அதிலும் ஒரு ஆளுமை பற்றிய கட்டுரை எழுதும்போது, தனது ஆதரிச வாசகனை மட்டும் மனத்தில் கொண்டு எழுத முடியாது. தவிர, எழுத்தில் ஒரு விஷயத்தைப் பதிவுசெய்யும்போது அதன் பின்னால் உள்ள பொறுப் புணர்வு பேச்சின்போது இருப்பதைவிட அதிகம். எழுத்து என்பது தனிப்பட்ட பேச்சைவிடவும் திட்டவட்டமான ஊடகம். இந்த இரு ஊடகங்களின் வித்தியாசங்களை உணர்ந்த யாரும் இரண்டையும் ஒரே மாதிரி அணுக மாட்டார்கள். சு.ரா. அந்த வித்தியாசத்தை உணர்ந்தவர்.

○

சுந்தர ராமசாமியின் அங்கதம் பற்றிச் சொல்லாமல் அவரது ஆளுமைச் சித்திரம் முழுமை பெறாது. அவரது எழுத்தில் காணப்படும் அங்கதத்தைப் போலவே அவரது பேச்சிலும் கூர்மையான ஆனால் புண்படுத்தாத அங்கதம் வெளிப்படும். அதேசமயம் அதற்குப் பின்னால் ஒரு வித்தியாசமான பார்வை, பெரும்பாலும் விமர்சனபூர்வமான பார்வை வெளிப்படும். சன் டிவியில் வணக்கம் தமிழகம் பகுதியில் ஒரு முறை அவரைப் பேட்டி கண்டார்கள். அதைப் பார்த்த என் மனைவி, "நீங்கள் சொன்ன பதிலில் முக்கால்வாசி கேள்வி கேட்டவர்களுக்கே புரிந்திருக்காது" என்றாள். அதற்கு அவர், "என் பதில்கள் புரியாதது இருக்கட்டும், அவர்கள் கேட்ட கேள்விகளே அவர்களுக்குப் புரிந்திருக்காது" என்றார். இந்தச் சொற்களைச் சற்றுக் கூர்ந்து பார்த்தால் இந்தப் பரிகாசத்துக்குப் பின்னால் இருந்த விமர்சனம் வெளிப்படும். மரண தண்டனைக்கு எதிரான கூட்டத்திற்கு வந்திருந்த ஒரு நட்சத்திரப் புதுக் கவிஞரைப் பார்த்து, "மரண தண்டனைக்கு

எதிராக யாரும் கவிதை எழுதவில்லையே?" என்றார் அப்பாவித்தனமாக முகத்தை வைத்துக்கொண்டு. புகழ்பெற்ற அந்தக் கவிஞர் உடனடியாக ஒரு கவிதை எழுதி மேடையில் வாசித்துவிட்டார். அவரோடு பழகிய அனைவருக்கும் பகிர்ந்து கொள்வதற்கு இதுபோன்ற பல சம்பவங்கள் இருக்கும். அங்கதம் என்பது அவரது வாழ்க்கையின், வாழ்க்கைப் பார்வையின் வெளிப்பாட்டின் முக்கியமான அம்சமாக இருந்தது.

படைப்பில் மிகுந்த ஈடுபாட்டுடன் ஈடுபட்டுவந்த சு.ரா., எந்தக் காரணத்தை முன்னிட்டும் படைப்புச் செயலில் அவசரம் காட்டியதில்லை. பல எழுத்தாளர்கள் மனதிற்குள் ஒரு சிறு பொறி கிளம்பியதும் எழுத ஆரம்பித்துவிடுவார்கள். ஒவ்வொரு கதையையும் முக்கியமான கதையாகக் கருதிய சு.ரா., அப்படி யெல்லாம் அவசரப்பட்டு எழுதிவிட மாட்டார். அந்தப் பொறியை மனதிற்குள் புடம்போட்டு வலுப்படுத்தி, அதன் வெளிப்பாட்டு சாத்தியங்களின் எல்லைகளை விரிவுபடுத்திய பிறகே எழுத ஆரம்பிப்பார். கோலம், வழி, கொந்தளிப்பு போன்ற சில கதைகளில் பல அற்புதமான படிமங்கள், முடிச்சுக்கள் இருப்பதைக் காணலாம். பல எழுத்தாளர்கள் இதுபோன்ற வலுவான ஒவ்வொரு படிமத்தையும் ஒவ்வொரு சலனத்தையும் ஒவ்வொரு கதையாக மாற்றிவிடுவார்கள். அதனாலேயே அவர்களுடைய கதைகள் மறு வாசிப்பில் நிற்காமல் காலத்தின் கதியில் கரைந்துவிடுகின்றன. பொறுமை யாகப் புடம்போட்டு வலுப்படுத்தப்பட்டு எழுதப்பட்ட சு.ரா.வின் கதைகள் வாசிக்கும்தோறும் புதுப்புது அர்த்தங்களைக் கொடுத்தபடி காலத்தில் முன்னோக்கிப் பயணிக்கின்றன. சு.ரா.வின் கதைகளுக்கு இத்தகைய வலு ஏறியிருப்பதற்குப் பின்னணியில் சு.ரா.வின் ஆளுமையில் படைப்பாக்கம் சார்ந்து ஊறியிருந்த பொறுமையும் கவனமும் இருக்கின்றன.

❍

சுந்தர ராமசாமியின் ஆளுமையின் உயரமே அவருக்குப் பல எதிரிகளை உருவாக்கியது. அவர் மீதும் அவரது கருத்துக் களின்மீதும் கொண்டுள்ள மதிப்பினால்தான் அவர் பேசிய வார்த்தைகளுக்கும் பேசாத வார்த்தைகளுக்கும் முக்கியத்துவம் கூடியது. அவர் என் கதை பற்றி என்ன சொன்னார் என்பது பலருக்கு முக்கியமான கேள்வியாக இருந்தது. அவர் என் கதை பற்றி ஏன் எதுவும் சொல்லவில்லை என்பதும் அதே அளவுக்கு முக்கியமான கேள்வியாக இருந்தது. அவரது மிகச் சிறிய பாராட்டுக்களும் விமர்சனங்களும் மிகவும் கனமான செய்திகளாக எடுத்துக்கொள்ளப்பட்டன. அவரிடத் தில் சாதகமான எதிர்வினையைப் பெறாதவர்கள் அதனால்

புண்பட்டதுடன், அவரால் சாதகமாகச் சொல்லப்பட்டவர்கள் குறித்த மனத்தாங்கலையும் வளர்த்துக்கொண்டார்கள். சு.ரா.வால் பாராட்டப்பட்ட ஒருவரும் பாராட்டப்படாத ஒருவரும் – இருவருமே அவரது நண்பர்கள் – சந்தித்துக் கொண்டபோது இந்தப் பனிப்போரின் கடுமையை நான் நேரில் கண்டிருக்கிறேன்.

காலச்சுவடு இதழை அவர் நடத்திவந்தபோது சில படைப்புகளை அவர் நிராகரிக்க வேண்டிவந்தது. அந்த நிராகரிப்பைத் தங்களது ஒட்டுமொத்தப் படைப்பின் மீதான நிராகரிப்பாகக் கண்டு கொதிப்படைந்தவர்களை எனக்குத் தெரியும். காலச்சுவடு கண்ணன் முதலானோரின் பொறுப்பில் வெளிவர ஆரம்பித்த பிறகும் அதில் வரும் எதிர்மறை விமர்சனங்களை சுராவின் கருத்துக்களின் பிரதிபலிப்பாகக் கண்டு அவர்மீது பகைமை பாராட்டிய ஒரு எழுத்தாளரையும் பார்த்திருக்கிறேன். இந்த அளவுக்கு வேறொருவரின் வார்த்தைக்குச் சூழலில் மதிப்பு என்றும் இருந்ததில்லை. சொன்ன வார்த்தைக்கும் சொல்லாத வார்த்தைக்கும்.

O

சுந்தர ராமசாமிக்கு ஒத்துவராத ஒரு விஷயம் தனது வாசிப்பையோ பெருமைக்குரியதாகக் கருதப்படும் பிற விஷயங்களையோ வெளியில் காட்டிக்கொள்வது. தனது வாசிப்பையும் இன்ன பிற பெருமைகளையும் மேற்கோள்கள் மூலமாகவும் மனப்பாடத் திறமைகள் மூலமாகவும் பட்டியல்கள் வாயிலாகவும் கடைபரப்பும் தமிழ்ப் பண்பாட்டுச் சூழலில் மீது அடும் அதிருப்தி கொண்டிருந்த சு.ரா., தனது வாசிப்பின் பரப்பைப் பற்றிச் சொல்லிக்கொள்வதையோ மேற்கோள்களை அவிழ்த்துவிடுவதையோ முற்றாகத் தவிர்த்தார். இதனாலேயே அவருக்கு இந்தியத் தத்துவ மரபில் வாசிப்பு இல்லை, பண்டைய தமிழ் இலக்கியத்தில் பரிச்சயம் இல்லை என்றெல்லாம் சிலர் சொல்லிக்கொண்டிருந்தார்கள். இதற்கெல்லாம் அவர் பதில் கூறியதே இல்லை. தம்பட்டம் தவிர்த்தல் என்னும் பண்பைக் கடைசி வரை அவர் கடைப்பிடித்தார். வாசிப்பு என்பது, ஒருவரின் அக விழிப்புக்கு உதவுவதற்காகத்தானே தவிர, தம்பட்டம் அடித்துக்கொண்டு புகழோ பெருமையோ பெறுவதற்காக அல்ல என்பதில் அழுத்தமான நம்பிக்கை கொண்டிருந்தார். திருவள்ளுவரைப் பற்றி எழுதப்பட்ட ஆயிரக்கணக்கான கட்டுரைகளில் ஒரு திருக்குறளைக்கூட மேற்கோள் காட்டாத ஒரே கட்டுரை சு.ரா.வுடையதாகத்தான் இருக்கும். இந்தியத் தத்துவ மரபின் சத்தான பகுதிகளை அவர் வாசித்திருக்கிறார் என்பதை அவரோடு தத்துவம்

பற்றிப் பேசும்போது என்னால் உணர முடிந்தது. அதுபோலவே பண்டைய தமிழ் இலக்கிய வாசிப்பும். ஒரு சிலரைப்போல மிகச் சிறு வயதிலேயே சங்கத் தமிழைக் கரைத்துக் குடித்த வரல்ல சு.ரா. ஆனால் முக்கியமான பல படைப்புகளை அவர் படித்திருக்கிறார் என்பதை அவருடனான உரையாடல்களின்போது உணர்ந்திருக்கிறேன். இள வயதில் கு. அழகிரிசாமி போன்ற நண்பர்களுடன் கம்பன் விழாவுக்கு ஆண்டுதோறும் ஆர்வத்துடன் அவர் சென்று வந்திருக்கிறார்.

❍

புலம்பல் என்பதை அவரிடத்தில் பார்க்க முடியாது. “அந்தக் காலத்தில்” என்று ஆரம்பித்து “எதுவும் உருப்படாது” என்று முடிக்கும் போக்கை அவரிடத்தில் பார்க்கவே முடியாது. கால மாற்றத்தையும் காலத்தின் கதியில் ஏற்பட்டுவரும் சரிவுகளையும் கண்டு வருந்தி, சிந்தித்துப் பதிவுசெய்துவந்த அவர், கால மாற்றத்தின் சாதகமான அம்சங்களையும் – ஒடுக்கப்பட்ட மக்களுக்கும் பெண்களுக்குமான வெளி அதிகரித்திருப்பது முதலானவை – காணத் தவறியதில்லை. விமர்சனங்களில் புலம்பலோ, பாராட்டுவதில் கஞ்சத்தனமோ அவரிடம் இருந்ததில்லை. காலத்தின் நீட்சியில் பல தளங்களிலும் ஏற்பட்டுவரும் சாதகமான மாற்றங்களையும் அவர் கவனித்துவந்ததுடன் அவற்றைப் பதிவுசெய்தும்வந்தார். குறிப்பாகத் தொழில்நுட்பம் ஏற்படுத்திவரும் மாற்றங்களை. அதே சமயம் தொழில்நுட்ப வளர்ச்சியின் பின்னணியில் மறுவரையறைக்கு உள்ளாகும் மனித வாழ்வின் இருப்புப் பற்றிய கேள்விகளையும் அழிந்துவரும் இயற்கைச் செல்வம் குறித்த அச்சங்களையும் அவர் தன் படைப்புகளின் வழியே ஏற்படுத்துவந்தார்.

புலம்பல் அவரிடம் இல்லாதபோதும் அவதூறுகள் சார்ந்த மனக் கசப்புகளும் அவற்றுக்குப் பதில் அளிக்க வேண்டும் என்னும் ஆதங்கமும் அவரிடத்தில் இருந்தன. என் பார்வையில் அவர் இவற்றைப் பற்றிச் சற்றுக் கூடுதலாகவே கவலைப் படார் என்று படுகிறது. அவர் எதைச் சொன்னாலும் எதைச் செய்தாலும் அதற்கு உள்நோக்கம் கற்பித்து அவதூறு பரப்பும் நபர்களை அவர் பல ஆண்டுகளாகவே பார்த்துவருகிறார். அவரது ஆளுமையின் வலிமையும் செயல்பாட்டின் மதிப்பும் அவரது எதிரிகளை எப்போதும் புழுங்கவைத்துக்கொண்டிருந்ததால் எப்போதும் கூடுதலான வேகத்துடனேயே அவரை அவர்கள் தாக்கிவந்தார்கள். எனினும் இதைப் பற்றியெல்லாம் கவலைப்படாத நிலையை அவர் எட்டியிருக்கச் கூடாதா என்னும் ஆதங்கம் என்னுள் அடிக்கடி எழும்.

ஆனால் இதைச் சொல்வது சுலபம். சுந்தர ராமசாமியின் இடத்தில் இருந்து பார்த்தால்தான் அவர் அனுபவித்திருக்கக் கூடிய வேதனை புரியவரும். அசோகமித்திரனைப் பாராட்டிப் பேசினாலும் அதில் உள் அர்த்தம் கண்டுபிடித்து துஷ் பிரச்சாரம் செய்ய ஒரு கூட்டம் காத்திருந்தது. பிள்ளை கெடுத்தாள் விளை கதையைத் தலித் விரோதக் கதை என்று பழி சுமத்த ஒரு கூட்டம் காத்திருந்தது. இந்தக் கதை எழுதிய தற்காக அவரைக் கைது செய்ய வேண்டும் என்று சொல்லும் அளவுக்கு ஒரு எழுத்தாளரின் துவேஷம் எல்லை மீறியது. அந்த வார்த்தைகளை அட்டையிலும் சுவரொட்டிகளிலும் போட்டுத் தமிழ்நாடெங்கிலும் கொண்டு சேர்க்கப் பத்திரிகை யாளர்கள் காத்திருந்தார்கள். *காலச்சுவடு* இதழ் மீதான பகைமையை சு.ரா. மீதான வெறுப்பாக மாற்றிக்கொண்டு செயல்பட்டவர்கள் இருந்தார்கள்.

சு.ரா.வைத் தாக்குவதன் மூலம் தங்களது பலவீனங்களை யும் மோசடிகளையும் மறைத்துக்கொள்ளப் பலர் முயன்றார் கள். அவர் பெற்ற முக்கியத்துவம் காரணமாகப் பிறந்த பொறாமையை விமர்சனமாக வெளிப்படுத்திய எழுத்தாளர் களும் இருந்தார்கள். எல்லாத் தளங்களிலும் மதிப்பும் மரியாதையும் பெற்ற சு.ரா.வுக்கு அதே தளங்களில் விரோதி களும் இயல்பாகவே உருவாகிவந்தார்கள். சு.ரா.வின் சொற் களைத் திரித்தும் சிதைத்தும் அவர்மீது அவதூறு சுமத்திக் கொண்டிருந்தார்கள். *காலச்சுவடி*ல் ஒரு நூல் அல்லது ஒரு ஆசிரியர் பற்றி எதிர்மறையான விமர்சனம் வந்தால் அதை எழுதும்படி தூண்டியவர் சு.ரா. என்று சொல்லி அவர் மீது விரோதம் பாராட்டுவார்கள். அவர் கையால் எழுதுகிறாரா, அவர் சொல்லி இன்னொருவர் தட்டச்சுச் செய்கிறாரா என்பதெல்லாம் அவர்மீது குறை கூறுவதற்கான காரணங்களாகப் பார்க்கப்பட்டன. அமெரிக்காவில் அவர் கோட் அணிந்துகொண்டு காட்சியளித்ததைக் குறை கூறியும் ஒரு குறிப்பு எழுதப்பட்டது. அவர் வீட்டுக்குள் சுதந்திரமாக நுழைந்து நடமாடும் வாய்ப்புப் பெற்றவர்கள் பின்னாளில் அந்தச் சுதந்திரத்தை அருவருப்பூட்டும் விதத்தில் பயன்படுத்தி அவரைக் கேவலப்படுத்திக் கதை எழுதினார்கள். தன்னைப் பற்றிய தகவல் பிழைகளைச் சுட்டிக் காட்டி அவர் எழுதிய வாசகர் கடிதத்தைப் பிரசுரிக்க மறுத்தவர்களின் அற்பத்தனத் தையும் அவர் எதிர்கொள்ள நேர்ந்தது. சு.ரா.வைப் பற்றிய அவதூறுகளைப் பிரசுரிக்கையில் எழுத்துச் சுதந்திரத்திற்கு மேடை போட்டுக் கொடுத்த திண்ணை என்னும் இணைய இதழ் அவற்றுக்கு எழுதப்பட்ட ஆதாரபூர்வமான மறுப்பைப் பிரசுரிக்கையில் ஆசிரியரின் அதிகாரத்தைப் பிரயோகித்துத்

தணிக்கை செய்தது. தனக்குப் பாராட்டுக் கூட்டம் நடத்தி யவர்களின் பொய்களுக்கு முட்டுக் கொடுப்பதற்காக சோரம் போன எழுத்தாளர்களும் அதனால் பாதிக்கப்படுவது தங்கள் மரியாதைக்குரிய சுந்தர ராமசாமி என்பதை மறந்துவிட் டார்கள்.

இப்படியெல்லாம் தன் மீது ஓயாமல் தொடுக்கப்பட்டுக் கொண்டிருந்த கணைகளின் தாக்குதலுக்கு உள்ளாகிக்கொண் டிருந்த ஒருவருக்கு, ஏன் தனக்கு இப்படி நடக்கிறது என்ற ஆதங்கம் எழுவதில் ஆசரியம் எதுவுமில்லை. ஆனால் மனித மனத்தின் விளக்க இயலாச் சிக்கல்களையும் விசித்திரப் போக்குகளையும் அவற்றின் ஊற்றுக்கண்களையும் தொடர்ந்து ஆராய்ந்து படைப்பின் வழி கூர்மையாகவும் துல்லியமாகவும் வெளிப்படுத்திவந்த சு.ரா. இத்தகைய எதிர்ப்புகளுக்குப் பின்னால் இருக்கும் மன ஊனங்களை உணர்ந்தவராகவே இருப்பார். இத்தகைய ஊனங்களைப் பெரிதாக எடுத்துக் கொள்ளாமல், அவை தனது வாழ்வின் சமநிலையைக் குலைக்கவிடாமல் பார்த்துக்கொள்ள அவருக்குச் சாத்தியப் பட்டிருக்குமேயானால் அவரது படைப்பு வெளிப்பாடு இன்னமும் அதிகமான வீச்சுடன் அதிக எண்ணிக்கையில் வெளிப்பட்டிருக்கும் என்று தோன்றுகிறது. பெரும்பாலான அவதூறுகளுக்குத் தன் மௌனத்தையே பதிலாகத் தந்த சு.ரா.வால் அந்த மௌனத்திற்குப் பின் இருந்த வேதனையை யும் துறக்க முடிந்திருந்தால் அவரது படைப்பின் வெளிப்பாடு கூடியிருக்கும். அவரது செயல்பாடுகளின் வெளி மேலும் விரிந்திருக்கும் என்பது என் கருத்து.

○

நேரம் போதாமை குறித்த கவலையும் எப்போதும் அவரிடம் இருந்துவந்தது. பல காரியங்களைச் செய்துவந்த அவர் நேரத்துடன் எப்போதும் போராடிவந்தார். நேரம் போத வில்லை என்னும் வார்த்தையை அவர் அடிக்கடி சொல்லி வந்தார். அவர் அதிகமான பணிகளைத் தன் தலையில் சுமந்துகொண்டிருந்தாரா அல்லது நேர நிர்வாகத்தில் பலவீன மாக இருந்தாரா அல்லது காலம் என்பது குறித்த பதற்றம் அவரிடத்தில் தேவைக்கு அதிகமாக இருந்ததா என்பதைத் தெளிவாகச் சொல்ல முடியவில்லை. தன் படைப்புகளில் காலம் என்னும் அம்சத்தைத் தவிர்க்க முடியாத ஒரு அம்ச மாகக் கொண்டிருந்த சு.ரா., காலம் என்பதைத் தத்துவ நோக்கில் பார்க்கக்கூடியவராகவே இருந்தார். அதே சமயம் நடைமுறை அளவில் காலம் என்ற புதிருடன் ஓயாமல் போராடிக்கொண்டிருந்திருக்கிறார். காலம் குறித்த தத்துவப்

பார்வையின் வழியாக அவர் தன் அன்றாடப் பணிகளை அணுகாமல்போய்விட்டாரோ என்ற கேள்வி எனக்குள் அவ்வப்போது எழுவதுண்டு. இது பற்றி அவரிடம் பேசும் வாய்ப்பு எனக்குக் கிடைக்கவில்லை. காலம் என்பதைச் சூட்சுமமான ஒரு இருப்பாக, யதார்த்தமாக அவர் பார்த்தாரா அல்லது மயக்கம் தரும் ஒரு மாய வெளியாகக் கண்டாரா? அவர் மரணத்துடன் போராடிக்கொண்டிருந்தபோது நினைவு திரும்பிய ஓரிரு கணங்களில் இப்போது என்ன நேரம் என்று கேட்டிருக்கிறார். அவர் எந்தக் காலத்தைப் பற்றிக் கவலைப்பட்டுக்கொண்டிருந்தார் என்பதை எனக்கு விளங்கிக் கொள்ள முடியவில்லை. உடல் நிலை சீரழிந்து மிகவும் கஷ்டப்பட்டுக்கொண்டிருந்த சமயங்களில் அவர் எழுதியிருக் கும் குறிப்புகளிலும் அவருக்கே உரிய அங்கதமும் நுட்பமும் காணப்படுகின்றன. உடல் நிலை மோசமான நிலையிலும் மரணம் குறித்த பதற்றங்கள் நெருங்கியிருக்கக்கூடிய தருணங் களிலும் தன் நிதானத்தைத் தவற விடாத பக்குவம் கொண் டிருந்த அவருக்கு நடைமுறை வாழ்வில் காலத்தின் இடம் என்ன என்பதைத் தெளிவுபடுத்திக்கொள்ள முடியவில்லையா?

○

சு.ரா.வின் ஆளுமையைத் தொகுத்துப் பார்க்கும்போது, அவரது தீர்க்கமான கண்களும் உதட்டில் தோன்றும் சிறு முறுவலும் சேர்ந்த ஒரு படிமம் அவரது ஆளுமையின் குறியீடாகத் தோற்றம் கொள்கிறது. தீவிரம், ஆழம், அன்பு, அக்கறை, அங்கதம், வேதனையைத் தாங்கும் முயற்சி, உழைப்பு, கரிசனம் முதலான பல பாவனைகளை அந்தக் குறியீடு தாங்கியிருக்கிறது. தொடர்ந்து பல விதப் போராட்டங் களுக்கு மத்தியில் அடிப்படையான மனித மதிப்பீடுகளையும் இலக்கிய மதிப்பீடுகளையும் பேணிக் காத்துவந்த ஒரு மனிதரின் பிம்பம் மனக் கண்ணில் விரிகிறது. இடையறாத தேடல், வற்றாத அன்பு, சமரசமற்ற மதிப்பீடுகள், கொந்தளிப் பின் ஆழத்தில் உறையும் அமைதி ஆகிய அடையாளங்களைக் கொண்ட பிம்பம் அது.

○

சுந்தர ராமசாமியைப் பற்றி எழுத முடியாமல் இருந்த தற்கு இரண்டு காரணங்கள் என்று முதலில் குறிப்பிட்டேன். அதில் ஒரு காரணத்தை மட்டுமே கூறினேன் என்பது சிலருக்கு நினைவிருக்கலாம். இரண்டாவது காரணம் சு.ரா.வைப் பற்றி நினைக்கும்போது அவரது இழப்புக் குறித்த துக்கத்தைத் தாண்டி யோசிக்க முடியாமல் போகிறது. இத்தனை நாட்கள் அவருடனான உறவு பற்றி எதுவும்

எழுதாமல் இருந்ததற்கான காரணங்களில் இதுவும் ஒன்று. இப்போதும் அவருடனான தனிப்பட்ட உறவு பற்றிச் சொல்வதை – அவர் எனக்கு என்னவாக இருந்தார், இருக்கிறார் என்பதைச் சொல்வதை – தவிர்த்திருக்கிறேன். அவரது ஆளுமை பற்றிப் புறவயமாகவேனும் சில விஷயங்களைப் பகிர்ந்துகொள்வதற்கு ஏற்ற மனநிலை இப்போதுதான் வாய்த்தது என்றுதான் சொல்ல வேண்டும். அதற்கான தூண்டுதலைத் தந்த மனோன்மணியம் சுந்தரனார் பல்கலைக் கழகத்தின் தமிழியல் துறைக்கும் காலச்சுவடு அறக்கட்டளைக்கும் என் நன்றிகளைத் தெரிவித்துக்கொள்கிறேன்.

பிப்ரவரி 09, 2009

மனோண்மணியம் சுந்தரனார் பல்கலைக்கழகக்
கருத்தரங்கில் வாசிக்கப்பட்ட கட்டுரை.

oo

ஜே.பி. சாணக்யாவின் கதையுலகம்

கனவின் யதார்த்தப் புத்தகம்

ஜே.பி. சாணக்யாவின் கனவுப் புத்தகம் சிறுகதைத் தொகுப்பு (2005, காலச்சுவடு பதிப்பகம்) குறித்த இந்தக் கட்டுரை ஜூன் 27, 28 (2009) தேதிகளில் கடவு இலக்கிய அமைப்பு சார்பாக மதுரையில் நடைபெற்ற கவிதை, சிறுகதைக்கான கருத்தரங்கில் வாசிக்கப்பட்டது.

தொண்ணூறுகளின் மத்தியில் எழுதத் தொடங்கிய படைப்பாளிகளில் ஒருவரான ஜே.பி. சாணக்யாவின் இரண டாம் தொகுப்பு இது. 2005இல் வெளியான இத்தொகுப்பில் கதைகள் கால வரிசைப்படி அமையாமல் கதாசிரியரின் விருப்பத்தின் அடிப்படையில் வரிசைப்படுத்தப்பட்டிருக் கின்றன. இதற்கான காரணத்தை அவர் குறிப்பிடவில்லை என்பதால் அது பற்றி எதையும் அறிய இயலவில்லை.

கால வரிசைப்படி அமைந்த கதைகள் காலத்தின் கதியில் ஒரு படைப்பாளியின் மாற்றங்களை உணர உதவிகரமாக இருக்கும். ஆனால் இந்தத் தொகுப்பில் உள்ள கதைகளுக்குக் கீழே தரப்படுள்ள பிரசுர விவரங்களைப் படிக்காமல் இந்தக் கதைகளைப் படிக்கும் ஒரு வாசகருக்கு இவற்றில் எது முதலில் எழுதப்பட்டது என்பது குறித்து அவ்வளவு எளிதாக ஒரு முடிவுக்கு வந்துவிட முடியாது. காலத்தின் போக்கில் ஏற்பட்டு வரும் மாற்றங்களை ஒரு படைப்பாளி தவிர்க்க முடியாது என்றாலும் சாணக்யாவின் தொடக்கக் கட்டக் கதைகளுக்கும் அடுத்தடுத்து அவர் எழுதிய கதைகளுக்கும் இடையே பக்குவம் சார்ந்தோ பண்பு சார்ந்தோ மொழி சார்ந்தோ பெரிய வித்தி யாசம் எதையும் சட்டென்று சொல்லிவிட முடியவில்லை.

இந்தக் கூற்று அவர் மாறவோ வளரவோ இல்லை என்னும் செய்தியை உள்ளீடாகக் கொண்டிருப்பதாகப்

பொருள் தரக்கூடும். ஆனால் நான் சொல்ல வருவது வேறு. சாணக்யா, தமிழில் முக்கியமான படைப்பாளிகளின் வரிசையில் இயல்பாகச் சேர்ந்துகொள்ளும் படைப்பாளி என்பதே என் துணிபு. அவரது ஆரம்ப கட்டக் கதைகளும் அவரது ஒட்டுமொத்தக் கதைகளின் தரத்தோடும் பிறர் எழுதிய நல்ல கதைகளின் தரத்தோடும் ஒப்பிடத்தக்க விதத்தில் இருக்கின்றன என்பதே என் மதிப்பீடு. உதாரணமாக கனவுப் புத்தகம் தொகுப்பில் இடம்பெற்றிருக்கும் கண்ணாமூச்சி கதை.

இந்தியா டுடேயில் 1999இல் வெளியான இக்கதை சென்னைக் குடிசைப் பகுதி ஒன்றைத் தன் களமாகக் கொண்டது. அடித்தட்டு மக்களின் வாழ்வைச் சொன்ன பல சிறந்த கதைகளின் தரத்தோடு ஒப்பிடக்கூடிய கதை இது. ஒரு வீட்டில் இரண்டு பெண்களுக்கிடையில் நடக்கும் அடிதடி சண்டையுடன் தொடங்குகிறது கதை. கடுமையான சண்டை. ஒருத்தி இன்னொருத்தியைத் தலையில் பலமாகத் தாக்கிவிட்டு வெளியே வந்துவிடுகிறாள். கதை, வீட்டில் இருப்பவளை விட்டுவிட்டு வெளியே வந்த பெண்ணைப் பின்தொடர்கிறது. சேரிப் பகுதியின் வாழ்நிலை அதன் நிலவியல் பின்னணியுடன் துல்லியமாகக் காட்சிப்படுத்தப் படுகிறது. அழுக்கு, சண்டை, மலினமான விபச்சாரம், வறுமை, தெருவோரக் கடை என்று வாழ்க்கையின் அசைவு படக் காட்சிபோலத் துலங்குகிறது. பசியில் வாடும் அவளுக்கு பிரியாணி வாங்கித் தரும் ஒருவன் அவள் படுத்திருக்கும்போது பிரியாணிக்கு விலையாக அவளிடம் உடல் சுகத்தைக் கேட்கிறான். வீட்டில் அடி வாங்கிப் படுத்திருக்கும் செல்வி இவளுடைய மகள் என்ற தகவலும் இவளுடைய கணவன் ஓடிப்போன பிறகு இவர்கள் இருவருமே காசி என்னும் ரிக்ஷாக்காரனிடம் அடைக்கலமாக இங்கே வந்துவிட்டதும் கதைப்போக்கினூடே தகவலாகச் சொல்லப்படுகின்றன.

மறுநாள் காலையில் அவளைச் சந்திக்க வரும் காசி, செல்விக்கு மண்டையில் கட்டுப் போட்டிருக்கும் விவரத்தைச் சொல்கிறான். அவள் அவனுடன் வீட்டுக்குக் கிளம்புகிறாள். போகும்போது அவனிடம் ஒரு கோரிக்கையை முன்வைக்கிறாள். என் எதிரில் அவளிடம் எதுவும் 'வெச்சிக்காத' என்கிறாள். அம்மாவையும் பெண்ணையும் காப்பாற்றி அழைத்து வந்தவன் இருவரையும் தன் மனைவியராகக் கருதி உறவாடி வரும் தகவல் முன்வைக்கப்படும் சகஜத் தன்மை நம்மை உறையவைக்கிறது. இந்த உறவினால் அம்மாவும் பெண்ணும் நாளும் அடித்துக்கொண்டு சாகும் நிலை உருவாகியும்

இருவரும் அங்கேயே கிடந்து உழல வேண்டிய யதார்த்தமும் குறிப்பால் உணர்த்தப்படுகிறது.

இவை அனைத்தும் உணர்ச்சிப் பிசுக்கற்றுப் புறவயமான தொனியில் முன்வைக்கப்படும் விதம் அந்தச் சூழலின் தன்மை பற்றிய சூட்சுமமான செய்தியாக வெளிப்படுகிறது. கற்பு கற்பு என்று கதைக்கிறீர்களே இதுதான் ஐயா பொன்னகரம் என்று சொல்ல வேண்டிய அவசியம் புதுமைப்பித்தனுக்கு இருந்தது. ஆனால் அதன் பிறகு இதுபோன்ற வாழ்நிலைகளின் தரிசனங்கள் பலவற்றைக் கண்டுவிட்ட தமிழ்ப் புனைகதை மொழிக்கு அந்தச் சொற்கள் தேவைப்படவில்லை. தன் 26ஆம் வயதில் இந்தக் கதையை எழுதிய சாணக்யாவுக்குத் தான் எந்த மரபில் வந்திருக்கிறோம், எத்தகைய வாசகருக்குக் கதை சொல்கிறோம் என்பது குறித்த புரிதல் இருந்திருக்கிறது. யதார்த்தத்தை மிகத் துல்லியமாகவும் அடங்கிய தொனியிலும் கூறியதன் மூலம் வளமான தமிழ்ப் புனைகதை மரபின் இயல்பான தொடர்ச்சியாக இந்தக் கதையிலேயே சாணக்யா வெளிப்பட்டுவிடுகிறார்.

விளிம்பு நிலை வாழ்வு குறித்த பிரகடனம் எதுவும் சாணக்யாவின் கதைகளிலோ முன்னுரைகளிலோ காணப்படுவதில்லை. ஆனால் அவர் கதைகளில் இடம்பெறும் முக்கியக் கதாபாத்திரங்களில் பெரும்பாலானவர்கள் விளிம்பு நிலை மனிதர்கள்தாம். வேலையின்மையின் துயரத்தைத் தாண்டுவதற்காகக் குடும்ப வாழ்வில் பெரும் அவமானத்தைச் சகித்துக்கொள்ளும் நிர்ப்பந்தத்துக்கு ஆளாகும் இளைஞன், தன் காமத்தைத் தன் இருப்பை வலுப்படுத்துவதற்கான ஆயுதமாகப் பயன்படுத்தும் பெண், சக்களத்திகளாகி அடித்துக்கொள்ளும் அம்மாவும் பெண்ணும், திருவிழாவுக்கு மேளம் வாசிக்கும் பரம்பரை என்று வாழ்வின் பல்வேறு விளிம்புகளிலிருந்து சாணக்யாவின் கதை மாந்தர்கள் வெளிப்படுகிறார்கள். இவர்கள் வெளிப்படும் விதங்களில் தொழிற்படும் யதார்த்தமும் படைப்புப் பார்வையும் இவர்கள் வழி புதியதொரு உலகை நமக்குக் காட்சிப்படுத்துகின்றன. கவித்துவமும் இறுக்கமும் கொண்ட சொற்கள் உருவாக்கும் சித்திரங்கள் வாழ்வின் பல விதக் கோலங்களை அடையாளப்படுத்துகின்றன. காலமும் இடமும் கலைத்துப் போட்டிருக்கும் வாழ்வின் புள்ளிகளை இணைத்தபடி செல்லும் இப்பயணத்தின் வழித்தடங்களில் நாம் அதிகம் பார்த்திராத சில முகங்கள், அறிந்திராத நிகழ்வுகள், பலரது அனுபவத்துக்கு வசப்படாத வாழ்க்கை ஆகியவை காணவும் அறியவும் அனுபவிக்கவும் கிடைக்கின்றன.

தீராத வியப்புணர்வைத் தூண்டும் கனவின் புனைவுத் தன்மையுடனும் நமது தீவிரமான கவனத்தைக் கோரும் உண்மைகளின் பதிவுகளோடும் சுழல்கிறது சாணக்யாவின் புனைவுலகம்.

சமூக, பொருளாதார அடுக்குகள் சார்ந்த விளிம்பு நிலைகள் மட்டுமின்றி, உளவியலின் அடிப்படையிலும் மைய நீரோட்டம் என்று சொல்லப்படும் போக்கிற்குள் அடங்காத மாந்தர்களும் சாணக்யாவின் புனைவுலகில் வெளிப்படுகிறார்கள். கனவுப் புத்தகம் கதையில் தாமரைக் குளத்தில் நீராடும் மூவரின் சித்திரமும் கடவுளின் நூலகத்தில் காதலால் தத்தளிக்கும் பேரிளைஞனும் நண்பன் போட்டுக்கொள்ளும் உடைகளின் வண்ணங்கள் சார்ந்து மனப் பிறழ்வுக்கு ஆளாகும் மஞ்சள் நீலம் வெள்ளை கதையின் இளைஞனும் இதற்குச் சான்றாக இருக்கிறார்கள்.

○

கனவும் நனவும் கலந்து முயங்கும் தளங்களில் இயல்பாகக் கதை சொல்லிக்கொண்டு போகும் இவர் முழுக்க முழுக்க யதார்த்தத் தளத்திலும் கச்சிதமான கதைகளை அமைக்கிறார். கனவின் புகைமூட்டமும் தர்க்கத்தை மீறும் புதிர்த் தன்மையும் சாணக்யாவின் படைப்புலகின் முக்கியக் கூறுகளாக இருந்தாலும் யதார்த்தத்தை அதன் தளத்தில் நின்று வலுவாக எதிர்கொள்கிறார் சாணக்யா.

கோடை வெயில், பதியம், கண்ணாமூச்சி போன்ற கதைகள், குறியீடுகள், படிமங்கள், மிகு யதார்த்தக் கூறுகள் ஆகியவை இல்லாத, நேர்த்தியான யதார்த்த வகைக் கதைகள். பாத்திரங்கள், மன ஓட்டங்கள், கதைக் களங்கள், நிகழ்வுகள் ஆகியவை நம்பகத்தனையுடன் துல்லியமாகச் சித்தரிக்கப்படுகின்றன. ஒளிப்படக் கருவியிலோ அல்லது சலனப் படக் கருவியிலோ பதிவுசெய்யப்படும் சித்திரங்களின் துல்லியத் தன்மையைக் கொண்ட இந்தக் கதைகள் புனைவு அம்சத்தின் வலுவையும் கதை சொல்லுதலின் கூர்மையான உத்திகளின் துணையையும் கொண்டு சிறந்த வாசக அனுபவத்தைத் தருகின்றன.

எந்த நல்ல கதைகளையும்போலவே இவையும் சார்புகள் அற்று முன்வைக்கப்படுகின்றன. வாழ்வின் சிக்கல்களுக்கு எளிமையான தீர்வுகளையோ வாழ்வு எழுப்பும் கேள்விகளுக்கு பலவீனமான விடைகளையோ முன்வைக்காமல் வாழ்வு குறித்த விசாரணையை முன்னிலைப்படுத்தியபடி வாசகருடன் உறவாடுகின்றன இக்கதைகள். இக்கதைகளில்

அரவிந்தன்

அமைந்திருக்கும் மௌனம் இவற்றை வேறொரு தளத்துக்கு நகர்த்திச் செல்கின்றன. தனிப்பட்ட வாழ்வு என்பது வகை மாதிரித் தன்மை கொண்ட வாழ்க்கையாகப் பொதுத்தன்மை பெறுகிறது. வாழ்வின் கசப்பான யதார்த்தம் விருப்பு வெறுப் பற்ற தொனியில் அடையாளப்படுத்தப்படுகிறது. பதியம், கோடை வெயில், கண்ணாமூச்சி ஆகிய மூன்று கதைகளிலும் இந்தக் கூறுகளைப் பார்க்க முடிகிறது.

கோடை வெயில் கதையில் வரும் சேகர், ஊரிலிருந்து வந்திருக்கும் மாமாவின் மூலம் தனக்கு வேலை கிடைக்கும் என்று நம்புகிறான். ஆனால் அதற்கு அவர் எடுத்துக்கொள் ளும் விலை அவன் தன்மானத்தைக் குலைக்கிறது. இல்லாமை யும் இயலாமையும் ரோஷத்தையும் ஆத்திரத்தையும் மழுங்க அடிக்கிறது. வாழ்க்கை ஓடிக்கொண்டிருக்கிறது. வாழ்க்கையின் மீதும் மாந்தர்கள் மீதும் தீர்ப்புகளை முன்வைக்காமல் வாழ்வின் சித்திரங்களைத் தீட்டியபடி தன் புனைகதை வெளி யில் மௌனமாக நடந்து போய்க்கொண்டே இருக்கிறார் சாணக்யா.

சாணக்யா புற உலக யதார்த்தத்தைப் பதிவு செய்யும் நுட்பம் தமிழின் சிறந்த யதார்த்தக் கதாசிரியர்களின் திறனோடு ஒப்பிடத் தகுந்தது. கோடை வெயில் கதையில் கள் குடிக்கும் இடம் பற்றிய சித்திரம், கண்ணாமூச்சி கதையில் குடிசைப் பகுதி மக்களின் சூழலும் வாழ்வும் சொல்லப்படும் விதம், பதியம் கதையில் லோஞ்சாக் காடு உருப்பெறும் பாங்கு, கருப்புக் குதிரைகள் கதையில் திருவிழாக் காட்சிகள் காட்சிப் படுத்தப்படும் நேர்த்தி என்று பல உதாரணங்களை அடுக்க லாம். இவரது முந்தைய தொகுப்பில் பிளாக் டிக்கெட் கதையை இதற்குச் சிறந்த உதாரணமாகக் கொள்ளலாம். புறக் காட்சி வர்ணனைகளில் மட்டுமல்லாது கதையின் ஆதாரமான செய்தியை யதார்த்தப் பார்வையுடன் கலை அமைதி கொண்ட மௌனங்களுடன் வெளிப்படுத்துவதிலும் இவரது திறமை குறிப்பிடத்தக்கது. பதியம் கதையின் இறுதி யில் டீச்சர் அந்தப் பக்கம் போன பிறகு செல்லம் தன் கண்ணீரைத் துடைத்துக்கொள்வதில் இருக்கும் நுட்பம் ஆழமான பல செய்திகளைத் தன்னுள் அடக்கியிருக்கிறது. ஒட்டுமொத்தக் கதைக்கும் புதிய அர்த்தம் கொடுக்கும் வலிமை கொண்ட இடம் இது.

கனவு சார்ந்த படிமங்களும் கனவின் மெல்லிய படலம் போர்த்திய நிகழ்வுகளும் யதார்த்தத்தின் தர்க்கத்தை மீறிய சலனங்களும் இயல்பாக இவர் கதைகளில் தோற்றம் கொள் கின்றன. கருப்புக் குதிரைகள், கனவுப் புத்தகம், மஞ்சள்

நீலம் வெள்ளை, கடவுளின் நூலகம் ஆகிய கதைகளில் இந்தக் கூறுகளைப் பார்க்க முடியும். யதார்த்தத்தின் சட்டகங்களை மீறும் இடங்களும் யதார்த்தத் தொனியுடனேயே முன்வைக்கப்படுகின்றன. இந்த மீறல்களை, அவற்றின் செல்வாக்கை, வாழ்வின் யதார்த்தத்தினின்றும் பிரித்துவிட முடியாது எனப் படைப்பாளி நம்புகிறார் என்பதை இவை காட்டுவதாகக் கொள்ளலாம்.

சிறந்த எழுத்தாளர்கள் பலரையும் போலவே சாணக்யாவும் கால மாற்றத்தைத் தன் புனைவுலகில் பிரதிபலிக்கச் செய்கிறார். உதாரணம் கறுப்புக் குதிரைகள். திருவிழாக்கள் தேவையற்ற ஒன்றாகப் பார்க்கப்பட்டுவரும் போக்கின் தாக்கத்தைப் பதிவுசெய்யும் சாணக்யா, இந்தக் கதையில் பல்வேறு அடுக்குகளை அமைத்திருக்கிறார். கால மாறாட்டத்தின் பின்னணியில் சமூக அடுக்குகளையும், வீழ்ச்சியிலும் உயர்விலும் நெருக்கடியிலும் வேறு வேறு இயல்புகளை வெளிப்படுத்தும் மனித வாழ்க்கையின் அசைவுகளையும் புனைவமைதி கூடிய மொழியில் ஆரவாரமின்றி, கோஷங்கள் இன்றிக் கூறிச் செல்கிறார்.

சாணக்யா இயல்பாகவும் வலுவாகவும் குறியீடுகளைப் பயன்படுத்துகிறார். கறுப்புக் குதிரைகளில் வரும் மேளம், குதிரை, அமராவதியின் பூனைகளில் வரும் சிலம்பு, கனவுப் புத்தகத்தின் தாமரைக் கொடிகள் ஆகியவை படைப்பு வீரியம் மிக்க குறியீடுகள். கதையின் எலைகளுக்கு வெளியிலும் விரிவடையும் தன்மை கொண்டவை இவை.

○

காமத்தின் பங்கைப் பற்றிப் பேசாமல் சாணக்யாவின் கதைகள் மீதான எதிர்வினை முழுமை பெற முடியாது. காமத்தை நேரடியாகவும் வெளிப்படையாகவும் கையாளும் சாணக்யா, அதற்காகத் தமிழ்ச் சூழலில் அடைந்த பழி பாவங்கள் அதிகம். அவர்மீது சுமத்தப்பட்ட குற்றச்சாட்டுக்களுக்கு எதிர்வினையாற்றுவதை விடவும் காமத்தை அவர் எப்படி, ஏன் கையாள்கிறார், அவரது புனைவுலகில் அதன் இடம் என்ன என்பதைப் பார்ப்பதே பொருத்தமானது.

படைப்பு வீரியத்துடன் காமத்தைக் கையாளும் திறன் எல்லோருக்கும் வந்துவிடுவதில்லை. காமச் சித்தரிப்புகள் வெகு ஜன தளத்தில் கிளுகிளுப்பூட்டும் மலினமான உத்தியாகவும் தீவிர எழுத்தாளர்கள் மத்தியில் தேவை சார்ந்து கையாளப்படும் அம்சமாகவும் வெளிப்படுகின்றன. வழமைக்கு மாறான வெளிப்படையான காமச் சித்தரிப்புகளை மாற்று

அழகியலாகப் பயன்படுத்தும் படைப்பாளிகளும் இருக்கிறார்கள். இவை தவிர, கலகப் படிமத்தைப் பெற உதவும் முயற்சியாகவும் அதிர்ச்சி மதிப்பை உருவாக்கிக் கவனம் பெறும் மலின உத்தியாகவும் சிலருக்கு இது பயன்படுகிறது. சாணக்யாவைப் பொறுத்தவரை காமம், கதையின் தேவை குறித்து எழுதப்படும் இயல்பான விஷயமாக அமைகிறது. புனைவுலகின் தவிர்க்கவியலாத் தேவையின் பொருட்டு ஒரு விஷயம் எழுதப்பட வேண்டும் என்றால் அந்த விஷயத்தின் சமூகப் பெறுமானம் குறித்த எச்சரிக்கை உணர்வு படைப்பாளியிடத்தில் இயல்பாகக் கழன்று போகும். சாணக்யாவின் கதைகளில் காமம் சார்ந்த சித்தரிப்புகளின் தன்மை இதுதான். "கயிற்றுக் கட்டிலை வாசலில் எடுத்துப் போட்டுத் துண்டைத் தலைக்கு வைத்துப் படுத்தான்" என்று எழுதுவது போலவே "அவள் மார்புகளைத் திரை விலக்கி உதடு பொருத்திக் கவ்வினான்" என்றும் அவரால் இயல்பாக எழுத முடிகிறது. இரண்டுக்கும் இடையில் படைப்பு மனத்தின் தோய்விலோ சொல்லப்படும் தொனியிலோ மாற்றம் எதுவும் இல்லாததை நுட்பமான வாசிப்பில் உணர முடியும்.

கலைத் தேவையின் பொருட்டும் புனைவுலகின் தவிர்க்கவியலாத் தேவையின் பொருட்டும் உருவாகும் சொற்கள் காமத்தைப் பேசுகின்றனவா கால் வலியைப் பற்றிப் பேசுகின்றனவா என்பது ஒரு படைப்பாளிக்கு முக்கியமல்ல. அவற்றின் தேவையை ஏற்படுத்திய படைப்பு உத்வேகத்துக்கு அவை நியாயம் செய்கின்றனவா என்பதே முக்கியம். அந்த வகையில் சாணக்யாவின் கதைகளில் காமம் பேசும் வரிகள் படைப்பு ரீதியான அமைதியுடன் விளங்குவதையும் அப்படி விளங்குவதாலேயே படைப்பனுபவத்தைத் தருவதையும் உணர முடிகிறது. சில உதாரணங்கள் மூலம் இதை மேலும் விளங்கிக் கொள்ளலாம்.

அமராவதியின் பூனை கதையில் சிலம்பாட்டக் கலைஞனின் தான் என்னும் உணர்வு, சுயம் குறித்த அடையாளம், அற்புத வித்தைகள் புரியும் அவனது சிலம்பின் வீச்சிலும் தன் மனைவியைத் திருப்திப்படுத்தும் புணர்ச்சி வேகத்திலும் இருப்பதைக் காட்டும் சாணக்யா, காமத்தில் சறுக்கும்போது அவனது சுயம் அடிவாங்கி அவமானம் கொள்ளும் சோகத்தையும் காட்டுகிறார். கதையின் ஒரு கட்டத்தில், திருப்தியுறாத காமத்தின் வேகத்தால் உந்தப்படும் அமராவதி, காம விளையாட்டில் ரசாக்கை வெற்றிகொள்வதில் அவன் சுயம் நொறுங்கிப் போகிறது. எத்தகைய வீரனையும் தன் சிலம்ப வீச்சில் சாய்த்துவிடும் வீராதி வீரனான ரசாக்கினால்

மனைவியிடம் படுக்கையில் தோற்பதை ஏற்க முடியவில்லை. அவளை வீழ்த்தத் தன்னிடம் இருக்கும் கடைசி அஸ்திரத்தைப் பிரயோகிக்கிறான். அவளது யோனியை முத்தமிடுகிறான். இப்படிச் செய்வது தன் வீரத்துக்கு இழுக்கு என்று இதுகாறும் எண்ணிவந்த அவன் தன் சுய பிம்பத்தைத் தனக்குள் மீட்டெடுத்துக்கொள்ள இந்த முயற்சியில் இறங்குகிறான்.

ஊரின் நடுவில் வெட்ட வெளியில் சிலம்பாட்டக் களத்தில் எதிர்த்து நிற்க ஆளின்றி கம்பீரமாகத் திமிறும் தனது ஆண்மை நான்கு சுவர்களுக்கு நடுவில் நொறுங்கிப் போவதாக ரசாக் உணரும் இடத்தில் காமத்தை வெளிப் படையான சொற்களின் மூலம் வெளிப்படுத்தும் சாணக்யா எந்த வக்கிரமும் ஒட்டிக்கொள்ளாமல் இயல்பாக அதைச் சொல்கிறார். இந்தச் சித்தரிப்பின் மூலம் மனிதர்களின் மனப் பின்னல்களையும் ஆளுமைக் கோணல்களையும் அடையாளம் காட்டுகிறார். வாழ்வின் போக்கைத் தீர்மானிக்கும் இந்தப் பின்னல்களும் கோணங்களும் கதையின் தவிர்க்க முடியாத பகுதிகளாக மாறிக் கதையின் போக்கைத் தீர்மானிக்கின்றன. சிக்கலான இந்த விஷயத்தைக் கையாள்வதில் படைப்பு கோரும் சவாலைக் கம்பீரமாக எதிர்கொண்டு வெற்றிகரமாக வெளிப்படுகிறார்.

ஆண்களின் படித்துறை, கனவுப் புத்தகம் ஆகிய கதைகளிலும் இதே அனுபவத்தை நாம் பெற முடியும். இக்கதைகளிலும் காமச் சித்தரிப்புகள் கதையின் தேவையை முன்னிட்டு வெளிப்பட்டிருக்கின்றன. அமராவதியின் பூனை கதையில் ரசாக்கின் சுயம் குறித்த தவிப்பாய் இது வெளிப்படுகிறது. ஆண்களின் படித்துறையில் அன்னம்மாளின் ஆளுமையை உணர்த்தும் அடையாளமாய் வெளிப்படுகிறது. கனவுப் புத்தகத்தில் தீராத ஏக்கத்தின் தாபமாய் வெளிப்படுகிறது. இந்த மூன்று கதைகளிலும் புனைவுத் தர்க்கத்திற்குட்பட்டுப் படைப்பின் தேவையை முன்னிட்டு இயல்பாகக் காமம் தன்னை வெளிப்படுத்திக்கொள்கிறது. முலை என்று சொன்னாலே முகம் சிவக்கும் ஒழுக்கவாதிகளும் முத்தம் என்று சொன்னாலே வெட்கப்படும் சிறார்களும் இதை ஆபாசம் என்று சொல்வதில் ஆச்சரியம் ஒன்றும் இருக்க முடியாது.

பசி, கோபம், ஆனந்தம், வறுமை போன்ற உணர்ச்சிகளை விவரிப்பதுபோலத்தான் காமமும். ஒரு படைப்பாளி வறுமையைத் தத்ரூபமாகச் சித்தரிப்பதுபோலக் காமத்தையும் சித்தரிக்கலாம். ரயிலைத் தவற விட்டுவிடுவோமோ என்று ஓடுபவனின் பதற்றமும் மனைவியைத் திருப்திப்படுத்த முடியாமல் அவமானம் கொள்பவனின் ஆற்றாமையும் ஒரு

படைப்பாளிக்கு ஒன்றுதான். படைப்பாளி கூறும் விஷயம் அவரது கலைத் தேவையின் நியாயம் சார்ந்து வெளிப் படுகிறதா என்பதுதான் நாம் எழுப்பிக்கொள்ள வேண்டிய கேள்வி. அதன் பின்னால் படைப்புக்கு அப்பாற்பட்ட நோக்கங்கள் ஏதும் இருப்பதாகத் தெரிந்தால் அதைக் கேள்விக்கு உட்படுத்தலாம். மற்றபடி காமமோ, கோபமோ – படைப்பில் எல்லாமே ஒன்றுதான்.

இந்தத் தெளிவைத் தன் படைப்பு யாத்திரையினூடே கண்டடைந்த படைப்பாளி சாணக்யா. அதனாலேயே காமத்தைக் கலகப் பிரகடனங்களோ ரகசியக் கிளுகிளுப்பு களோ இல்லாமல் இயல்பாகக் கையாள அவருக்கு முடிகிறது. இதுபோன்ற எழுத்துக்குத் தமிழில் அதிக முன் மாதிரிகள் இல்லை என்பதால் சில வாசகர்கள் அதிர்ச்சிகொள்ளலாம். ஆனால் பக்குவமான வாசகர்களுக்கு அதிர்ச்சி எதுவும் ஏற்பட வாய்ப்பில்லை.

○

சாணக்யாவின் ஒரு சில கதைகளில் வெளிப்படும் காமத்தைப் பற்றியே பலரும் அதிகம் பேசியிருப்பதாலோ என்னமோ அவற்றின் கலைப் பெறுமானம் பற்றி அதிகப் பேச்சுக்களைக் கேட்க முடியவில்லை. மேலே சொன்ன மூன்று கதைகளும் அவற்றிலுள்ள காமம் சார்ந்த வரிகளுக்காக விவாதத்துக்குள் ளானது பெரிய சோகம் என்றுதான் சொல்ல வேண்டும். இந்த மூன்று கதைகளும் படைப்பாளியின் படைப்பாளுமையைப் பறைசாற்றும் கதைகள். பாத்திரங்களும் கதை நிகழ்வுகளும் இயல்பான விதங்களில் தத்தமக்குரிய ஓசைகளுடனும் மௌனங் களுடனும் உருக்கொள்ளும் கதைகள்.

கனவுப் புத்தகம் கதையின் தொடக்கத்தில் தாமரைக் குளத்தினுள் நீந்தும் மூன்று பேர் கதையின் முடிவில் சடலங் களாக மேலெழும்பிவருகிறார்கள். நீருக்குள் மேற்கொள்ளப் படும் அவர்களது விளையாட்டினூடே அவர்களுக்கிடையே யான உறவையும் ஏக்கங்களையும் குறிப்பால் உணர்த்தும் சாணக்யா, உணர்ச்சியின் சுழியில் சிக்கிக்கொள்ளும் அவர் கள் கனவுலகில் சரிந்து விழுவதையும் நிஜத்தில் அவர்கள் நீருக்கடியில் அபாயகரமான இடத்துக்குப் போய்க்கொண்டிருப் பதையும் நுட்பமாக உணர்த்துகிறார். அவர்கள் பெரியவர் களாவதையும் இரண்டு பெண்களும் வாலிபம் கடந்து போன பிறகும் தனி மரங்களாகவே நிற்பதையும் அவர்களைத் தேடி அந்தப் பையன் தொடர்ந்து வந்துகொண்டிருப்பதையும் பிம்பங்களாய்த் தீட்டிக் காட்டும் சாணக்யா அந்தக் காட்சி

களின் கனவுத் தன்மையைக் கற்பனை என்று நினைத்துவிட முடியாத அளவுக்கு வலுவாக அந்த மூவரின் அன்பையும் நிராசைகளையும் உயிர்த் துடிப்புடன் நம் முன் நிறுத்துகிறார். உணர்த்தப்படும் விஷயம் வாழ்வின் யதார்த்தம் சார்ந்த தரிசனம் என்பதால் கனவின் அதர்க்கத்தை மீறி யதார்த் தத்தின் தர்க்க ஒழுங்குடன் அனைத்தும் நமது அனுபவ உலகுக்குள் வந்துவிடுகின்றன.

ஆண்களின் படித்துறை கதையில் அன்னம்மாளின் ஆளுமையை, காமத்தை அவள் கையாளும் விதத்தில் சொல்லிச் செல்கிறார் சாணக்யா. காசுக்காகக் காமத்தை வழங்கும் அவள் பாலியல் தொழிலாளி அல்ல. அதாவது யாரும் தன் விருப்பப்படி அவளைக் கூப்பிட்டுவிட முடியாது. தேர்வு அவளுடையது. அந்த ஊர் ஆண்களுக்கு ஏங்குவதற்கு மட்டுமே உரிமை உள்ளது. தீர்மானிக்கும் அதிகாரம் அன்னம்மாளின் கையில்தான். தன்னைப் பார்த்து ஏங்கும், வசதி அற்ற, பலவீனமான ஒரு ஆணின் மீது கொள்ளும் அனுதாபத்தால் அவனது விருப்பத்தை எந்தப் பிரதிபலனும் இல்லாமலும் நிறைவேற்றுவாள். அதுதான் அன்னம்மாளின் ஆளுமை. கிளுகிளுப்புக்காகவோ, கலகப் பிரகடனத்துக்கா கவோ காமம் கையாளப்படவில்லை. பாத்திரத்தின் ஆளுமையை அவளது வாழ்நிலையின் பின்னணியில் வைத்துத் துலங்கச் செய்வதற்காகக் கையாளப்படுகிறது.

அன்னம்மாளின் ஆளுமையைச் சொல்வதோடு கதை நின்றுவிடுவதில்லை. காட்டாறு போன்ற வாழ்வைக் கொண் டிருக்கும் அவளுக்கு நேர் மாறாக இருக்கும் அவளது பெண், காமம், கற்பு, குடும்பம் ஆகியவை பற்றிய சமூகத்தின் பொதுப்புத்திக்கு உட்பட்ட வரையறைகளை முழுமையாக ஏற்பவளாக இருக்கிறாள். தன் அம்மாவின் குணம் குறித்து உள்ளூர வருந்துகிறாள். ஆனால் அவளை எதிர்த்துப் பேச முடியாத பலவீனமும் கொண்டிருக்கிறாள். மகளின் திரும ணத்திற்காகத் தன் காமத்தை விலைபேச அம்மா முனையும் போது மகளின் மதிப்பீடு அதை ஏற்கவில்லை. தன் மரணத் தால் அம்மாவுக்கு எதிர்வினையாற்றுகிறாள். மாறுபட்ட ஆளுமைகள் ஒரே விஷயத்தை எப்படி எதிரெதிர் திசை வழிகளில் எதிர்கொள்கிறார்கள் என்பதைக் காட்டுவதுடன், மிகுந்த சுயப் பிரக்ஞையுடனும் தன்னம்பிக்கையுடனும் தன் காமத்தைத் தன் ஆயுதமாக மாற்றும் அன்னம்மாளுக்கு, அதைத் தன் மகளின் வாழ்வைக் கரை சேர்க்கப் பயன்படுத்த முடியவில்லை என்னும் சோகத்தை முகத்தில் அறைந்து சொல்லியபடி முடிகிறது கதை.

வாழ்வில் பல விஷயங்கள் நமது விருப்பத் தேர்வாக இருக்கலாம். ஆனால் நமது செயல்களின் விளைவுகளின் மீது முழு அதிகாரமும் நமக்கு இருக்கும் என்று சொல்ல முடியாது. ஆணாதிக்கம் நிலவும் சமூகத்தில் தன் சுய மரியாதையை நிலைநாட்டிக்கொள்வதில் அன்னம்மாள் காட்டும் முனைப்பு, தன் செயல்களின் விளைவுகள் பற்றிய யோசனையிலோ அவை தன் மகளைப் பாதிக்கக்கூடிய விதத்தின் மீதான அக்கறையிலோ இருக்கவில்லை. தன் செயல்களின் மீதான தன் வரம்பு மீறிய தன்னம்பிக்கை அவளது ஆதாரமான நோக்கத்தையே சிதைத்து அவளது மகளை இழக்கச் செய்து விடுகிறது. வாழ்வின் ஆதார முரண்பாடுகளில் ஒன்றை வலு வாகச் சொல்லும் இந்தக் கதை அதிலுள்ள காமச் சித்தரிப்பு களுக்காக மட்டுமே அதிகம் பேசப்பட்டது சோகம்தான்.

அதுபோலவே அமராவதியின் பூனை கதையில் காமத் தில் ஏற்பட்ட சறுக்கலால் காயமடையும் ரசாக்கின் சுயம், தன் காலைச் சுற்றி வந்த அமராவதியின் பூனைகள் காசியின் வீட்டுக்குப் போவதைக் கண்டு மேலும் அடி வாங்குகிறது. எஜமானியைப் பின்தொடர்ந்துதான் பூனைகள் போகின்றன என்பது புரியும்போது அவனது சுயத்தின் வீழ்ச்சி, தான் என்னும் உணர்வின் சிதைவு, முழுமையடைகிறது. வெளியெங் கும் தன் சிலம்பத்தை வீசி மாவீரனாக வலம் வந்த ரசாக் சாமானியனாகச் சிறுத்து ஒடுங்குகிறான். எவ்வளவு பெரிய திறமைசாலியாக இருந்தாலும் தன் சுயம் சார்ந்த படிமம் சிதறுண்டு போகும்போது ஒருவன் அடையும் அக வீழ்ச்சி எவ்வளவு பயங்கரமானது என்பதை இந்தக் கதை உணர்த்து கிறது. காமம் என்பது இனப்பெருக்கத்துக்கும் உடல் சுகத்துக்கும் என்பதற்கும் மேலாக ஒருவனது வாழ்வையே தீர்மானிக்கும் அடையாளச் சிக்கலாக மாறும் தன்மையையும் அதன் பின்னணியிலுள்ள சமூக மதிப்பீடுகளையும் பற்றி மிகவும் யோசிக்கவைக்கும் கதை இது.

O

படைப்பாளுமை என்பது ஒரு எழுத்தாளரின் அடையா ளத்தைக் காட்டுவது. கதை சொல்லப்படும் விதம், கதையில் பேசப்படும் விஷயங்கள் ஆகியவற்றிலும் இவற்றைத் தாண்டிய நிலையிலும் வெளிப்படுவது. சாணக்யாவின் படைப்புகளின் ஒவ்வொரு வரியும் அவரது படைப்பாளுமையை உணர்த்து கின்றன. படைப்புச் செயல்பாட்டை மிகவும் தீவிரமும் முனைப்பும் கொண்ட யாகமாகக் கருதுகிறார் என்பதை அவரது கதைகளின் இறுக்கமும் தீவிரமும் உணர்த்துகின்றன. சிக்கலான இந்த வாழ்வையும் அனுபவித்துத் தீராத அதன்

வகைமைகளையும் புரிந்துகொள்வதற்கான விசாரணை யாகவே படைப்புச் செயல்பாடு அவருக்கு இருக்கிறது. புற உலகை மிகவும் மதிக்கும், நம்பும் இவர், புற உலகிலேயே எல்லாம் இருக்கின்றன என்பதை நம்புவதில்லை. அக உலகின் சிக்கலான சமன்பாடுகளும் அடுக்குகளும் அவற்றுக்குக் காரணமான சமூக, வரலாற்றுக் காரணிகளும் மனித சுபாவங்களையும் வெளிப்பாடுகளையும் பாதித்துப் புற உலகில் நாம் காணும் சலனங்களை ஏற்படுத்துகின்றன என்று இவர் நம்புவதாக இவர் கதைகளிலிருந்து உணர முடிகிறது. அக உலகையும் புற உலகையும் மனித சுபாவங் களையும் அவற்றின் வெளிப்பாடுகளையும் இவர் கையாளும் விதத்திலிருந்து இந்த முடிவுக்கு நாம் வர முடிகிறது.

இவரது கதைகளில் ஒரு வரிகூட மேலோட்டமான மனநிலையிலிருந்து பிறந்திருக்க முடியாது என்பதும் மேலோட்டமான மனநிலையில் இவற்றைப் படிக்க முடியாது என்பதும் கதையைப் படிக்க ஆரம்பித்த ஓரிரு நிமிடங் களிலேயே தெரிந்துவிடும். கதைகளைத் திரும்பத் திரும்ப எழுதுவதும் ஒவ்வொரு கதையையும் ஒவ்வொரு விதமாக எழுத முனைவதும் இவரது இயல்பான அம்சங்களாக இருப்பது தற்செயலானதல்ல. படைப்புச் செயல்பாடு என்பதை அவர் எவ்வளவு முக்கியமானதாக நினைக்கிறார் என்பதை இவை உணர்த்துகின்றன.

○

இயல்பாகச் செயல்படும் எந்த ஒரு படைப்பாளியையும் போலவே சாணக்யாவும் படைப்புச் செயல்பாட்டில் பெரும் பாய்ச்சல்களுடனும் சில சறுக்கல்களுடனும் பயணம் செய் கிறார். சில கதைகள் பெரும் வீச்சில் வெளிப்படுகின்றன. வேறு சில கதைகள் அப்படி நடக்காமல் சரிகின்றன. கடவுளின் நூலகம் என்னும் கதை வினோதமானதும் சுவாரஸ்யமானது மான கதைப்பொருளைக் கொண்டிருந்தாலும் முழுமை பெறாத வெளிப்பாடாகவே தோன்றுகிறது. யதார்த்தம் சார்ந்த கற்பனையும் கற்பனை சார்ந்த யதார்த்தமும் பிணைந்து தோற்றம் கொள்ளும் இந்தக் கதை அவரது மற்ற கதைகளைப் போல முறுக்கேறி வலுப்பெறத் தவறுகிறது. கதையின் போக்கில் உருப்பெறும் புதிர்த்தன்மை கதையின் புனைவுத் தன்மையைக் கூட்டுகிறதே அன்றிப் படைப்பனுபவத்தை முழுமை செய்யவில்லை. இரண்டாவது ஆப்பிள் கதையும் படைப்பனுபவத்தைத் தரத் தவறுகிறது. கற்பனைப் பிராந் தியத்தில் நிகழும் இக்கதையின் உள்ளீடாக வாழ்வு என்னும் பிரம்மாண்டமான யாத்திரை குறித்த விசாரணை இருந்

தாலும் கதையின் உள்ளார்ந்த செய்தி புதிய திறப்பு எதையும் சாத்தியப்படுத்தவில்லை. புனைவின் மூலம் முன்வைக்கப்படும் ஒரு விஷயம் வேறு வழிகளின் மூலம் முன்வைக்கப்பட முடியாது என்னும் நிலையில்தான் அந்தப் புனைவு வலுவான படைப்பாக மிளிர்கிறது. வேறு வகையான வாசிப்பின் மூலம் கண்டடையக்கூடிய அறிவு அல்லது தரிசனங்கள் புனைகதையை வலுப்படுத்தப் பயன்படுமே அல்லாது அவையே புனைகதையாகிவிடாது. இரண்டாவது ஆப்பிள் கதைக்கு நேர்ந்த விபத்து இதுதான் என்பது என் எண்ணம்.

சாணக்யாவின் மொழியில் உள்ள சில குறைகளை அவரது புனைவெழுத்தில் இன்னொரு குறைபாடாகச் சுட்டிக் காட்டலாம். சிக்கலான யதார்த்தங்களையும் மனிதர்களையும் உளவியலையும் குறித்த தீவிரமான விசாரணைக்கு ஏற்ற இறுக்கமான, செறிவான மொழி இவருக்குக் கைவரப்பெற் றிருக்கிறது. அலங்காரங்களைத் துறந்த இவரது மொழி மன உணர்வுகளுக்கு மிக நெருக்கமாக இருக்கிறது. உணர்வுகளுக்கு மொழி வடிவம் தருவதிலும் காட்சிகளை வர்ணிப்பதிலும் நிகழ்வுகளைச் சிக்கனமாக முன்வைப்பதிலும் பெரும் தேர்ச்சி கொண்டுள்ள இவர் சில இடங்களில் வாக்கிய ஒழுங்குகளைத் தவற விட்டுவிடுகிறார். படைப்பு வேகம் ஏற்படுத்தும் அவஸ்தையின் விளைவாய் சில வாக்கியங்கள் தொடங்கிய இடத்திலிருந்து திசை மாறிப் பயணிக்கின்றன. சில இடங் களில் பொருள் குழப்பம் தருமளவுக்கு இவை கலைந்திருக் கின்றன. சிக்கலைச் சிக்கலாகவே சித்தரிக்க முயலும்போது மொழியும் சிக்கலாகிவிடும் என்பது உண்மைதான். ஆனால் சிக்கல் என்பது வேறு, ஒருங்கமைவு குலைந்த வாக்கிய அமைப்புகள் என்பது வேறு. படைப்பு வீரியம் குன்றாமலேயே மொழி ஒழுங்கை வென்றெடுக்க முடியும் என்பதையும் நேர்த்தியான மொழி என்பது படைப்பூக்கத்துக்கு வலுவூட்டக் கூடிய ஒன்றுதான் என்பதையும் தமிழில் சிறந்த படைப்பாளி கள் நிரூபித்திருக்கிறார்கள்.

❍

மொத்தமாகப் பார்க்கும்போது, கனவுப் புத்தகம், அமராவதி யின் பூனை, ஆண்களின் படித்துறை, கறுப்புக் குதிரைகள் ஆகிய கதைகளும் இத்தொகுப்பு வந்த பிறகு எழுதப்பட்ட சித்திரைச் சாலைகள் கதையும் வளமான தமிழ்ப் புனைகதைப் பரப்பின் தகுதி வாய்ந்த வழித்தோன்றலாகச் சாணக்யாவை அடையாளம் காட்டுகின்றன. தமிழின் முக்கியமான படைப் பாளிகளுள் ஒருவர் இவர் என்று தயங்காமல் கூறும் வாய்ப்பை இந்தக் கதைகள் அளிக்கின்றன.

ஒரு படைப்பாளி என்ற முறையில் சாணக்யாவுக்கு முழங்குவதற்குக் கோஷங்களோ உதிர்ப்பதற்குத் தத்துவங்களோ பிரகடனம் செய்வதற்கு மகா வாக்கியங்களோ இல்லை. சுய படிமங்களின் சுமைகள் இல்லை. இருப்பதெல்லாம் வாழ்வின் வெவ்வேறு சூழல்களில் சாத்தியப்படும் வெவ்வேறு அனுபவங்கள், வெவ்வேறு வாழ்நிலைகள் சார்ந்த வெவ்வேறு யதார்த்தங்கள், விதவிதமான மனிதர்கள், விதவிதமான செயல்பாடுகள். இந்த வகைமைகளை ஒட்டிச் சுழலும் வாழ்வியக்கத்தின் முரண் கூறுகளையும் ஒத்திசைவுகளையும் வாழ்வின் மாணவனாக நின்று வியப்புடனும் கவலையுடனும் சந்தோஷத்துடனும் பார்த்துக்கொண்டிருக்கிறார் சாணக்யா. அவரது படைப்பு மனம் இந்தக் கூறுகளுக்கு ஆற்றும் எதிர்வினைகளைத் தன் மொழியின் துணை கொண்டு பொறுப்போடு பதிவு செய்கிறார். இப்படி உருவாகும் எழுத்துகள் சிறப்பான படைப்பனுபவத்தை நமக்குத் தருவதில் எந்த ஆச்சரியமும் இல்லை.

oo

கொற்கை: வரலாற்றின் கலை வடிவம்

['கொற்கை' நாவலுக்கு எழுதப்பட்ட முன்னுரை]

காலம். இதுதான் 'கொற்கை'யின் மையக் கதாபாத்திரம். அளவில் மட்டுமின்றி, தான் தழுவி நிற்கும் காலம், இடம் சார்ந்தும் பெரிய நாவலாக வெளிப்பட்டிருக்கிறது ஆர்.என். ஜோ டி குருஸின் கொற்கை. *ஆழி சூழ் உலகு* என்னும் தன் முதல் நாவலின் மூலம் கவனம் பெற்ற குரூஸின் இரண்டாம் நாவல் இது. நூறாண்டுக்கும் மேற்பட்ட கால வெளியில் பயணம் செய்யும் இந்த நாவல், கடல் சார் சமூகமான பரதவர் சமூகத்தின் மாற்றத்தைச் சித்தரிப்பதைத் தன் பிரதான அம்சமாகக் கொண்டிருக்கிறது. பிரிட்டிஷ் இந்திய ஆட்சி, கிறிஸ்தவ சமயத்தின் பிரவேசம், சுதந்திரப் போராட்டம், சுதந்திர இந்தியாவில் நிகழ்ந்த மாற்றங்கள், நவீனத்துவத்தின் வருகை ஆகியவை பரதவர் சமுதாயத்தில் ஏற்படுத்திய மாற்றங்களைத் துல்லியமாகவும் கலை அமைதியுடனும் சொல்கிறார் ஜோ டி குருஸ்.

படைப்புகளின் பின்னணிகள் வரலாறு, சமூகம், தத்துவம் என மாறினாலும் எல்லாக் கதைகளுமே மனிதர்களைப் பற்றியும் மனித வாழ்வைப் பற்றியும்தான் பேசுகின்றன. இந்தப் பின்னணிகள் சார்ந்து மனித வாழ்வை விசாரணைக்கு உட்படுத்துபவையாகவோ அல்லது மனித வாழ்வின் தளத்தில் இந்தப் பின்னணிகளை விவாதத்துக்குட்படுத்துபவையாகவோ அமைவது தீவிரமும் கலைத் திறனும் கூடிய படைப்புகளின் பொதுவான அம்சம். இத்தகைய படைப்புகள் காலத்தைச் செறிவாக உள்வாங்கி வெளிப்படுத்துவதுடன் மனித வாழ்வின் நானாவிதக் கோலங்களை அவற்றின் சிக்கல்களோடும் அடுக்கு களோடும் துல்லியமாகச் சித்தரிக்கின்றன. மனிதர்களைப் பற்றிய விசாரணைகள் மனித வாழ்க்கை பற்றிய விசாரங் களாகவும் நிகழ்வுகள் பற்றிய விவரணைகள் வரலாறு குறித்த

கூரிய அவதானிப்புகளாகவும் விரிவு கொள்கின்றன. சமூக நிகழ்வுகள் இனக் குழுக்கள், தனி மனிதர்கள் ஆகிய கூறுகள் ஒன்றையொன்று பாதித்துக்கொள்ளும் விதத்தையும் இத்தகைய படைப்புகள் பிரதிபலிக்கின்றன. காத்திரமான எந்தப் படைப்பின் இயல்பாகவும் இருக்கும் இந்தக் கூறுகள் பரந்த பரப்பில் விரிந்து செல்லும் நாவல் என்னும் கலை வடிவில் இயல்பாகவே விரிவடைகின்றன. பெரிய கனவுகளுடன் பெரிய இலக்குகளை மனத்தில் கொண்டு எழுதப்படும் நாவல்களில் இவை மிகவும் அர்த்தபூர்வமாக வெளிப்படுகின்றன. கடல் சார் வாழ்வு, அரசியல், சமூக நிகழ்வுகள், காலம் என்னும் மாபெரும் நீரோட்டத்தின் பயணம் ஆகியவற்றை மையமாகக் கொண்டு கொற்கையை எழுதியிருக்கும் ஜோ டி குரூஸ், நாவல் கலையின் இந்தச் சாத்தியப்பாடுகளையும் அதன் வடிவம் தரும் சுதந்திரத்தையும் படைப்பூக்கத்துடன் பயன்படுத்திக்கொள்கிறார். மனிதர்களையும் நிகழ்வுகளையும் காலத்தின் பின்னணியில் வைத்து இவர் பார்க்கும் விதத்தில் இந்த நாவல் பெரிய நாவல்களுக்கே உரிய விதத்தில் வளர்ந்து வலுப்பெற்று நிற்கிறது.

○

கடந்த நூற்றாண்டின் வரலாற்றின் பதிவுபெறாத சில பக்கங்களைக் கூறும் இந்த நாவலை வரலாற்று ஆவணமாகவும் கொள்ள முடியும். பலவிதமான நிகழ்வுகளையும் மனிதர்களின் வெவ்வேறு முகங்களையும் மாற்றத்தின் வியக்கவைக்கும் கோலங்களையும் அலட்டிக்கொள்ளாத மொழியில், நுட்பமான சித்தரிப்பில் வெளிப்படுத்துவதன் மூலம் கலைபூர்வமான வரலாற்று ஆவணமாகத் திகழ்கிறது கொற்கை.

கலைப் படைப்பில் வெளிப்படும் மனிதர்களைப் போலவே சமூகங்களும் வகை மாதிரிகள்தாம். பரந்த பொருளில் குறியீடுகள்தாம். இந்தத் தன்மைதான் காலம், இடம் தாண்டி இலக்கியத்தை உலகம் முழுவதற்கும் பொதுவானதாக ஆக்குகிறது. இருபதாம் நூற்றாண்டின் கடல் சார் சமூகம் பற்றிப் பேசும் 'கொற்கை'யும் அப்படித்தான். இந்தச் சமூகத்தைப் பற்றி மட்டுமன்றி எந்தச் சமூகத்தையும் அதன் மாற்றங்களோடு புரிந்துகொள்வதற்கான கருவிகளை இது தருகிறது. இதனாலேயே புவியியல் எல்லைகளையும் காலப் பரப்பையும் சமூக வரையறைகளையும் தாண்டி விரிவுகொண்டு நிற்கிறது.

○

பாத்திர வார்ப்பில் குரூஸின் திறமை அசாத்தியமானது. மனிதர்களின் ஆளுமை குறித்த விவரணை எதையும் இவரது

எழுத்தில் பார்க்கக் கிடைக்கவில்லை. மன ஓட்டங்கள், நடவடிக்கைகள் ஆகியவற்றின் மூலம் மனிதர்களின் ஆளுமை கள் குறித்த சித்திரங்கள் உருவாகின்றன. காலத்தைப் பின் தொடர்ந்து செல்வதற்கு அழுத்தம் தரும் இவரது கலைப் பார்வை எந்தப் பாத்திரத்திற்கும் தனிப்பட்ட அழுத்தம் தருவதை இயல்பாகவே தவிர்த்துவிடுகிறது. 'கொற்கை' என்பது ஒரு தனிப்பட்ட மனிதர் அல்லது குடும்பத்தின் கதை அல்ல. அது பல மனிதர்கள், குடும்பங்கள், தலைமுறைகள் ஆகிய வற்றின் கதை. பல குடும்பங்களும் அவற்றின் மூன்று தலை முறைகளும் காலத்தின் நீட்சியில் கொள்ளும் சலனங்கள் பதிவாகும் இந்தக் கதைகளினூடே துலக்கலம் பெறுகிறது ஒரு காலகட்டத்தின் கதை. ஒரு நூற்றாண்டின் கதை. 'கொற்கை' போன்றதொரு கடல் சார் பகுதியின் வாழ்வு ஒரு நூற்றாண்டுக் காலத்தில் உலக அரங்கிலும் இந்திய அளவிலும் தமிழகப் ப்ரப்பிலும் நிகழ்ந்த சலனங்களினால் பாதிக்கப்பட்ட விதத்தைச் சொல்லும் கதை. இடம், சமயம், சமூகம், பொருளாதாரம் ஆகியவற்றினூடே ஊடாடிப் பயணிக்கும் காலத்தின் கதை.

பாத்திரங்களை வெளிப்படுத்துவதில் இவர் பயன்படுத்தும் உத்திகளில் ஒன்று மன ஓட்டங்கள். மனச் சலனங்களைத் துல்லியமாகப் பின்தொடர்ந்து அவற்றை மொழிவழிப்படுத்து வதில் இவரது திறமை அபாரமானது. நாவலின் வலுவான அம்சங்களில் ஒன்றாக அடையாளம் காட்டக்கூடிய மன ஓட்டங்கள் நேர்க் கோட்டில் தர்க்கபூர்வமாக அல்லாமல் பல இடங்களிலும் அலைபாய்ந்தபடி செல்லும் இயல்பை அனாயாசமாகப் பதிவுசெய்கிறார் குரூஸ்.

பாத்திரங்களுக்குத் தனிப்பட்ட அழுத்தம் தரப்படவில்லை யாயினும் பிலிப் போன்ற ஒரு சில பாத்திரங்கள் மட்டும் நாவலில் தொடர்ந்து வளர்கின்றன. இந்தப் பாத்திரங்களின் மாற்றமும் காலத்தின் கதையின் ஒரு அத்தியாயமாக மாறு கிறது. குறைந்த அளவே இடம் பிடித்தாலும் அழியாத சித்திரங் களாக மனத்தில் தங்கிவிடும் சேசு, மகதலேன் போன்ற பாத்திரங்களும் கொற்கையில் நிறைய உள்ளன. கொள்கை சார்ந்த வெளிப்படையான பாவனைகளுக்குப் பின்னால் உள்ள முகங்களும் அவை வெளிப்படும் தருணங்களும் ஆர்ப் பாட்டமில்லாமல் பதிவுபெறுகின்றன. இந்தப் பதிவுகளில் ஆசிரியரின் கொள்கை அல்லது பார்வைச் சார்புகள் வெளிப் படாமல் மனித இயல்பு அதன் இயல்பின்படி வெளிப்படு வதைப் பார்க்க முடிகிறது. ஒரு சமயத் தலைவர் இப்படி நடந்துகொள்கிறார் என்று அல்ல, சமயத் தலைவரானாலும்

அவரும் ஆசாபாசங்கள் நிறைந்த மனிதன்தான் என்ற தொனியிலேயே பிறழ்வுகள் பதிவாகின்றன. மனைவி தற்கொலை செய்துகொள்ளுமளவுக்கு அவளைக் கொடுமைப்படுத்தும் கணவன் வருகிறான். ஆனால் அவனை வில்லனாக இல்லாமல் வாழ்க்கையின் குரூர நாடகத்தின் பலிகடாவாக உணரச் செய்யும் புறவயமான அணுகுமுறை ஜோ டி குரூஸுக்குச் சாத்தியப்பட்டிருக்கிறது. மனிதர்களின் சல்லித்தனங்களும் உன்னதங்களும் இவற்றுக்கு இடைப்பட்ட வண்ணங்களும் இயல்பாக வெளிப்பட்டு நாவல் பரப்பிற்கு வளம் சேர்க்கின்றன.

○

ஒரு நாவலில், அதுவும் நூறாண்டுகளுக்கு மேல் பயணிக்கும் நாவலில், விரிந்து பரந்த பின்புலம் இருப்பதில் வியப்பொன்று மில்லை. ஆனால் சிறு சிறு அம்சங்களில் நுட்பத்தைச் சாதித்தபடி இந்தப் பின்புலத்தைத் துலங்கச் செய்வது எளிய காரியமல்ல. நூறாண்டுகளை உள்ளடக்கிய இந்த நாவலின் எந்த அத்தியாயத்தை எடுத்துக்கொண்டாலும் ஒரு பெரிய நாவலின் பகுதி என்பதற்கான அடையாளம் அதிகம் தெரியாது. ஒவ்வொன்றும் கச்சிதமான சிறுகதையைப் போலத் தன்னளவில் நுட்பமும் செறிவும் கொண்டவையாக இருக்கின்றன.

சில அத்தியாயங்கள் மறையாத சித்திரங்களாக மனத்தில் தங்கிவிடுகின்றன. மகதலேனுக்கு நேரும் அவலமும் அவளது மாமியார் அதை எதிர்கொள்ளும் விதமும்; கடற்கொள்ளையர்கள் தோணியைத் தாக்க வரும் தருணம்; தோணித் தலைவனின் பிணத்தைச் சுமந்துகொண்டு வரும் தோணியின் பயணம் என்று பலவற்றைச் சொல்லலாம்.

○

தோணியைக் கொற்கையின் பாத்திரங்களில் ஒன்று என்றே கூறலாம். தோணிகளில் கரையும் வாழ்வை இவ்வளவு துல்லியமாய்த் தமிழில் வேறெந்தப் படைப்பும் சொன்னதில்லை. அந்த வாழ்வின் நியமங்களும் சவால்களும் மரணத்தின் விளிம்பில் ஊடாடும் நெருக்கடிகளும் நிலப் பரப்பில் வாழ்பவர்களால் எளிதில் புரிந்துகொள்ள முடியாதவை. சவால் மிகுந்த இந்த வாழ்வைப் பதிவு செய்வதும் சவாலான பணி தான். குரூஸ் இந்தச் சவாலைத் தன் அனுபவ வெளிச்சத்தாலும் அர்ப்பணிப்பு உணர்வின் பலம் கொண்ட எழுத்துத் திறனாலும் எதிர்கொள்கிறார். இந்த ஆற்றலின் விளைவைக் கொற்கையின் பக்கங்கள் எங்கிலும் காணலாம். தோணிகள் கடலில் பயணிக்கும்போது ஏற்படும் அனுபவங்கள் ஒரு

அற்புதமான திரைப்படத்தின் காட்சிகள்போலத் தோற்றம் கொள்கின்றன.

o

பல விஷயங்களைச் சொல்லாமல் சொல்லும் கலை குரூஸுக்கு இயல்பாகச் சாத்தியமாகியிருக்கிறது. வெறும் கூலித் தொழிலாளியாக இருந்து தோணியின் தலைவனாக உயர்பவனின் வாழ்க்கையில் அந்த ஏற்றம் எப்படிச் சாத்தியமானது என்பது பற்றி ஆசிரியரின் கூற்றாக ஒரே ஒரு சொல்லைக்கூடக் காண முடியாது. சாதித் தலைமைகள் சமூக மாற்றங்களை எதிர் கொள்ளும் விதமும் சமூக இயக்கங்கள் பழமையின் இறுக்கமான பிடியிலிருந்து மக்களை விடுவிக்கப் போராடும் திமிறலும் ஓசையற்ற சொற்களில் பதிவு செய்யப்படுகின்றன.

o

கிறிஸ்தவ சமயத்தின் வரவு, உள்ளூர்ச் சாதிகள் கிறிஸ்தவத்தை எதிர்கொண்ட விதம், சுதந்திரப் போராட்டத்தின் தாக்கம், நவீன வாழ்வும் அரசியலும் உள்ளூர்ச் சமூகங்களைப் பாதிக்கும் விதம் என்று நாவலின் எல்லையைக் குறுக்கும் நெடுக்குமாக விஸ்தரித்துக்கொண்டு போகிறார் ஜோ டி குரூஸ். பரதவர்கள், நாடார்கள் போன்ற சில பிரிவினரின் வாழ்வு, அவர்களின் வாழ்க்கை முறை, பண்பாடு, அரசியல், மொழி ஆகிவற்றைப் பதிவு செய்யும் இந்த நாவல் சமூக, மொழியியல் ஆய்வுக்கும் பயன்படக்கூடிய ஆவணமாகவும் விளங்குகிறது. குறிப்பாக, பேச்சு மொழியைப் பதிவு செய்திருக்கும் துல்லியமும் பேச்சினூடே வெளிப்படும் பண்பாட்டுக் கூறுகளின் அடையாளங்களும் மிக முக்கியமானவை.

o

காலத்தை அதன் பல வித வண்ணங்களுடனும் நிழல்களுடனும் சித்தரிக்கும் குரூஸ், ஆழி சார்ந்த தன் உலகைக் கடலைப் போலவே விரிந்து பரந்த இருப்பும் ஆழமும் கொண்டதாக உருப்பெறச் செய்கிறார். நாவல் காலூன்றி நிற்கும் புவியியல் பரப்பிற்குக் கீழ் உள்ளார்ந்து நிற்கும் சூட்சுமப் பரப்பும் அதனூடே உணர்த்தப்படும் வாழ்வின் பரிமாணங்களும் இதைத் தமிழின் முக்கியமான நாவல்களில் ஒன்றாக அடையாளம் காட்டக்கூடியவை.

oo

நினைவோடையினூடே ஒரு பயணம்

படைப்பின் ஊற்றுக்கண்களை அடையாளம் காண்பது எளிதல்ல. வாழ்வனுபவங்களிலிருந்து இலக்கியம் பிறக்கிறது என்று பொதுவாகச் சொன்னாலும் அந்த அனுபவங்களின் பரிமாணங்கள், நிகழ்வுகள், சிந்தனைகள், உணர்வுகள், உறவுகள், நட்பு, உரையாடல், வாசிப்பு என்று பலவாறாகப் பிரிந்திருக்கின்றன. படைப்புக்கான உத்வேகம் அளிக்கும் அம்சங்களில் வாசிப்புக்கு அடுத்தபடியாக இலக்கிய நட்பைச் சொல்லலாம். படைப்பாளிகளுக்கிடையே நடக்கும் செழுமையான உரையாடல்கள் படைப்புச் செயல்பாட்டைக் கூர்மைப்படுத்தப் பல விதங்களிலும் உதவக்கூடியவை.

நட்பு, இலக்கிய அனுபவங்களைப் பகிர்ந்துகொள்வதோடு நிற்பதில்லை. எழுத்துலகம் சார்ந்து விரியும் பல கிளை உலகங்கள், பொதுவான சில அக்கறைகள் ஆகியவை குறித்த அனுபவங்களும் இந்த நட்பில் தவிர்க்க முடியாத அளவில் இடம்பிடித்துவிடுகின்றன. நட்பின் விளைவாகக் கூட்டுச் செயல்பாடுகள் உருவாவதும் தமிழ்ச் சூழலில் நடந்து வருகிறது. செயல்பாடுகள் நட்பையும் நட்பு செயல்பாடுகளையும் பரஸ்பரம் செழுமைப்படுத்தியும் சீரழித்தும் வருவதும் நடக்கத்தான் செய்கிறது. இத்தகைய நட்பின் அனுபவங்கள் பதிவுசெய்யப்பட்டால் அது தமிழ்ச் சூழலின் சாதகமானதும் பாதகமானதுமான பல அம்சங்களின் பின்னணியை நமக்குப் புரியவைக்கும். இது பல்வேறு ஆய்வுகளுக்கும் உண்மை சார்ந்த விசாரணைகளுக்கும் நம்மை இட்டுச் செல்லக்கூடும். சுருக்கமாகச் சொல்வதானால், எழுத்தாளர்களிடையே நிலவும் நட்பின் பதிவுகள் சூழலில் மிக முக்கியமான தாக்கங்களை ஏற்படுத்தக்கூடும்.

சக எழுத்தாளர்களுடன் நெருங்கிய நட்புணர்வு பாராட்டும் படைப்பாளியாகவே சுந்தர ராமசாமி வாழ்நாள் முழுவதும்

இருந்திருக்கிறார். அவரது அன்றாட வாழ்வில் அவரது எழுத்தாள நண்பர்களுக்குக் கிடைத்துவந்த இடம் நம்ப முடியாத அளவுக்கு வலுவானது. சுந்தர ராமசாமியைப் பொறுத்தவரை படைப்பை விட்டு விலகி இருந்தாலும் இலக்கிய நட்பை விட்டும் அவர் ஒருபோதும் விலகியிருந்ததில்லை. தனக்கு மூத்த எழுத்தாளர்களான க.நா. சுப்பிரமணியன், சி.சு. செல்லப்பா, ந. பிச்சமூர்த்தி, மௌனி ஆகியோருடனும் தனது வயதையொத்த ஜி. நாகராஜன், ஜெயகாந்தன், கிருஷ்னன் நம்பி போன்றவர்களுடனும் அவர் நெருங்கிய நட்புப் பாராட்டி வந்தார். இந்த வரிசையில் கு. அழகிரிசாமிக்கும் முக்கிய இடம் உண்டு.

சுந்தர் ராமசாமியோடு நெருங்கிப் பழகுபவர்கள் அவர் தன் நட்பின் நினைவுகளைப் பகிர்ந்துகொள்வதில் உள்ள அழகை ரசித்திருப்பார்கள். மேடைப் பேச்சு ஒரு கலை என்பதைப் போலவே தனிப்பட்ட உரையாடலும் ஒரு கலை தான். அந்தக் கலையின் நுட்பங்கள் கைவரப்பெற்ற சு.ரா., தன் நண்பர்களுடனான தனது அனுபவங்களைக் கூறிச்செல்லும் விதம் உரையாடலின் வழியே வெளிப்படும் படைப்பாகவே தோன்றும். 2001, செப்டம்பர் மாதம் புதுச்சேரியில் நடைபெற்ற மௌனியின் படைப்புகள் குறித்த கருத்தரங்கில் மௌனியுடனான தனது நட்புப் பற்றி அவர் பேசியதைக் கேட்டவர்கள் நட்பின் நினைவுகூரலில் புதிய பரிமாணங்களை எட்டிய உரையாக அதை உணர்ந்திருப்பார்கள். அவரோடு நெருங்கிப் பழகியவர்கள் இதைப் பல முறை அனுபவித்திருப்பார்கள். அத்தகைய வாய்ப்புக் கிடைத்தவர்களில் நானும் ஒருவன்.

இந்த விஷயத்தில் பிறருக்குக் கிடைக்காத ஒரு வாய்ப்பும் எனக்குக் கிடைத்தது. உதிரியாகவும் சிதறலாகவும் வெளிப்பட்டு வரும் இந்த அனுபவப் பதிவுகளை முறையாகத் தொகுக்கலாம் என்று கண்ணனுக்கும் நெய்தல் கிருஷ்ணன், ஆ. இரா. வேங்கடாசலபதி போன்ற நண்பர்களுக்கும் தோன்றியது. சு.ரா.வைப் 'பேட்டி' கண்டு அவருடைய அனுபவங்களைப் பதிவுசெய்து தர இயலுமா என்று கண்ணன் என்னைக் கேட்டபோது நான் மகிழ்ச்சியோடு ஒப்புக்கொண்டேன் என்பதைச் சொல்லத் தேவையில்லை. 2001ஆம் ஆண்டின் அக்டோபர், நவம்பர், டிசம்பர் மாதங்களிலும் 2002 ஜனவரி, பிப்ரவரி மாதங்களிலும் பல அமர்வுகளில் நடந்த இந்தப் பதிவில் பத்துக்கும் மேற்பட்ட எழுத்தாளர்கள் தொடர்பான நினைவுகள் பதிவு செய்யப்பட்டன.

பேட்டி என்ற சொல்லை ஒற்றை மேற்கோள் குறிக்குள் அடைத்ததற்கு ஒரு காரணம் இருக்கிறது. வழக்கமான

பொருளில் இதைப் பேட்டி என்று சொல்ல முடியாது. அவ்வப்போது சில கேள்விகள், சந்தேகங்கள், நினைவுபடுத்தல் கள் ஆகியவற்றைத் தவிர இந்தப் பதிவில் என் பங்கு எதுவும் இல்லை. பேச்சு என்பது சு.ரா.வின் இயல்பான வெளிப்பாடு. ஒரு விஷயத்தில் – அனுபவமோ அல்லது அபிப்பிராயமோ – மனம் தோய்ந்து பேச ஆரம்பித்துவிட்டார் என்றால் அது ஒரு பிரத்யேகமான பயணமாக இருக்கும். உரையாடல் படிப்படியாக மேலெழுந்து செல்லும். அனுபவங்கள் படைப் பூக்கத்துடனும் அங்கதச் சுவையுடனும் கவித்துவமான படிமங் களுடனும் வெளிப்படும். அபிப்ராயங்களில் கூர்மையும் தீவிரமும் ஏறிக்கொண்டே போகும். ஆகாய விமானம் ஒரு பாதையிலிருந்து விண்ணில் எழும்பும் தருணத்தை ஒட்டிய ஒரு தருணம் அவர் பேச்சில் நிகழும். அந்தப் புள்ளிக்குப் பிறகு பேச்சு வேறு தளத்துக்குச் சென்றுவிடும். அந்நிலையில் கேட்டுக்கொண்டிருப்பவர்களுக்கு வாயைத் திறக்க வேண்டிய அவசியம் அதிகம் ஏற்படாது. அத்தகைய தருணங்கள் அதிகம் நிரம்பிய பதிவுகளாக இவை அமைந்தன.

தமிழ்ச் சூழலில் இத்தகைய பதிவுகள் நடைபெற்றதே யில்லை என்று சொல்லிவிட முடியாது. க. நா. சுப்ரமணியம், அசோகமித்திரன் உள்ளிட்ட பலர் தங்களுடைய இலக்கிய நண்பர்கள் பற்றிய சுவையான, சுருக்கமான சித்திரங்களைத் தீட்டியிருக்கிறார்கள். ஆனால் நட்பின் பல்வேறு பரிமாணங் களையும் பரிணாமங்களையும் விரிவாக இதுவரை யாரும் பதிவுசெய்ததில்லை. அந்த வகையில் மூத்த எழுத்தாளர்களில் ஒருவரான சுந்தர ராமசாமி பகிர்ந்துகொள்ளும் இந்த அனுபவங் கள் முன்னுதாரணமற்ற அரிய பதிவுகள் என்று சொல்லலாம்.

O

இந்தப் பதிவுகளை இரண்டாகப் பிரித்துப் பார்க்கலாம். க.நா.சு., சி.சு.செ. போன்ற மூத்த எழுத்தாளர்கள் குறித்த பதிவுகள் ஒரு விதம். நாகராஜன், நம்பி போன்ற சம வயது நண்பர்கள் பற்றிய நினைவுகள் இன்னொரு விதம். இரண்டும் அவற்றின் தொனி காரணமாகவும் பகிர்ந்துகொள்ளப்பட்ட விஷயங்களின் நெருக்கம் காரணமாகவும் வேறுபட்டு நிற்கின்றன. மூத்தவர்கள் பற்றிய அனுபவப் பகிர்வுகளில் மரியாதையும் சம வயதினர் விஷயத்தில் நெருக்கமும் தூக்கலாக இருப்பதை உணரலாம். அழகிரிசாமி பற்றிய நினைவுகள் இரண்டாவது ரகத்தைச் சேர்ந்தவை. நண்பர்களில் கிருஷ்ணன் நம்பி அளவுக்கு சு.ரா.வுக்கு நெருக்கமான நண்பர் யாரும் இல்லை என்பதே இந்த நினைவுகளைப் பதிவு செய்ய உதவியவன் என்ற முறையில் என் மதிப்பீடு. நாகராஜன், அழகிரிசாமி

ஆகியோர் இதற்கு அடுத்த இடத்தில் இருப்பதாக உணர்
கிறேன். நாகராஜனின் வாழ்வில் ஏற்பட்ட சில மாற்றங்கள்
காரணமாக அவரால் சு.ரா.வுக்குச் சில சங்கடங்கள் நேர்ந்
திருக்கின்றன. மிகவும் நெருங்கிப் பழகிய இன்னொரு படைப்
பாளியான பிரமிள் விஷயத்தில் பல கசப்பான அனுபவங்கள்
ஏற்பட்டிருக்கின்றன (பிரமிள் விஷயத்தில் பல நண்பர்களுக்
கும் இப்படி ஏற்பட்டிருக்கிறது). ஆனால் அழகிரிசாமி விஷயத்
தில் சுந்தர ராமசாமிக்கு அப்படி எதுவும் நேரவில்லை.
அழகிரிசாமியின் எழுத்தின் மீதும் ஆளுமையின் மீதும் அவர்
பேணிக் காத்துவந்த மதிப்பீடுகள் மீதும் சு.ரா.வுக்குப் பெரும்
மதிப்பு இருந்ததை அவரது நினைவுப் பதிவுகள் உணர்த்து
கின்றன. அதிகம் சந்தித்துக்கொள்ள வாய்ப்புக் கிடைத்திருந்
தால் இருவருக்குமிடையே மேலும் நெருக்கமான நட்பு
உருவாகியிருக்கும் என்றே தோன்றுகிறது.

நட்பின் ஈரத்தைக் காப்பாற்றிக்கொள்ளும் முயற்சியில்
சு.ரா. தனது தர அளவுகோல்களையும் மதிப்பீடுகளையும்
ஒருபோதும் சமரசம் செய்துகொண்டதில்லை என்பதையும்,
இவற்றுக்காக நட்பை முறித்துக்கொள்ளும் நிலைக்குப் போன
தில்லை என்பதையும் இந்தப் பதிவுகளிலிருந்து உணர முடியும்.
அழகிரிசாமியின் படைப்புகளின் சு.ரா.வுக்குப் பிடித்தவையும்
பிடிக்காதவையும் இருந்திருக்கின்றன. ஒரு கட்டத்தில் கு.அ.வின்
செயல்பாடுகளின் களமும் தன்மையும் மாறுவதை விமர்சன
பூர்வமாகவே சு.ரா. அணுகுகிறார். நட்பின் சலுகை எதுவும்
குறுக்கே வரவில்லை. அதே சமயம் பார்வையின் கறார்த்
தன்மை நட்பின் இதத்தையும் பாதிக்கவில்லை. மிக அரிதாக
அடையக்கூடிய இந்தச் சம நிலையை சு.ரா. தன் நட்பு
விஷயத்தில் இயல்பாக எட்டியிருக்கிறார். அழகிரிசாமி போன்ற
நண்பர்களின் ஆளுமை விசேஷங்களும் இதற்கு முக்கியப்
பங்காற்றியிருப்பதையும் தெளிவாக உணர முடிகிறது. கருத்து
வேற்றுமைகள், பரஸ்பர விமர்சனங்கள் ஆகியவை ஆரோக்கிய
மான தளத்தில் பக்குவத்தின் முத்திரையோடு தம் இருப்பைத்
தக்கவைத்துக்கொண்டிருந்த நட்பின் பதிவுகளாக இந்த
நினைவுகளை அடையாளப்படுத்தலாம்.

பல குணச்சித்திரங்கள் உருவாகிவருவது இந்தப் பதிவு
களின் இன்னொரு சிறப்பு. குறிப்பாக சு. ராவின் அப்பாவைப்
பற்றிய சித்திரம். 'ஜே. ஜே: சில குறிப்புக'ளிலும், 'குழந்தைகள்
பெண்கள் ஆண்க'ளிலும் சில சிறுகதைகளிலும் எஸ்.ஆர்.எஸ்.
பற்றி நமக்குக் கிடைக்கும் சித்திரத்தின் நீட்சி என்று சொல்லத்
தக்க பல இடங்கள் இந்தப் பதிவுகளில் இடம்பெற்றிருக்
கின்றன. தன் அப்பாவுக்கும் தனக்குமான உறவில் உருவான

முரண்பாடுகள் குறித்தும் ஏழாண்டுக்காலம் எழுதாமல் இருந்த 'மோனத்தவம்' பற்றியும் சு. ரா. இந்தப் பதிவுகளில் முதல் முறையாக விரிவாகப் பேசியிருக்கிறார்.

○

2003இல் நினைவோடைப் பதிவுகள் வெளியாகத் தொடங்கிய போது, "ஒரு காலகட்டத்து எழுத்தாளர்களின் இன்னொரு பக்கத்தை நமக்கு அறியத் தரும் இந்தப் பதிவுகள் வாசகர்களால் பெரிதும் விரும்பப்படும் என்று நம்புகிறேன்" என்று எழுதியிருந்தேன். இந்தப் பதிவுகள் பெரிதும் விரும்பப்படுவதையும் விவாதத்தை எழுப்பிவருவதையும் இந்த எட்டாண்டுகளில் காண முடிகிறது. ஜீவாவைப் பற்றிய பதிவுகளும் பிரமிள் பற்றிய பதிவுகளும் வெவ்வேறு தளங்களில் விவாதங்களை எழுப்பின. எதிர்வினைகளில் பெரும்பாலானவை முன்முடிவுகளிலிருந்து எழுந்த உணர்ச்சிகரமான சலனங்கள்.

ஜீவாவைப் பற்றிய விவாதங்கள் குறுகிய அரசியல் நிலைப்பாடுகளின் அடிப்படையில் மனித வாழ்வின் மாறுபட்ட பரிமாணங்களைக் கணக்கில் எடுத்துக்கொள்ளாத நிலையில் தோன்றியவை என்று சொல்லலாம். ஜீவாவைப் பற்றி சு.ரா. தரும் அற்புதமான பன்முகச் சித்திரத்தின் முழுமையை உணர இயலாதவர்கள் அல்லது மறுப்பவர்கள் சு.ரா.வின் மீது விமர்சனக் கணைகளைப் பொழிந்தார்கள். நம்பி பற்றிய பதிவுக்கும் இதே கதி நேர்ந்தது. இவற்றுக்கெல்லாம் சு.ரா. தகுந்த எதிர்வினைகள் ஆற்றித் தன் நிலைப்பாட்டை விளக்கியிருக்கிறார்.

பிரமிள் பற்றி சு.ரா. பதிவுசெய்த எதிர்மறையான சில எண்ணங்களைச் சிலர் கடுமையாக ஆட்சேபித்துப் பேசினார்கள். பிரமிள் குறித்த தன் எதிர்மறையான எண்ணங்களை சு.ரா. இந்தப் பதிவுகளில்தான் முதன்முறையாக வெளிபடுத்தியிருந்தார். அதுவும் மிக மிக அடங்கிய தொனியில்தான் சொல்லியிருந்தார். இதற்கு உணர்ச்சிவசப்பட்டவர்கள் பல ஆண்டுகளாக சு.ரா.வின்பால் பிரமிள் வெளிப்படுத்திவந்த கடுமையான கசப்புணர்வுகளுக்கு எந்த எதிர்வினையும் தெரிவிக்காதவர்கள் என்பதை மறந்துவிடக்கூடாது. பிரமிள் பற்றிய நினைவோடை சு.ரா. இறந்த பிறகு வந்தது. அவர் உயிரோடு இருக்கும்போது இதைக் கொண்டுவர முடிந்திருந்தால் இந்த விஷயத்தின் சு.ரா.வின் எதிர்வினைகளை அறிந்திருக்க முடியும். எனினும் பிரமிளின் சார்பாகப் பேசுவதாக நினைத்துக்கொள்பவர்கள் சு.ரா.வின் நினைவுப் பதிவுகளுக்கு எழுத்து மூலம் காத்திரமான

எதிர்வினை ஆற்றவில்லை என்பதையும் இங்கே குறிப்பிட வேண்டும்.

○

அழகிரிசாமியின் மொத்தச் சிறுகதைகளையும் நண்பர் பழ. அதியமானின் உழைப்பில் செம்பதிப்பாகக் காலச்சுவடு வெளியிடும் இந்தத் தருணத்தில் இந்த நினைவோடை வெளி வருவது மிகவும் பொருத்தமானது. சிறப்பான முறையில் இந்தப் பதிவுகளைத் தொகுத்துத் தந்த மகாதேவனின் உழைப்பையும் தொடக்கத்தில் வந்த சில பதிவுகளின் பிரதியை மேம்படுத்துவதில் ஆனந்த் செல்லையா ஆற்றிய பங்களிப்பை யும் இந்தச் சமயத்தில் நன்றியோடு நினைவுகூர்கிறேன்.

இந்தப் பதிவுகள் அனைத்தும் மறைந்த எழுத்தாளர் களுடனான நட்பைப் பற்றியவை. வாழும் எழுத்தாளர்களுட னான தனது நட்பின் அனுபவங்களையும் பதிவுசெய்ய வேண்டும் என்று சு.ராவிடம் கண்ணனும் நானும் கேட்டிருந் தோம். சு.ரா.வும் ஒப்புக்கொண்டிருந்தார். 2005 இறுதியில் அவர் அமெரிக்காவிலிருந்து திரும்பியதும் குறைந்தது ஒரு வாரம் அவரோடு தங்கியிருந்து இந்தப் பதிவுகளின் நீட்சிக் கான முயற்சிகளை மேற்கொள்ள வேண்டும் என்று நினைத் திருந்தேன். 2005 இறுதியில் நாகர்கோவில் சென்றேன். ஆனால் அது அவரது இறுதிப் பயணத்துக்கானதாக அமைந்துவிட்டது.

ஏப்ரல் 8, 2011

○○

வேல்ஸ் இலக்கியத்துக்கு நல்வரவு
(வெல்ஷ் மொழிச் சிறுகதைகள் அடங்கிய தொகுப்புக்கு எழுதப்பட்ட முன்னுரை)

இந்தத் தொகுப்புக்கான கடைசிக் கதையின் மொழி பெயர்ப்பை முடித்தபோது சாம்பல் நிறப் போர்வை வெளியை மூடியிருந்தது. மாலை ஐந்து மணிக்கெல்லாம் நிறம் மாறுவது சென்னை வானத்திற்குப் பழக்கமில்லாதது. இத்தனைக்கும் அன்று மழை கிடையாது. ஆனால் காலையிலிருந்தே வானம் அப்படித்தான் இருந்தது. கிட்டத்தட்ட இரண்டு ஆண்டுகளுக்கு முன்பு இங்கிலாந்தின் வேல்ஸ் மாகாணத்தில் கண்ட வானின் நிறமும் அனுபவித்த குளிரும் நினைவுக்கு வந்தன. காலை பத்து மணிக்குக்கூட வானில் ஒளியின் சிறு கீறலையும் பார்க்க முடியாத குளிர்காலம் அது. இலக்கியம் சார்ந்த விவாதங்கள், வாசிப்புகள், உரையாடல்கள் அந்தக் குளிரையும் அது ஏற்படுத்திய மந்த நிலையையும் போக்கியது நினைவுக்கு வந்தது.

2009 நவம்பர் முதல் வாரத்தில் வேல்ஸ் லிட்டரேச்சர் எக்ஸ்சேஞ்ச் அமைப்பின் சார்பில் நடத்தப்பட்ட இலக்கியப் பயிலரங்கில் நான் கலந்துகொண்டதன் விளைவே இந்தத் தொகுப்பு. இந்தப் பணியை முடிக்க இரண்டு ஆண்டுகள் வரையிலும் ஆனதற்கு நானும் ஒரு காரணம் என்னும் ஒப்புதல் வாக்குமூலத்தை முதற்கண் சமர்ப்பித்துவிட்டு வேறு சில விஷயங்களை இந்தத் தருணத்தில் பகிர்ந்துகொள்ள விரும்புகிறேன்.

2009 அக்டோபர் இறுதியில் நெய்தல் அமைப்பு நடத்திய கூட்டத்தில் கலந்துகொள்வதற்காக நாகர்கோவிலுக்குப் போயிருந்தேன். கண்ணன் வீட்டில் அமர்ந்து அரட்டை அடித்துக்கொண்டிருந்தபோது, "உங்ககிட்ட பாஸ்போர்ட்

இருக்குல்ல?" என்று கேட்டார் கண்ணன். தலையாட்டினேன். கேள்வியின் பொருள் புரிந்தாலும் மனம் சலனமற்று அதை எதிர்கொண்டது. வெளிநாட்டுப் பயணங்கள் பலமுறை தட்டிப்போன அனுபவத்தின் விளைவு அது. வேல்ஸ் இலக்கியத்தை ஆங்கிலம் வழியே தமிழ் உள்ளிட்ட இந்திய மொழிகள் சிலவற்றில் கொண்டுவரும் திட்டத்தைப் பற்றிக் கண்ணன் விளக்கினார். வேல்ஸுக்குப் போவதிலும் கதைகளை மொழி பெயர்ப்பதிலும் எனக்கு விருப்பம் இருந்தது. ஆனால் என் பாஸ்போர்ட் புதுப்பிக்கப்பட வேண்டிய நாள் நெருக்கத்தில் இருந்ததால் விசா பெறுவதில் பிரச்சினை இருக்கும் என்பது தெரிந்தது. தவிர, அண்மையில்தான் நான் வீடு மாறியிருந்தேன் (எத்தனையாவது முறையாக என்பது மறந்துவிட்டது). எனவே நடைமுறைச் சிக்கல்களுக்குப் பஞ்சம் இருக்காது என்று தோன்றியது. இங்கிலாந்துப் பயணம் செய்வது குறித்த உற்சாகத்தை இந்திய அரசு அலுவலகங்களில் படவிருக்கும் அவஸ்தைகள் குறித்த அச்சம் மட்டுப்படுத்தியது. தயக்கத்துடன் என் தன்விவரக் குறிப்பை மின்னஞ்சலில் கண்ணனுக்கு அனுப்பிவிட்டு பாஸ்போர்ட்டைப் புதுப்பிக்கும் வேலையைத் தொடங்கினேன்.

கடுமையான மழை, குறுகிய அவகாசம், அரசு அலுவலகத்தின் தடித்தனம், அரசு நிர்வாகச் சம்பிரதாயங்களில் எனக்கு இருக்கும் ஒவ்வாமை ஆகியவற்றையெல்லாம் மீறி நவம்பர் 30ஆம் தேதி கொட்டும் மழையில் மான்செஸ்டர் போய்ச் சேர்ந்தேன். என்னையும் கேரளத்திலிருந்து வந்திருந்த பேராசிரியர் திருமதி வர்கீஸையும் அழைத்துச் செல்ல வந்திருந்த வாட்டசாட்டமான பெண்மணி என் கையிலிருந்த கனத்த பெட்டியைக் கிட்டத்தட்டப் பிடுங்கிக்கொண்டு அனாயாசமாகக் காரை நோக்கி விரைந்தார். சிரமப்பட்டு அவரைப் பின் தொடர்ந்து காரில் ஏறிக்கொண்டோம். கருமையும் கரிய சாம்பலும் மாறி மாறித் தோற்றம் தந்த வானில் தொலைதூரத்து மலைகளைப் பார்த்தபடி பேராசிரியருடன் பேசிக்கொண்டே வேல்ஸுக்கு வந்து சேர்ந்தேன்.

கடுமையான தலைவலி, தாறுமாறான தூக்கம், ஜலதோஷம், அறிமுகமில்லாத, ஒத்துவராத உணவு ஆகியவற்றுக்கு மத்தியில் வேல்ஸ் இலக்கியத்தையும் வாழ்க்கையையும் புரிந்துகொள்ள வாய்ப்புக் கிடைத்தது. பல்வேறு படைப்பாளிகள் பயிலரங்கில் கலந்துகொண்டார்கள். வாசிப்பு, மொழி பெயர்ப்பு, உரையாடல் என்று நான்கு நாட்களும் உற்சாகமாய்க் கழிந்தன. வேல்ஸ் மாகாணத்தில் பேசப்படும் வெல்ஷ் மொழி பற்றியும் அவர்களது உணர்வுகள் பற்றியும் அரசியல்

கனவின் யதார்த்தப் புத்தகம்

பற்றியும் எவ்வளவு கட்டுரைகளைப் படித்தாலும் புரிந்து கொள்ள முடியாத சில விஷயங்களை நேரடிப் பேச்சின் மூலமும் பழக்கத்தின் மூலமும் புரிந்துகொள்ள முடிந்தது.

அளவில் மிகவும் சிறிது என்றாலும் வெல்ஷ் மொழியின் நிலையைத் தமிழின் நிலையோடு ஒப்பிடலாம். வேல்ஸ் மாகாணத்தின் மொழி வெல்ஷ். இதைப் பேசும் மக்கள் குறைந்துவருகிறார்கள். வெல்ஷ் மொழிக்கான பொருளாதார மதிப்பும் குறைந்துவருகிறது. கல்விக்கோ நடைமுறைத் தேவை களுக்கோ வாழ்வாதாரத்திற்கோ வெல்ஷ் மொழி இன்றியமை யாததல்ல என்ற நிலை உள்ளது. இளம் தலைமுறையினர் வெல்ஷ் கற்பதும் பேசுவதும் மிகவும் குறைவாகவே உள்ளது. சுமார் 30 லட்சம் பேர் உள்ள வேல்ஸ் மாகாணத்தில் 10 லட்சத்திற்கும் குறைவானவர்களே வெல்ஷ் பேசுகிறார்கள். ஆங்கில மொழியும் பண்பாடும் தங்கள் மீது ஆதிக்கம் செலுத்துவதாக அவர்கள் நினைக்கிறார்கள். தங்கள் வரலாற் றையும் அகண்ட ஆங்கிலேய வரலாற்றுக்குள் அடக்கும் போக்கை அவர்கள் விரும்பவில்லை. தங்கள் தனி அடையா ளத்தையும் பண்பாட்டையும் மீட்டெடுப்பதற்கான முக்கியக் கருவியாக மொழியை அவர்கள் பார்க்கிறார்கள். எனக்கு ஏற்பட்ட ஓரிரு அனுபவங்கள் அவர்கள் மனநிலையைத் தெளிவாக உணர்த்தும் என்று தோன்றுகிறது:

ஆஸ்திரேலிய கிரிக்கெட் அணியின் முன்னாள் ஆட்டக் காரர் ஆடம் கில்கிறிஸ்டை நினைவுபடுத்தும் முகம் கொண்ட ஒரு பெண்மணி சமையலறையின் பொறுப்பாளராக இருந் தார். அவரோடு விரைவிலேயே எனக்கு நட்பு ஏற்பட்டு விட்டது. தீர்மானிக்கப்பட்ட உணவுப் பட்டியலைப் பற்றி அலட்டிக்கொள்ளாமல் வெங்காயம் போடாத ஆம்லெட், காய்கறி சான்ட்விச் போன்றவற்றை எனக்காகச் செய்து கொடுக்கும் அளவுக்கு நட்பு. ஒருமுறை சமயலறைக் குழாயில் தண்ணீர் கொட்டிக்கொண்டே இருந்தது. அதை அவரிடம் சுட்டிக் காட்டினேன். குழாயை மூடுவதற்கு முன்பு பெருமிதம் பொங்க அவர் சொன்னார்: “எங்கள் ஊரில் அபரிமிதமாகத் தண்ணீர் உள்ளது. பிரிட்டனுக்கே நாங்கள் தண்ணீர் கொடுக்கிறோம்.’’

வேல்ஸ் அருங்காட்சியகத்திற்குப் போயிருந்தோம். காத்ரினா என்ற பெண் என்னையும் பேராசிரியர் வர்கீஸை யும் அழைத்துச் சென்றிருந்தார். வேல்ஸ் வரலாற்றை மைய நீரோட்ட ஆங்கிலேய மனம் எப்படித் திரிக்கிறது என்பதை விளக்கினார். வேல்ஸ் இளவரசராக பிரிட்டன் இளவரசரை முடிசூட்டும் மரபில் உள்ள ஆதிக்க அரசியலையும் அவர்

விளக்கினார். அங்கு நடந்த போர்களை ஆங்கிலேயர்கள் எப்படித் தங்களுக்குச் சாதகமாகப் பயன்படுத்திக்கொண் டார்கள் என்பதையெல்லாம் சொன்னார். எங்களுக்கு ஊரைச் சுற்றிக்காட்ட வந்த வழிகாட்டி என்னும் நிலையி லிருந்து மாறி, தங்கள் வரலாற்றையும் பண்பாட்டையும் முன்னிறுத்தும் பரப்புரையாளராக அவர் உருமாறியதை உணர முடிந்தது.

ஆர்வத்தோடு கேட்டுக்கொண்டிருந்த என்னைத் தனி யாக அழைத்த திருமதி வர்கீஸ், "இவர்கள் சொல்வதை எல்லாம் காதில் போட்டுக்கொள்ளாதீர்கள். இவர்களுக்கு வரலாறு தெரியாது. மகத்தான ஆங்கிலேய மரபு தெரியாமல் இவர்கள் பேசுகிறார்கள். இது பிரிவினைவாதம். வெளிநாட் டுக்கு வந்து சிக்கலில் மாட்டிக்கொள்ளாதீர்கள். யாராவது போலீஸ்காரர் காதில் விழுந்தால் பாஸ்போர்ட்டைப் பிடுங்கிக்கொண்டு சிறையில் தள்ளிவிடுவார்கள், ஜாக்கிரதை" என்று பூச்சாண்டி காட்டியது தனிக் கதை.

வேல்ஸ் மாகாண எல்லைக்குள் நுழைந்த பிறகு விளம்பர/ அறிவிப்புப் பலகைகளில்கூட ஆங்கிலத்தைப் பார்க்க முடிய வில்லை. எங்கும் எதிலும் வெல்ஷ்.

○

இந்தக் கதைகளை மொழிபெயர்த்தது மறக்க முடியாத அனுபவம். அடையாளச் சிக்கல் கொண்டவர்களாக இருந் தாலும் வெல்ஷ் எழுத்தாளர்களின் கதைகள் அடையாளச் சிக்கலைப் பற்றி மட்டும் பேசவில்லை. சொல்லப்போனால் அந்தப் பிரச்சினை வெளிப்படையாகத் தெரியும் கதைகள் அவ்வளவாக இல்லை என்று சொல்லலாம். இருக்கும் பிரதிபலிப்புகளும் நுட்பமானவை. கலாபூர்வமான தன்மை கொண்டவை. உதாரணமாக ஷான் மெலாங்கஷ் தாவேத் என்னும் பெண், எழுதியுள்ள 'எனக்கு ஃபிரெஞ்ச் பேசத் தெரியாது' என்னும் கதை, பிழைப்புக்காக நாம் கற்றுக்கொள் ளும் பிற மொழி எத்தகைய உளவியல் சிக்கலை ஏற்படுத்தக் கூடும் என்பதை மிக நுட்பமாக வெளிப்படுத்துகிறது. ஷான், வெல்ஷ் மொழியில் எழுதும் இளைய படைப்பாளிகளில் ஒருவர். இவரைப் போன்ற இளையர்கள் வெல்ஷ் படைப் பாளிகளாக இருப்பதால் உண்டாகும் நியாயமான மகிழ்ச் சியை அங்குள்ள மூத்த படைப்பாளிகளிடையே பார்க்க முடிந்தது.

அடையாளச் சிக்கல்கள் நுட்பத்தின் தளத்தில் மட்டுமே பிரதிபலிக்கும் இந்தக் கதைகளில் வெல்ஷின் நிலப்பரப்பும்

பருவ நிலையும் வெளிப்படையாகத் தோற்றம் கொள்கின்றன. இந்தக் கதைகளைப் படிக்கும் ஒரு வாசகரால் வெல்ஷின் நிலப்பரப்பையும் பருவ நிலை மாற்றங்களையும் ஓரளவேனும் உணர்ந்துகொள்ள முடியும்.

தண்ணீர் கதை இந்தியாவில் பல இடங்களில் நாம் காணும் யதார்த்தங்களுக்கு நெருக்கமாக உள்ளது. ராணியுடன் ஒரு தேநீர் விருந்து என்னும் கதை நம் பின்புலத்துக்கு அந்நிய மாகத் தெரிந்தாலும் அதன் அடிப்படை அம்சம் எங்கும் உணரக்கூடியதுதான்.

ஒரே படைப்பாளி எழுதிய கதைகள் அல்லது நாவலை மொழிபெயர்ப்பதைவிடவும் பல்வேறு படைப்பாளிகள் எழுதிய கதைகளை மொழிபெயர்ப்பதில் கூடுதலான சவால் இருக்கிறது. பின்புலம், கதை கூறு மொழி, படைப்பின் உத்திகள், தொனி, உரையாடல் பாணி என்று எல்லா அம்சங்களிலும் ஒவ்வொரு கதையும் ஒவ்வொரு விதத்தில் இருக்க வாய்ப்பிருக் கிறது. இந்தத் தொகுப்பில் உள்ள கதைகள் அப்படிப்பட்ட வையே. எனவே ஒவ்வொரு கதைக்கும் மாறுபட்ட உழைப்பும் அணுகுமுறையும் தேவைப்பட்டன. பின் நவீனத்துவக் கூறுகள் கொண்ட ஷான் மலாங்கஷின் கதைதான் அதிக உழைப்பைக் கோரியது. வேல்ஸிலிருந்து புறப்படும்போது அங்கிருப்பவர் களுடன் புகைப்படங்கள் எடுத்துக்கொண்டோம். அப்போது இவர் மட்டும் புகைப்படம் எடுத்துக்கொள்ள மறுத்துவிட்டார். “கடும் ஜலதோஷம் இருக்கிறது. இப்போது படம் பிடிக்கப் படுவதை விரும்பவில்லை” என்று கணக்காகச் சொல்லிவிட்ட இந்த இளம் எழுத்தாளர், தான் தேர்ந்தெடுக்கும் சொற்களிலும் கதை கூறும் விதத்திலும் மிகவும் கவனமாகவே இருக்கிறார்.

லீ கோடுகள் என்னும் கதை வெறொரு விதத்தில் கடின மாக இருந்தது. கிட்டத்தட்ட புனைகதை அல்லாத எழுத்தை மொழிபெயர்க்கும் அனுபவத்தைத் தந்த இந்தக் கதை, தத்து வார்த்தச் சிக்கலைக் கையாள்வது அதன் மொழியிலும் பிரதி பலிக்கிறது. இந்தக் கதையை நீர்த்துப்போகாமல், எளிமைப் படுத்தாமல் தமிழாக்குவது கடினமாக இருந்தது.

பனிப்புயல் என்னும் கதை வேல்ஸில் மலை மீதும் கீழேயும் உள்ள வாழ்க்கையையும் பனிப்பொழிவின்போது உள்ள சூழலையும் அது ஏற்படுத்தும் உளவியல் நெருக்கடி களையும் அழுத்தமாகக் காட்சிப்படுத்துகிறது. இந்தக் கதையை மொழிபெயர்க்கும்போது சென்னையிலும் நாள் முழுவதும் வானம் மூடியிருந்தது பொருத்தமான மனநிலையை ஏற்படுத்தியது.

முற்றிலும் வித்தியாசமான பண்பாட்டுப் பின்புலம் கொண்ட கதைகளை மொழிபெயர்ப்பதில் உள்ள சிக்கல்களைப் பற்றி விவாதிக்க இங்கே இடம் இல்லை. இந்தக் கதைகளில் அத்தகைய சிக்கல்கள் எனக்கு அதிகம் ஏற்படவில்லை என்றாலும் உரையாடல்களை மொழிபெயர்க்கும் போதும் உணர்வுகளைத் தமிழாக்கும்போதும் சிக்கல்கள் ஏற்பட்டன. ஒரு சில கதைகளில் உரையாடல்களில் தரப்படுத்தப்பட்ட மொழியையும் சில கதைகளில் சற்றே கொச்சை வடிவம் கலந்த மொழியையும் பயன்படுத்தியிருக்கிறேன். அவற்றுக்கான காரணங்கள் அந்தந்தக் கதைகள் சார்ந்தவை. அந்தக் காரணங்களை வாசிக்கும்போது உணர முடியும் என்றே நம்புகிறேன். பண்பாட்டு எல்லைகள் தாண்டி விபரீதப் பொருள்கள் தரக்கூடிய சொற்கள் விஷயத்தில் கதையின் ஆதார சுருதி, ஒட்டுமொத்த தொனி, பின்புலம் ஆகியவை சார்ந்து மொழிபெயர்த்திருக்கிறேன். பண்பாட்டுக் கூறுகளைப் பின்புலத்திலிருந்து பெயர்த்து எடுத்து வந்து மாறு வேஷம் போட்டுவிடும் போக்கை முற்றாகத் தவிர்த்திருக்கிறேன். எளிமை என்னும் பெயரில் நுட்பங்களைச் சிதைக்கும் போக்கையும் பிரக்ஞைபூர்வமாகத் தவிர்த்திருக்கிறேன். ஒவ்வொரு கதைக்கும் ஒரு தொனி இருக்கும். அதைச் சிதையாமல் கொண்டுவருவதுதான் மிகப் பெரிய சவாலாக எனக்குப் படுகிறது. அதை ஒழுங்காகச் செய்ய அதிகபட்ச முயற்சி எடுத்துக்கொண்டிருக்கிறேன்.

உரையாடல்களுக்கு நிறுத்தக் குறிகள் போடும் விஷயத்திலும் ஒவ்வொருவருக்கு ஒவ்வொரு பாணி. நமக்கு மிகவும் பழக்கமான இரட்டை மேற்கோள் குறிகளை இவர்களில் பலர் ஏறெடுத்தும் பார்ப்பதில்லை. சிலருக்கு உரையாடல்களுக்கு நிறுத்தக்குறிகள் போடுவதே பிடிப்பதில்லை. நான் படைப்பாளிகளின் தேர்வையே பின்பற்றியிருக்கிறேன்.

கால மாறாட்டம் பற்றியும் குறிப்பிட வேண்டும். சில கதைகளில் நிகழ் காலத்தில் கூறப்படும் கதை திடீரென்று இறந்த காலத்துக்குப் போய் மீண்டும் திரும்ப நிகழுக்கு வருகிறது. ஒரே பத்திக்குள்கூட இந்த மாற்றம் நிகழ்கிறது. ராபர்ட் மிஹின்னிக்கின் கதையில் இதை அதிகம் காணலாம். கதையின் தொனியைத் தீர்மானிக்கும் முக்கியக் காரணியாக இந்த அம்சம் விளங்குகிறது. இந்த விஷயத்திலும் எந்தச் சலுகையும் எடுத்துக்கொள்ளாமல் படைப்பாளியின் தேர்வையே பிரதிபலித்திருக்கிறேன்.

o

மொழியாக்கத்தை ஆங்கிலப் பிரதிகளோடு ஒப்பிட்டு மாற்றங் களைப் பரிந்துரைத்த கவிதா முரளீதரன், மொழிபெயர்ப்பின் சிக்கல்களைக் கையாள்வதில் உதவினார். தெளிவான முடிவுக்கு வருவதில் சிரமம் தந்த சில இடங்களில் இவரது ஆலோசனை கள் பெரிதும் உதவின.

மொழிபெயர்ப்பில் முக்கியமான சில உதவிகளைச் செய்தவர் என் தம்பி பாலாஜி. நெருங்கிய உறவினர்களான சுபஸ்ரீயும் சிந்துவும் ஒரு சில சொற்களின் புதிர்களை விடுவிக்க உதவினார்கள்.

சில கதைகளின் பின்புலம், வெல்ஷ் பெயர்ச் சொல் களின் உச்சரிப்புகள் தொடர்பான ஐயங்கள் ஏற்பட்டபோது அக்கதைகளை எழுதியவர்களுக்கு மின்னஞ்சல் அனுப்பி னேன். ஷானும் ராபர்ட் மின்ஹின்னிக்கும் உடனடியாக விளக்கங்களை அனுப்பினார்கள். மின்னஞ்சலோடு நில்லாமல் ஸ்கைப் மூலம் அழைத்து உச்சரிப்பு தொடர்பான ஐயங்களைப் போக்கினார் ஷான்.

இந்தப் பணியை ஒருங்கிணைத்த வேல்ஸ் லிட்டரேச்சர் எக்ஸ்சேஞ்சின் இயக்குநர் ஷானெட் ரௌலன்ட்ஸ் கதை களைத் தேர்ந்தெடுப்பதிலும் படைப்பாளிகளைத் தொடர்பு கொள்வதிலும் பெரிதும் உதவினார். சிறிதளவும் நெருக்கடி தராமல் பணிகளை இவர் ஒருங்கிணைத்தார்.

எவ்வளவு தாமதமானாலும் நெருக்கடி தராமல் பொறுமை காத்த கண்ணன் தந்த ஆசுவாசம் அளப்பரியது.

பாஸ்போர்ட்டைப் புதுப்பிப்பதில் தாமதம் ஏற்பட்ட போது நிர்வாக ரீதியான உதவியை உடனடியாகச் செய்து கொடுத்தார் திலகவதி.

என் மனைவி ஸ்ரீதேவி இந்தப் பணியில் நான் ஈடுபடத் தேவையான நுட்பமான சில உதவிகளைச் செய்திருக்கிறாள்.

இவர்கள் அனைவருக்கும் என் மனமார்ந்த நன்றி.

o

மொழிபெயர்ப்பு தொடர்பான சவால்கள் ஒரு புறம் இருக்க, இலக்கிய அடிப்படையில் பார்க்கும்போது இந்தக் கதைகளில் பெரும்பாலானவை கவனமான வாசிப்புக்கும் மறு வாசிப் புக்கும் உரியவையாக இருக்கின்றன என்பதில் ஐயமில்லை. நுட்பமான சித்தரிப்பு, கவனமான கதைகூறல் முறை, அனுபவ தளத்துடனான அர்த்தபூர்வமான பிணைப்பு, குறிப்புணர்த்திச் செல்லுதல், மிகை தவிர்த்தல், வெவ்வேறு தளங்களில்

சஞ்சரித்தல் என்று சிறந்த படைப்புக்குரிய பல்வேறு அம்சங்கள் இக்கதைகளில் காணக் கிடைக்கின்றன. பண்பாடு, பின்புலம் சார்ந்த வித்தியாசங்களைத் தாண்டி நம் வாழ்வோடு இணைத்துப் பார்க்கக்கூடிய பிரபஞ்சத் தன்மை இவற்றில் இருக்கின்றன. இவை நம் அனுபவ உலகில் சில சலனங்களையேனும் ஏற்படுத்தக்கூடியவை. நமது பிரக்ஞையில் புதிய தடங்களைப் பதிக்கக்கூடியவை.

பயணக் கட்டுரையோ வாழ்க்கை வரலாறோ பொது அறிவுக் கட்டுரையோ சாதிக்க முடிந்த எல்லைகளைத் தாண்டிச் செல்லாத எந்தப் படைப்பும் மொழிபெயர்க்கப்பட வேண்டிய தேவை இல்லை. இந்தக் கதைகள் அந்தத் தேவையை அழுத்தமாகவே கொண்டிருக்கின்றன என்பதால் தமிழுக்கு இவை புதிய வரவு என்று சொல்லலாம்.

'வேல்ஸ் இளவரசருக்கு நல்வரவு' கூறிப் பாடல் எழுதினார் பாரதியார். வேல்ஸ் இளவரசர் என்று சொல்லப்படுபவர் உண்மையில் இங்கிலாந்து இளவரசர்தான். இந்தியாவை ஆட்சி செய்த ஒரு நாட்டின் இளவரசருக்கு நல்வரவு கூறிப் பாட்டெழுத வேண்டுமா என்று விமர்சிப்பவர்கள் இருக்கிறார்கள். வீட்டுக்கு வருபவருக்கு முகமன் கூறி வரவேற்பது நம் பண்பாடு என்று கூறி ஆதரிப்பவர்களும் இருக்கிறார்கள். ஆதிக்கத்தின் அடையாளமாக இல்லாமல் இலக்கிய, பண்பாட்டுப் பரிவர்த்தனையாக வருகை தரும் இந்தப் படைப்புகளைத் தமிழ் உலகம் எந்தத் தயக்கமும் இன்றி நல்வரவு கூறி வரவேற்கும் என்பதில் ஐயமில்லை.

நவம்பர் 12, 2009

நூலின் பெயர்: ராணியுடன் ஒரு தேநீர் விருந்து
(வெல்ஷ் மொழிச் சிறுகதைகள்)
வெளியீடு: காலச்சுவடு பதிப்பகம், 2011 டிசம்பர்.

oo

பாசாங்கற்ற அரசியல் நாவல்
(கோகுலக் கண்ணனின் 'கடவுளின் நண்பர்கள்' நாவலுக்கு எழுதப்பட்ட முன்னுரை)

சமகால அரசியல் பின்புலத்துடன் எழுதப்படும் தமிழ் நாவல்கள் அரிதானவை என்று சற்றே மிகைப்படுத்திக் கூறிவிடலாம். அதிலும் அரசியலைக் குறியீட்டுத் தளத்தில் எதிர்கொள்ளாமல் நேரடியாகக் கையாளும் நாவல்கள் மிகவும் குறைவு. கடந்த நூறாண்டு காலப் பரப்பில் தமிழ் வாழ்வைப் பாதித்த பல நெருக்கடிகள் பொது வெளியில் ஆதிக்கம் செலுத்தியிருக்கின்றன. சுதந்திரப் போராட்டத்திலிருந்து தொடங்கி, முல்லைப் பெரியாறுவரை எத்தனையோ அதிர்வுகளைக் கண்டுவரும் களம் தமிழ்ச் சமூகம். தமிழகத்தின் அரசியல் சமூகக் கட்டுமானங்களை அசைத்துப் பார்த்த இயக்கங்களும் இங்கே நிகழ்ந்திருக்கின்றன.

கடவுள் மறுப்பு இயக்கம், பார்ப்பனர்களுக்கு எதிரான விமர்சனம், இந்தி எதிர்ப்புப் போராட்டம், கள்ளுக்கடை மறியல், ஈழத் தமிழருக்கு ஆதரவான போராட்டங்கள், நெருக்கடி நிலைக்கு எதிரான போராட்டம், இட ஒதுக்கீட்டுக்கு ஆதரவான போராட்டம், காவிரிப் பிரச்சினை, முல்லைப் பெரியாறு பிரச்சினை என்று பல விதமான போராட்டங்களைக் கண்டுவரும் களம் இது. இந்தப் போராட்டங்களில் சில தமிழ் வாழ்வின் மீதும் தமிழ்ச் சமூகத்தின் மீதும் தாற்காலிகமானதும் நிரந்தரமானதுமான பல மாற்றங்களை ஏற்படுத்தியிருக்கின்றன. இந்தப் போராட்டங்கள் தமிழ்ப் புனைகதைகளில் அதிகம் பதிவாகவில்லை. நேரடியான பதிவுகள் என்று எடுத்துக்கொண்டால் மிகவும் குறைவு என்றுதான் சொல்ல வேண்டும். கோகுலக் கண்ணனின் கடவுளின் நண்பர்கள் நாவல் இந்த விஷயத்தில் குறிப்பிடத் தகுந்த முயற்சியாக வெளிப்பட்டிருக்கிறது.

எண்பதுகளின் இறுதியும் தொண்ணூறுகளின் தொடக்கமும் இந்தியப் பொதுவெளியில் மிகவும் முக்கியமான ஆண்டுகள். மண்டல் கமிஷன் பரிந்துரைகள் குறித்த விவாதங்களும் அயோத்தியில் ராமர் கோவில் கட்டும் இயக்கமும் முனைப்புப் பெற்ற காலகட்டம் இது. இந்த இரண்டு விஷயங்களும் இந்திய அரசியல், சமூகக் கட்டமைப்புகளிலும் போக்குகளிலும் ஆழமான மாற்றங்களை ஏற்படுத்தியுள்ளன. இந்த இரு நிகழ்வுகள் சார்ந்த கொந்தளிப்புகள் உச்ச நிலையை எட்டியபோது இந்தியாவுக்குள் காலடி எடுத்து வைத்த உலகமயமாதல் என்னும் மற்றொரு முக்கியமான நிகழ்வையும் சேர்த்துக்கொண்டால் சுதந்திர இந்திய வரலாற்றில் இந்த மூன்று, நான்கு ஆண்டுகள் ஏற்படுத்திய தாக்கம் மிகவும் தனித்துவமானது என்று சொல்லலாம். சமூக அரசியல் சமன்பாடுகளைப் பெருமளவுக்குப் புரட்டிப் போட்ட தாக்கம் இது. இந்தக் காலகட்டத்தில் மையம் கொண்டு, இந்தப் பிரச்சினைகளை அழுத்தமாகப் பிரதிபலிக்கும் கோகுலின் நாவல் அரசியல், சமூக ரீதியில் மிகவும் முக்கியமானது.

பொறியியல் கல்லூரி ஒன்றின் மாணவர் விடுதியைத் தன் களமாகக் கொண்ட நாவல் பல்வேறு தளங்களில் இயங்குகிறது. கதை நடக்கும் காலம் லால் கிருஷ்ண அத்வானி ரத யாத்திரை நடத்திய 1990, செப்டம்பர், அக்டோபர் மாதங்கள். மண்டல் கமிஷன் பரிந்துரையை அமல்படுத்துவது என்ற முடிவை அந்த ஆண்டின் சுதந்திர தின விழாவின் போது அப்போதைய பிரதமர் வி.பி. சிங் அறிவித்ததன் எதிரொலிகள் இந்திய அரசியலிலும் கல்வி வளாகங்களிலும் தெருக்களிலும் கேட்டுக்கொண்டிருந்த காலகட்டம் அது. அதுவரையில் ஓரளவு மிதமான இயக்கமாக நிகழ்ந்துவந்த கோவில் ஆதரவு இயக்கம் மண்டல் பரிந்துரைகளின் அமலாக்கம் என்னும் முடிவை அடுத்துச் சட்டென்று தீவிரம் கொள்ளத் தொடங்கியது. செப்டம்பரில் அத்வானி ரதத்தில் ஏறினார். இந்தியா டுடே இதழின் சொற்களில் சொல்வதானால், "மண்டலுக்கு எதிராக மந்திர் என்னும் வாளை எடுத்து ஈவிரக்கமில்லாமல் சுழற்ற ஆரம்பித்தார்". இந்தக் காலகட்டத்தின் கொந்தளிப்புகளை அழுத்தமாகப் பிரதிபலிக்கும் முதல் தமிழ் நாவல் என்று கோகுலக் கண்ணனின் *கடவுளின் நண்பர்கள்* நாவலைச் சொல்ல வேண்டும்.

மாணவர்களின் விடுதி வாழ்க்கையின் வண்ண மயமான படிமங்களைச் சாய ஓவியங்கள்போலத் தீட்டியபடி செல்லும் இந்நாவல், மாணவர்களின் சாதி, மதக் கண்ணோட்டங்கள் பற்றித் துணிச்சலாகப் பேசுகிறது. நாவல் நிகழும் காலகட்டத்

தில் முனைப்புப் பெற்ற இரு பெரும் இயக்கங்களை ஒட்டிப் பரவலான சமூகத்தில் எழுந்த பெரும் தாக்கத்தின் குறு வடிவை இதில் காண முடிகிறது. அரசியல் ரீதியாகப் பாதுகாப்பான கூரையின் கீழ் ஒண்டிக்கொண்டு நிற்காமல் பிரச்சினையை யதார்த்த தளத்தில் நேருக்கு நேராக எதிர் கொள்ளவும் அதைப் பதிவு செய்யவும் தேவையான துணிச் சலும் நேர்மையும் கோகுலிடம் உள்ளன. இந்த நாவலின் ஆதார பலம் இதுதான்.

மண்டல் – மந்திர் பதற்றங்கள் உச்சத்தில் இருந்த கால கட்டத்தில் நிகழும் நாவல் அந்த அரசியலைத் துணிச்சலோ டும் வெளிப்படையாகவும் பேசுவதுடன் அந்தப் பதற்றங்களை வீரியத்துடன் முன்வைக்கிறது. இரண்டு பிரச்சினைகளிலும் மாறுபட்ட குரல்கள் நாவலில் எதிரொலிக்கின்றன. இட ஒதுக்கீட்டால் பயனடைந்தவர்களும் பாதிக்கப்பட்டவர்களும் ஒன்றாக இருக்கும் ஒரு விடுதியில் கொப்புளிக்கும் உணர்ச்சி களும் பீறீடும் வெறுப்புக்களும் நாவலில் வலுவாகப் பதிவாகி யிருக்கின்றன. எந்தப் பக்கமும் சாயாமல் பூச்சுக்கள் இன்றி, சாமர்த்தியமான வடிகட்டல்கள் இன்றி உணர்வுகளை அவற்றின் கச்சா வடிவில் பதிவு செய்கிறார் கோகுல். சார்புணர்ச்சி இல்லாததால் வேஷங்களும் எச்சரிக்கை உணர்வுகளும் அவருக்குத் தேவைப்படவில்லை.

இட ஒதுக்கீட்டால் பாதிக்கப்பட்டவர்களின் ஆதங்கம் நாவலில் அழுத்தமாக எதிரொலிக்கிறது. சூழலில் இதுவரை அதிகம் பேசப்படாத இந்தக் கோணத்தைத் துணிச்சலாகவும் பக்கச் சார்பு இல்லாமலும் கோகுல் பதிவு செய்கிறார். அதிக மதிப்பெண் பெற்றும் கல்லூரிகளில் இடம் கிடைக்காத மாணவர்களுடைய உணர்வுகளையும் இட ஒதுக்கீட்டால் பலன் பெற்றவர்கள் நேரடியாகவும் மறைமுகமாகவும் அவமானப்படுத்தப்படுவதையும் பார்த்தவர்களால் நாவலில் பிரதிபலிக்கும் உணர்ச்சிகளின் உண்மைத்தன்மையை உணர்ந்துகொள்ள முடியும். இந்த அனுபத்திற்கு ஆளாகாத வர்களும் உணரக்கூடிய விதத்தில் நம்பகத்தன்மையுடன் இவை பதிவாகியிருக்கின்றன. நாவலின் கதையோட்டம் பாதிக்கப்படாமல் இதைச் செய்திருப்பது முக்கியமானது.

இட ஒதுக்கீட்டால் பாதிக்கப்பட்டவர்களின் குரல்கள் எதிரொலிக்கும் அளவுக்கு இட ஒதுக்கீட்டால் பலன் அடைந் தவர்களின் குரல்கள் பிரதிபலிக்கவில்லை. ஆனால் ‘நீ கோட்டாவால் வந்தவன்தானே’ ’என்ற ரீதியிலான இழிவு படுத்தலுக்கு உள்ளாகும் அவர்களது உணர்வுகள் நன்கு பதிவாகின்றன. இளக்கார உணர்வுக்கும் வெறுப்புக்கும்

ஆளாகும் இத்தகைய மாணவர்கள் தீண்டாமையின், விலக்கப் படுதலின் மாறுபட்ட வடிவத்தை அப்பட்டமாக உணரும் அனுபவத்தின் வலியைப் பாசாங்கும் தளுக்கும் இன்றி முன்வைக்கிறது நாவல்.

வாய்ப்புகள் சார்ந்த பதற்றங்களும் அவற்றுக்கு அடிப் படையான ஜாதி உணர்வுகளும் ராகிங் உள்பட எல்லாவற்றி லும் எப்படிப் பிரதிபலிக்கிறது என்பதும் 'மெரிட்" சார்ந்த பாவனைகளின் போலித்தனமும் நுட்பமாகப் பதிவாகியிருக் கின்றன. இட ஒதுக்கீடு பற்றிய விமர்சனங்களும் அவற்றுக் கான எதிர்வினைகளும் பாத்திரங்களின் போக்குகள், உணர்ச்சிச் சுழிப்புகளினூடே முன்வைக்கப்படுகின்றன. கிடைத்த வாய்ப்பின் மதிப்பை உணராமல் பொறுப்பற்றுத் திரிபவர்களுக்கு மத்தியில் பொறுப்புணர்வுடன் தங்கள் வாய்ப்புகளை அணுகுபவர்களும் இடம்பெறுகிறார்கள். தனது வாழ்வின் பின்னணியையும் அதன் தற்போதைய நிலையை யும் எதிர்காலத்தையும் பற்றி ஆழ்ந்த பரிசீலனைகளில் இறங்கும் பெருமாள் என்னும் பாத்திரத்தின் மனப் போராட் டம் பழக்கத்தின் சுமைக்கும் விழிப்புணர்வு தரும் விடு தலைக்கும் இடையிலான போராட்டமாக உருக்கொள்கிறது. வேறுபட்ட போக்குகளுக்கு இடையில் சம நிலை காணும் அம்சமாக இந்தப் பாத்திரம் இயல்பாக உருப்பெறுகிறது. பெருமாளின் எதிர்வினை சுய தரிசனமாகப் பரிணமிக்கை யில் வேறு சிலரின் எதிர்வினைகள் அவமானத்தை வளர்ச்சிக் கான உரமாக மாற்றும் கூட்டு முனைப்பாகப் பாரிணமிக் கின்றன. படித்த வர்க்கத்தினரின் கனவுலகமாக அமெரிக்கா உருப்பெறுவதையும் அந்த உலகின் கதவுகள் தொண்ணூறு களின் தொடக்கத்தில் விரியத் திறக்கத் தொடங்குவதையும் நாவல் கோடிகாட்டுகிறது.

இத்தகைய உணர்ச்சிக் கொந்தளிப்பினூடே ராமர் கோவில் இயக்கம் மாணவர் சமுதாயத்தில் ஏற்படுத்திய சலனங்களும் பதிவுபெறுகின்றன. நாவலின் கவனம் இதில் அதிகம் செல்லவில்லை என்றாலும் கோவில் இயக்கத்தின் தன்மை அபத்த நாடகக் காட்சிபோலச் சித்தரிக்கப்பட்டுள்ள விதம் இவ்வியக்கத்தை ஆக்கபூர்வமான உள்ளீடற்ற ஒன்றாகக் காட்டிவிடுகிறது.

நாவல் முழுவதும் "கெட்ட" வார்த்தைகள் சகஜமாகவும் சரளமாகவும் இறைந்து கிடக்கின்றன. மாணவர் வாழ்க் கையை அசலாகப் பிரதிபலிக்க இது தேவைதான். கெட்ட வார்த்தைகளுக்காகவே ஒரு பிரதி திட்டப்படவும் பரபரப் பாகப் பேசப்படவும்கூடிய காலகட்டத்தை நாம் கடந்து

விட்டதால் இதைப் பற்றிக் கவலைப்பட வேண்டிய அவசியம் நேராது என்று நம்பலாம்.

மாணவர் விடுதி என்னும் பின்புலம் இவ்வளவு துல்லியமாகத் தமிழ்ப் புனைகதைப் பரப்பில் பதிவானதில்லை. பிரதியினுள் செல்லச் செல்ல விடுதிக்குள் இருப்பதுபோன்ற உணர்வு ஏற்படுகிறது. மண்டல், கோவில் சார்ந்த சலனங்களுடன் ராகிங் என்னும் அம்சமும் நாவலில் கையாளப்படுகிறது. ராகிங்கின் பல்வேறு அம்சங்களும் அவற்றின் குரூரங்களுடன் பதிவாகியிருக்கின்றன. இவை அனைத்தும் புனைவம்சத்துடனும் தேவையான மௌனங்களுடனும் வெளிப்படுவது நாவலின் கலைப் பெறுமானத்தைக் கூட்டுகிறது. கதாபாத்திரங்களின் சித்திரங்கள் கதைப் போக்கிலும் உரையாடல்களிலும் துலங்குவது நாவலாசிரியரின் எழுத்தாளுமைக்குச் சான்றாக விளங்குகிறது.

நாவலில் அதே கல்லூரியில் படிக்கும் பெண்களைப் பற்றிய குறிப்பு வருகிறது. ஆனால் பெண் பாத்திரம் ஒன்றைக் கூட நாவலில் பார்க்க முடியவில்லை. விடுதியில் தங்கும் ஆண்களின் மன உலகின் மங்கிய நிழல்களாக அவர்கள் வருகிறார்கள். பெண் பாத்திரங்களைக் கொண்டுவந்திருந்தால் நாவலில் வேறு பரிமாணங்கள் சேர்ந்திருக்கும். அதுபோலவே ராமர் கோவில் இயக்கத்தையும் மேலும் நெருக்கமாக அணுகிப் பார்த்திருக்கலாம்.

தமிழ் இலக்கியப் பரப்பில் அதிகம் இடம்பெறாத ஒரு களத்தை எடுத்துக்கொண்டு அதிகம் பேசப்படாத விஷயங்களைப் பேச முனைவதும் பூசி மெழுகாமல் அவற்றைக் கையாள்வதும் இந்த நாவலின் சிறப்புக்கள். இட ஒதுக்கீடு என்னும் கோட்டின் இரு புறமும் நிற்கும் மாணவர்களின் உணர்ச்சிகளும் போக்குகளும் பக்கச் சார்பு இல்லாமல் வெளிப்படுத்தப்பட்டிருப்பது தமிழ் இலக்கியத்தில் அரிதான நிகழ்வு. தர்க்க ரீதியான வாதங்களைத் துணைக்கு அழைக்காமல் உணர்ச்சிகளின் தளத்திலேயே யதார்த்தத்தை எதிர்கொள்வதன் மூலம் படைப்பு அமைதி கூடிய அரசியல் நாவலாக இது பரிமளிக்கிறது.

டிசம்பர் 14, 2011

○○

பகுதி 2
பதிவுகள், விவாதங்கள்

சாகித்திய அக்காதெமியும் தமிழும்
நிகழ மறுக்கும் நல்லுறவு
அல்லது
காக்கை உகக்கும் பிணம்

தமிழ் எழுத்தாளர்களுக்கு சாகித்திய அக்காதெமி அளிக்கும் விருது, இந்த ஆண்டும் (2004) சர்ச்சைக்குள்ளாகி யிருக்கிறது. சு.சமுத்திரம், கோவி.மணிசேகரன், தி.க.சிவசங் கரன் வரிசையில் இப்போது வைரமுத்து. சர்ச்சையைக் கிளப்புபவர்கள், நூலாசிரியரைப் பற்றி அவதூறு பேசு கிறார்கள் என்று அக்காதெமியின் செயலர் கே.சச்சிதானந்தன் குறைபட்டுக்கொள்கிறார் (இந்தியா டுடே, ஜனவரி 28,2004). வைரமுத்துவுக்கு எதிரான குரல்களைத் தனிமைப்படுத்திப் பார்க்க முடியாது. தமிழ்ப் படைப்புகளுக்கான அக்காதெமி விருதுகளின் ஒட்டுமொத்தமான அணுகுமுறையை வரலாற்றுப் பின்னணியோடு பார்க்கும்போதுதான் இதைப் புரிந்து கொள்ள முடியும். சாகித்திய அக்காதெமி விருதுகளுக்கு எதிராகத் தமிழ் எழுத்தாளர்களால் பல ஆண்டுகளாகவே முன்வைக்கப்பட்டுவரும் வாதங்களைத் தொகுத்துப் பார்த்தா ரென்றால் அவர் தமிழ் எழுத்தாளர்களின் ஆதங்கத்தைப் புரிந்துகொள்வார். அவர் தலைமை ஏற்கும் அமைப்பு, இந்தியாவின் முக்கியமான மொழியின் இலக்கியப் பரப்பில் எத்தகைய அலட்சியத்துடன் செயல்பட்டு வருகிறது என்பதை யும் புரிந்துகொள்வார்.

சாகித்திய அக்காதெமி விருதுகள் மீது தமிழ் எழுத்தாளர் கள் பலரும் முன்வைத்துவரும் விமர்சனங்களின் சாரம் இதுதான்: கலை—இலக்கிய உலகில் எந்த விருதும் லாட்டரிச் சீட்டில் பெறும் பரிசைப் போன்றதல்ல. அந்த விருதுடன் கிடைக்கும் பணம், அவ்விருதின் மதிப்பைத் தீர்மானிப்ப

தில்லை. விருதுகள், குறியீடுகள். ஒரு சூழலின் நடப்புப் போக்கையும் மதிப்பீடுகளையும் உணர்த்தும் குறியீடுகள். தமிழில் முக்கியமான எழுத்தாளர்களும் முக்கியமான நூல் களும் அக்காதெமி விருது பெறாமல்போவது எழுதப்படாத விதியாகவே மாறிவிட்டது. விருது வழங்குவதற்கான தேர்வுக் குழு நியமனத்திலிருந்து, அந்தக் குழுவின் செயல்பாடுகள் வரை பல மட்டங்களிலும் நடைபெறும் சமரசங்களும் குளறுபடிகளும் இதற்குக் காரணமாக அமைகின்றன. இப்படி வழங்கப்படும் விருதுகள் தமிழ்ச் சூழல் பற்றிய தவறான முடிவுகளை உலகுக்குப் பறைசாற்றித் தமிழை அவமானப் படுத்துகின்றன. இதன் அடிப்படையிலேயே சாகித்ய அக்கா தெமி வழங்கும் பல விருதுகள் விமர்சனத்திற்கு ஆளாகின்றன.

இந்த விமர்சனங்கள் சுபமங்களா, காலச்சுவடு முதலான பல இதழ்களில் விரிவாக முன்வைக்கப்பட்டு விவாதங்கள் நடைபெற்றிருக்கின்றன. நன்கு தமிழ் அறிந்த, சமகாலத்தமிழ் இலக்கியத்துடன் நெருங்கிய அறிமுகம் கொண்ட ஆற்றூர் ரவிவர்மா போன்றவர்களிடமிருந்து சச்சிதானந்தன் இவற்றை அறிந்துகொள்ளலாம்.

தனது மலையாளப் பின்னணி சார்ந்தே தமிழ்ச் சூழலைப் புரிந்துகொள்ளவும் சச்சிதானந்தனுக்கு வாய்ப்பு இருக்கிறது. சுந்தர ராமசாமியின் ஒரு புளியமரத்தின் கதை என்ற நாவலை நோபல் பரிசு பெறத்தகுதியான நாவலாக ஒப்பீட்டு இலக்கிய விமர்சகர் கே.எம். ஜார்ஜ் மதிப்பிட்டிருக் கிறார். இந்தநாவலுக்கு அக்காதெமி விருது கிடைத்ததில்லை. சு.ராவின் *ஜே.ஜே. சில குறிப்புகள்* நாவலை மலையாளத்தில் மொழிபெயர்த்த ஆற்றூர் ரவிவர்மாவுக்கு மொழிபெயர்ப்புக் கான அக்காதெமி விருது கிடைத்திருக்கிறது. மூல நூலுக்குக் கிடைக்கவில்லை. பால் சக்காரியாவால் பெரிதும் புகழப்பட்ட தண்ணீர் என்ற நாவலை எழுதிய அசோகமித்திரன், கோவி. மணிசேகரனுக்கெல்லாம் பிந்திதான் அக்காதெமி விருதைப் பெற்றார். யுவன் சந்திரசேகரின் குள்ளச் சித்தன் சரித்திரம் திருவனந்தபுரம் பல்கலைக்கழகத்தில் பட்டமேற்படிப்புக்கான பாடமாகத் தேர்வுசெய்யப்பட்டிருக்கிறது. ஆனால் அவரது நாவல், அக்காதெமி விருதுக்காகத் தீவிரமாகப் பரிசீலிக்கப்பட வில்லை.

சாரு நிவேதிதாவின் ஜீரோ டிகிரியின் மலையாள மொழிபெயர்ப்பு, கேரளத்தில் பெரிதும் வரவேற்கப்பட்டிருக் கிறது. இந்த நாவலும் விருதுக்காகப் பரிசீலிக்கப்பட்டதாகத் தெரியவில்லை. இந்தத் தகவல்கள் எல்லாம் மலையாள மண் சார்ந்தவை என்பதால் சச்சிதானந்தனுக்குத் தெரிந்திருக்

கும் என்று நாம் அனுமானித்துக்கொள்வதில் தவறு இருக்க முடியாது. இவற்றையெல்லாம் அறிந்த ஒருவர், தமிழில் மட்டும் ஏன் இத்தகைய சர்ச்சை எழுகிறது என்று ஆதங்கப் படுவதில் எந்த நியாயமும் இருக்க முடியாது. மாறாக இத்தகைய படைப்பாளிகள் விருதுக்கு ஏன் தேர்ந்தெடுக்கப் படவில்லை என்ற ஆதங்கம் எழுவதே நியாயமாக இருக்க முடியும்.

வைரமுத்து இதுவரை பலமுறை தேசிய விருதுகளும் தமிழக அரசின் விருதுகளும் பெற்றபோதெல்லாம் எழாத சர்ச்சை இப்போது மட்டும் ஏன் எழ வேண்டும்? இதுவரை வைரமுத்து பெற்ற விருதுகள் அனைத்தும் அவரது திரைப் படப் பாடல் இயற்றும் திறமைக்காக வழங்கப்பட்டவை. தீவிர இலக்கியப் பரப்பில் தரம் சார்ந்த அளவுகோல்களை அடிப்படையாகக் கொண்டு செயல்படுபவர்களுக்கு இதில் வருத்தப்பட ஒன்றுமில்லை. திறமையான திரைப்பாடலாசிரி யரான வைரமுத்துவுக்கு அத்தகைய விருது வழங்கப்படுவதில் யாருக்கும் எந்தப் பிரச்சினையும் இல்லை. ஆனால் சாகித்திய அக்காதெமி விருது அப்படிப்பட்டதல்ல. இங்கு விருதுக்குப் பரிசீலிக்கப்படுபவர்கள், திரைப்பாடல் துறைக்கு ஒப்பான தளத்தில் புழங்குபவர்கள் அல்ல. ஆழம், தீவிரம், தரம் ஆகியவற்றில் நம்பிக்கை கொண்டு இயங்குபவர்கள். இத்தகைய மேலோட்டமான ஜனரஞ்சக எழுத்தையே பெரும்பாலும் உற்பத்தி செய்து தள்ளுகிற ஒருவருக்கு இந்த விருது போய்ச் சேரும்போது அது விருதை அவமானப்படுத்தும் நிகழ்வாக மாறுவதுடன் விருதுக்கான அளவுகோல்கள் சார்ந்த தீவிர மான கேள்விகளையும் தவிர்க்க முடியாமல் எழுப்புகிறது.

இந்த ஆண்டு விருதுக்கான பரிசீலனைக்குத் தேர்ந் தெடுக்கப்பட்ட நூல்களில் வைரமுத்துவின் ஐந்து படைப்பு களுடன் சுந்தர ராமசாமி, ஆ. மாதவன், யூமா வாசுகி ஆகியோரது நூல்களும் இடம் பெற்றிருந்ததாக அக்காதெமி தேர்வுக் குழுவினருக்கு நெருக்கமான வட்டாரங்கள் தெரிவிக் கின்றன. இறுதிப் பட்டியலில் சுந்தர ராமசாமி, ஆ. மாதவன், வைரமுத்து ஆகியோர் இடம்பெற்றிருக்கிறார்கள். ஆ. மாதவனின் நூல், இந்த ஆண்டு விருதுக்குப் பரிசீலிக்கப்படும் படைப்புகள் எழுதப்பட்டிருக்க வேண்டியதற்கான கால வரையறைக்கு அப்பாற்பட்டதாக இருந்ததால் சுந்தர ராமசாமி, வைரமுத்து ஆகிய இரு பெயர்கள் மட்டுமே எஞ்சியிருந்தன. பிறகு நடந்தது அனைவருக்கும் தெரியும்.

வைரமுத்துவின் படைப்போடு ஒப்பிடப்பட நேர்ந்ததை சுந்தர ராமசாமி என்கிற எழுத்தாளருக்கு ஏற்பட்ட அவமான

மாகவே நான் கருதுகிறேன். அக்காதெமி விருதுக்காக சு.ரா. தனது படைப்பை அனுப்பவில்லை என்பதால், சு.ரா.வின் படைப்புகளைப் பரிந்துரை செய்தவர்கள், வைரமுத்து வகை யறாக்களோடு இந்தப் படைப்புகள் 'மோத' வேண்டியிருக்கும் என்பதை அறிந்திருக்க மாட்டார்கள் என்பதாலும் இந்த அவமானத்தை விபத்து என்றே எடுத்துக் கொள்ள வேண்டும். கோவி. மணிசேகரன் போன்ற எழுத்தாளர் பெறத்தக்க ஒரு விருதை சுந்தர ராமசாமி, அசோகமித்திரன் முதலானோ ருக்குக் கொடுக்காமல் இருப்பதே அவர்களுக்குச் செய்யும் மரியாதையாக இருக்கும் என்பது என் அழுத்தமான எண்ணம். ஆனால், நூல்களைப் பரிந்துரைக்கும் குழுவில் இருப்பவர்கள் பல்வேறு பார்வைகளைக் கொண்டவர்களாக இருப்பார்கள். அவர்கள் தத்தமது தேர்வுகளை முன்வைக்கும்போது கலவை யான ஒரு பட்டியல்தான் கிடைக்கும். இதில் பல விதமான விபத்துக்களும் நடக்கத்தான் செய்யும் ஆனால் இறுதிச் சுற்றுக்கு வரும் நூல்களைப் பரிசீலித்து இறுதி முடிவு எடுக்க வேண்டியவர்கள், இந்த விபத்துகள் விபரீதங்களாகப் பரிண மிக்காமல் பார்த்துக்கொள்ள முடியும். ஆனால், இந்தக் குழுவில் பல முறை இடம் பெற்ற இ.பா., வல்லிக்கண்ணன், சிற்பி பாலசுப்பிரமணியன் ஆகியோர் தங்கள் பார்வைகள், பாரபட்சங்கள் ஆகியவை சார்ந்து சு.ரா.வை ஒதுக்கிவிட்டு வைரமுத்துக்கு விருது வழங்கியிருக்கிறார்கள். இந்த முடிவு அவர்களது இலக்கிய நேர்மையை அம்பலப்படுத்துகிறது. அவர்களது நேர்மை கேள்விக்கு அப்பாற்பட்டது எனில், அவர்களது இலக்கிய அளவுகோல்களும் அவற்றுக்கு ஆதார மான மதிப்பீடுகளும் இலக்கிய நுண்ணுணர்வும் தீவிரமான சந்தேகத்திற்கு உட்படுத்தப்பட வேண்டியவையாகின்றன.

உயர் மட்டக் குழுவில் இடம்பெற்ற இம்மூவர், விருது வழங்குவதற்கான செயல்முறைகளில் பல்வேறு மட்டங்களில் பங்கு பெற்ற எழுத்தாளர்கள் ஆகிய அனைவரும் பதிலளித் தாக வேண்டிய கேள்வி ஒன்று இருக்கிறது. 1998 முதல் 2003 வரை வெளியான தமிழ் நூல்கள் இந்த ஆண்டு விருதுக்கான பரிசீலனைக்குத் தகுதி பெற்றவை. இந்த ஆண்டு ஒரு நாவ லுக்கு விருது வழங்கப்பட்டிருப்பதாகச் சொல்லப்படுகிறது. (கள்ளிக்காட்டு இதிகாசம், எப்படி ஒரு நாவலுக்கான தகுதியைப் பெறுகிறது என்று தெரியவில்லை). விருதுக்கான நபரை முடிவு செய்துவிட்டுப் பிறகு புத்தகத்தைத் தேர்ந்தெடுக்கும் தந்திரம் இதில் செயல்பட்டிருக்கக்கூடும் என்று முடிவுக்கு வர இடமிருக்கிறது. இந்த ஆண்டு ஒரு நாவலுக்குக் கொடுக்க வேண்டும் என்று அக்காதெமிக்கு மட்டுமே தெரிந்த காரணங் களுக்காக முடிவு செய்யப்பட்டிருக்கலாம். எனவே தேர்ந்

தெடுக்கப்பட வேண்டிய நபர் நாவல் எழுதியிருக்கிறாரா என்று பார்த்திருக்கலாம். அவர் நாவல் எழுதியிராவிட்டால் அவர் எழுதியதே நாவல் என்று முடிவு செய்யப்பட்டிருக்கலாம். இந்த ஐந்து ஆண்டுகளில் சுந்தர ராமசாமி, எஸ். ராமகிருஷ்ணன், ஜெயமோகன், யுவன் சந்திர சேகர், கோணங்கி, யூமா வாசுகி, சாரு நிவேதிதா, பிரேம் ரமேஷ், எம்.ஜி. சுரேஷ் முதலான படைப்பாளிகள் குறைந்தது தலா ஒரு நாவலேனும் எழுதி யிருக்கிறார்கள். இவை அனைத்துமே பல்வேறு தரப்பின ராலும் முக்கியமான நாவல்கள் என்று மதிப்பிடப்பட்டவை. இந்த நாவல்களோடு ஒப்பிடத்தக்க எழுத்தை வைரமுத்து எழுதியிருக்கிறார் என்றும் இந்த நாவல்களைக் காட்டிலும் கள்ளிக்காட்டு இதிகாசம், சிறந்த நாவல் என்றும் தேர்வில் சம்பந்தப்பட்டவர்கள் நினைக்கிறார்களா? ஆம் எனில் அதற்கான காரணங்களை விளக்கித் தங்களது முடிவை அவர்கள் முன்வைக்க வேண்டும். இல்லை எனில் தங்கள் விருப்பத்திற்கு மாறாக ஒரு நூலைத் தேர்வு செய்யவோ பரிந்துரை செய்யவோ ஏதோ ஒரு காரணி அவர்களைத் தூண்டியிருக்கும் என்ற முடிவுக்கு வருவதைத் தவிர வேறு வழியில்லை. பரிந்துரையாளர்களின் சிலரேனும் இந்தமுடி வுடன் உடன்படாதவர்களாக இருப்பார்கள். அவர்கள் தங்கள் அதிருப்தியை உரிய காரணங்களுடன் வெளிப்படுத்துவதன் மூலம் தேர்வு முறையில் உள்ள அற்பத்தனங்களையும் மோசடி களையும் அம்பலப்படுத்த முடியும்.

தேர்வு மற்றும் பரிந்துரைக் குழுவினர் தவிர சச்சிதானந்தன் எதிர்கொள்ள வேண்டிய கேள்வி ஒன்றும் இருக்கிறது. தமிழில் தரம் சார்ந்த அளவுகோல்களை அழுத்தமாகவும் சமரசமற்றும் முன்வைத்துவரும் விமர்சகர்கள் பலர் இருக்க, இந்திரா பார்த்த சாரதி, வல்லிக்கண்ணன் போன்ற சமரசச் செம்மல்களே திரும்பத் திரும்பத் தேர்வுக் குழுவில் இடம்பெறும் மர்மத்தை சச்சிதானந்தன் விளக்க வேண்டும். *இந்தியா டுடே*க்கு அளித்த பேட்டியில், பழுத்த மரத்தில் அமர்ந்து செல்லும் பறவை களைப் போன்றவை இந்த விருதுகள் என்று அருவருப்பூட்டும் பெருமித உணர்வுடன் சவடால் அடிக்கும் வைரமுத்து என்கிற மரம், இந்தப் பறவையைத் தன்மீது அமர வைப்பதற் காகத் திரைமறைவில் மேற்கொண்ட பல முயற்சிகளும் இன்று அம்பலமாகிவருகின்றன. இலக்கிய விருது பற்றிய அலசல், புலனாய்வு இதழியலுக்குரிய விஷயமாக மாறும் வித்தையை வைரமுத்துவும் தேர்வாளர்களில் சிலரும் நிகழ்த்திக் காட்டியிருக்கிறார்கள். புலனாய்வு இதழியலில் தேர்ச்சி பெற்ற இதழ்கள் ஏதேனும் இந்த விஷயத்தை எடுத்துக் கொண்டால் நான்கைந்து வாரங்களுக்குச் சுவையான கவர்

ஸ்டோரி கிடைக்கலாம் என்று சொல்லுமளவுக்கு மரத்தைப் பற்றியும் பறவையைப் பற்றியும் வில்லங்கமான செய்திகள் வந்தவண்ணம் இருக்கின்றன. பொது மக்களின் வரிப்பணத் தில் இயங்கும் ஒரு மதிப்பு வாய்ந்த நிறுவனத்தின் தலைவராக இருக்கும் சச்சிதானந்தன் இது பற்றியும் கவனம் செலுத்த வேண்டும்.

சர்ச்சையைக் குறித்து ஆதங்கப்படும் சச்சிதானந்தனுக்கு இந்தச் சர்ச்சைகளை ஒட்டுமொத்தமாக ஒழித்துக் கட்டுவதற் கான ஒரு யோசனையோடு இந்தக் கட்டுரையை முடிக்க விரும்புகிறேன். தமிழில் ஆழம், தீவிரம் ஆகியவற்றில் நம்பிக்கை கொண்டு செயல்படும் எழுத்தாளர்கள், இடைநிலை இதழ்கள், சிற்றிதழ்கள் ஆகியவற்றில்தான் பெரும்பாலும் செயல்பட்டு வருகிறார்கள். இத்தகைய இதழ்களில் ஒருமுறையேனும் எழுதிய யாருக்கும் சாகித்திய அக்காதெமி விருது இனி வழங்கப்பட மாட்டாது என்று பகிரங்கமாக அவர் அறிவித்து விட்டால் பிறகு பிரச்சினையே இல்லை. வைரமுத்து, ஜனாதிபதி கையால் தேசிய விருது வாங்கும்போது எழாத சர்ச்சை இப்போது ஏன் எழுகிறது என்று யாரும் வியப்படைய வும் வழி இருக்காது.

அமுதசுரபி, பிப்ரவரி 2004

оо

காலச்சுவடு பயணம்
இடையறாத காரியங்களும் தொடர்ந்து வரும் கனவுகளும்
[20ஆண்டுகள் 100 இதழ்கள் என்னும் நிலையைக் காலச்சுவடு எட்டியதையொட்டி எழுதப்பட்ட கட்டுரை]

1. தொடக்கம்:

*1989*இல் காலச்சுவடைத் தொடங்கியபோது 'கனவுகளும் காரியங்களும்' என்னும் தலையங்கத்தை அதன் நிறுவனரும் ஆசிரியருமான சுந்தர ராமசாமி எழுதினார். காலச்சுவடு எப்படி அமைய வேண்டும் என்பது குறித்த பிரகடனமாக அது அமைந்தது. படைப்பாக்கங்களில் மட்டுமின்றி இலக்கிய, சமூக விமர்சனங்களிலும் ஈடுபட்டுவந்த சுந்தர ராமசாமி, தனது சமரசமற்ற அணுகுமுறைக்குப் பேர்போனவர். எனவே அவர் காலச்சுவடு இதழைத் தொடங்கியபோது சூழலில் பெரும் எதிர்பார்ப்பு இயல்பாகவே உருவாகியது.

முதல் இதழுக்குக் கிடைத்த வரவேற்பு, 'கனவுகள் அல்ல, காரியங்கள்' என்று இரண்டாம் இதழில் அறிவிக்கும் ஊக்கத்தை சு.ரா.வுக்குத் தந்தது.

2. அடையாளம்:

சு.ரா. கொண்டுவந்த இதழ்கள் தரம் சார்ந்த கறாரான அளவுகோல்களின் அடிப்படையில் படைப்புகளை வெளியிடும் முயற்சியில் ஈடுபட்டன. எதிர்பார்த்ததுபோலவே தமிழ்ச் சூழல் இந்த அணுகுமுறையை அசௌகரியங்களுடன் எதிர் கொண்டது. எனினும் இளம் படைப்பாளிகளின் உற்சாகமான ஒத்துழைப்பும் ஆர்வமும் பல பரிசோதனைகளைச் செய்ய ஊக்கமளித்தன. பல முக்கியமான கட்டுரைகள், சிறந்த

கதைகள், மொழிபெயர்ப்புகள், எம்.என். ராய் போன்றோர் குறித்த சிறப்புப் பகுதிகள் எனத் தமிழ்ச் சிற்றிதழ்களின் களத்தைக் காலச்சுவடு விரிவுபடுத்தியது.

3. சிறப்பு மலர்:

படைப்புகளின் தரம், வடிவமைப்பு, அச்சுத் தரம் என அனைத்து அம்சங்களிலும் அழுத்தமான சுவடுகளைப் பதித்துச் சிற்றிதழ்களின் வரையறைகளை அர்த்தபூர்வமாக மாற்றியமைத்தது 1991இல் வெளிவந்த காலச்சுவடு சிறப்பு மலர்.

4. இடைவெளி:

இந்தச் சிறப்பு மலருடன் சு.ரா. தொடங்கிய காலச்சுவடு தன் பயணத்தை நிறுத்திக்கொண்டது. தனி ஒரு மனிதனாக ஒரு இதழைக் கொண்டுவரும் சிரமங்களைச் சமாளிக்க முடியாமல் சு.ரா. காலச்சுவடை நிறுத்தினார். "காலச்சுவடைத் தொடர நான் அதிக அளவுக்கு என்னை ஊக்கப்படுத்திக் கொள்ள வேண்டிய நிலை இப்போது... என்னுடைய நாளைய செயல்பாடுகளுக்கு அவர்கள் (வாசகர்கள்) தரும் ஊக்கத்தை நான் எதிர்பார்த்துக்கொண்டிருக்கிறேன்" என்று மலரில் அவர் குறிப்பிட்டிருந்தார்.

5. மறு தொடக்கம்:

1993இல் காலச்சுவடு தன் இரண்டாம் கட்டப் பயணத்தைத் தொடர்ந்தது. ஆசிரியர்களாகக் கண்ணன், மனுஷ்ய புத்திரன், லஷ்மி மணிவண்ணன் ஆகியோர் பொறுப்பேற்றார்கள். அதே பெயருடன் காலாண்டிதழாகவே வந்தாலும் உள்ளடக்கத்தில் நிறைய மாற்றங்கள் ஏற்பட்டன. ஆழமும் விரிவும் கொண்ட நேர்காணல்கள் இரண்டாம் கட்டத்தின் முக்கிய அடையாளமாக விளங்கின.

6. விரியும் எல்லைகள்:

நேர்காணல்கள், படைப்புக்கள், மொழிபெயர்ப்புக்கள் ஆகியவற்றில் விளிம்பு நிலை வாழ்வு சார்ந்த அக்கறைகள் அழுத்தம் பெற்றன. பின் நவீனத்துவப் பிரகடனங்கள் எதுவும் இல்லாமலேயே மைய நீரோட்டத்தைத் தாண்டிய பார்வைகளும் பதிவுகளும் காலச்சுவடில் பெருமளவில் இடம்பெற்றன. நேர்காணல் செய்யப்பட்ட ஆளுமைகளின் தேர்வும் மொழி பெயர்ப்புகளும் இதர கட்டுரைகளும் இலக்கிய எல்லைகளுக்கு அப்பாலும் விரிந்து தீவிர இதழியலின் பரிணாம வளர்ச்சிக்கு அடிகோலியது.

முத்தம்மாவின் கதை என்னும் நேர்காணல், நாவரசு கொலை குறித்த சமூக – உளவியல் ஆய்வுக் கட்டுரை, அம்பை, எஸ். ராமகிருஷ்ணன், பிரேம் – ரமேஷ் ஆகியோரின் நேர் காணல்கள், பெரியார் குறித்த விவாதங்கள், ஓரினப் புணர்ச்சி யாளர்கள் குறித்த கருத்தாடல்கள், பா. வெங்கடேசனின் மழையின் குரல் தனிமை என்னும் குறுநாவல் ஆகியவை குறிப்பிட்டுச் சொல்லத்தக்க சில பதிவுகள்.

7. விமர்சனம்:

காலச்சுவடில் வெளியான மதிப்புரைகளும் விமர்சனக் கட்டுரைகளும் புதுமைப்பித்தன் முதலானோர் வளர்த்தெடுத்த சமரசமற்ற விமர்சனப் பார்வையை முன்னெடுத்துச் சென்றன. விருப்பு – வெறுப்புகள், அச்சம் ஆகியவை தவிர்த்த கூர்மையான குரல்கள் விமர்சனத் துறையில் அதிகமாக எழத் தொடங்கின. விரிவான ஆய்வுகளுக்கு இடமளிக்கப்பட்டது. புதுமைப்புத்தன் எழுதிய கறாரான விமர்சனங்களை மறு வெளியீடு செய்ததன் மூலம் விமர்சனத் துறையில் ஆக்கபூர்வமான சலனங்கள் ஏற்பட்டன. புதுமைப்பித்தன், அசோகமித்திரன், சுந்தர ராமசாமி, ஜெயகாந்தன், இமையம், முதலான படைப்பாளிகள் குறித்த ஆழமான விமர்சனக் கட்டுரைகளைக் காலச்சுவடு வெளியிட்டிருக்கிறது.

8. பதிப்புத் துறையில் மறுமலர்ச்சி:

1998இல் காலச்சுவடு நான்கு நூல்களை வெளியிட்டது. சு.ரா.வின் நாவல், அவரது கட்டுரைகள், புதுமைப்பித்தனின் வெளிவராத படைப்புக்கள், மனுஷ்ய புத்திரனின் கவிதைகள் ஆகிய நான்கு நூல்களும் சென்னையில் நடைபெற்ற வெளியீட்டு விழா ஒன்றில் வெளியிடப்பட்டன. நவீன தமிழிலக்கியப் பரப்பில் பல்வேறு தளங்களில் இயங்கிவந்த பல்வேறு ஆளுமைகளும் பெரும் திரளான வாசகர்களும் கலந்துகொண்ட அந்த விழா தமிழ் இலக்கியச் சூழலில் புத்துணர்ச்சியை ஏற்படுத்தியதுடன் தமிழ்ப் பதிப்புத் துறையில் ஆழமான தாக்கங்களை ஏற்படுத்தியது. தீவிர இதழ்கள், நூல்கள், பதிப்பகங்கள் ஆகியவை பெருகத் தொடங்கின. வெகுஜன இதழ்களின் பக்கங்களிலும் இந்தத் தாக்கங்களின் பிரதிபலிப்புகளைக் காண முடிந்தது.

9. சிறப்புப் பகுதிகள்:

ஏதேனும் ஒரு பொருளை மையப்படுத்திப் பல விதமான பார்வைகளை வெளிப்படுத்தி அப்பொருள் சார்ந்த கவனத்தையும் விவாதங்களையும் உருவாக்குவதற்கான களமாகக்

காலச்சுவடின் சிறப்புப் பகுதிகள் உருப்பெற்றுள்ளன. மரண தண்டனை குறித்த சிறப்புப் பகுதியைத் தமிழ் இதழியலின் முக்கியமான நிகழ்வுகளில் ஒன்றாகக் குறிப்பிடலாம். தொடர்ந்து தமிழ் வழிக் கல்வி முதல் தமிழ்க் காதல்வரை பல பொருள்கள் குறித்த அரிய கட்டுரைகள் இப்பகுதிகள் மூலம் தமிழுக்குக் கிடைத்திருக்கின்றன.

குஜராத் வன்முறைகளைக் கருத்தியல் ரீதியிலும் நடப்புக் கண்ணோட்டத்துடனும் விமர்சிக்கும் இரண்டு சிறப்புப் பகுதிகளை வெளியிட்ட *காலச்சுவடு*, மதச்சார்பின்மை குறித்த வறையறைகளின் போதாமைகள் குறித்தும் விவாதித்தது. குஜராத் வன்முறைகளை விமர்சிப்பதோடு நிறுத்திக்கொள்ளாமல் அந்த வன்முறைகளைக கணடிதது ஒரு பொதுக கூட்டத்தையும் ஓவியக் கண்காட்சியையும் *காலச்சுவடு* நடத்தியது. வன்முறையில் பாதிக்கப்பட்டோருக்கான நிவாரணப் பணிகளுக்காக நிதி வசூல் செய்து அனுப்பிவைத்தது.

10. தமிழ் இனி கருத்தரங்கம்:

புத்தாயிரத்தின் தொடக்கத்தில் காலச்சுவடு நடத்திய 'தமிழ் இனி 2000' கருத்தரங்கம் நவீனத் தமிழிலக்கிய வரலாற்றின் மாபெரும் நிகழ்வாக அமைந்தது. உலகம் எங்கிலும் இருக்கும் தமிழ் இலக்கியவாதிகள் கலந்துகொண்ட அந்த நிகழ்வு தீவிரத் தமிழ்ப் பரப்பில் நடைபெற்ற உலக அளவிலான முதல் கருத்தரங்கம் என்னும் பெருமையைப் பெற்றது.

தமிழ் எழுத்தின் அனைத்து வகைமைகளையும் தழுவிய ஆழமான கட்டுரைகள் வாசிக்கப்பட்டு விவாதிக்கப்பட்டன. திராவிட இலக்கியம், தேசிய இலக்கியம், குழந்தை இலக்கியம், வெகுஜன இலக்கியம், இலக்கியச் சிற்றிதழ்கள் எனப் பல துறைகளும் கவனம் பெற்றன. தமிழ் எழுத்துத் துறையில் சொல்லத்தக்க வகையில் பங்காற்றிய பலரும் இக்கருத்தரங்கில் கலந்துகொண்டார்கள்.

'தமிழ் இனி 2000' கருத்தரங்கம் தமிழ்க் கருத்துலகில் ஏற்படுத்திவரும் சலனங்களும் தாக்கங்களும் இன்றளவிலும் தொடர்கின்றன. கருத்தரங்கின் முழுமையான பதிவுகளின் தொகுப்பு 2006இல் வெளியாயிற்று.

1998 வெளியீட்டு விழாவும் 'தமிழ் இனி 2000' கருத்தரங்கும் தமிழ்ச் சூழலின் ஆக்கபூர்வமான சில மாற்றங்களுக்கு வித்திட்டன.

2005இல் நடைபெற்ற புத்தாயிரத்தில் தமிழ் நாவல்கள் என்னும் கருத்தரங்கமும் 2006இல் நடைபெற்ற பாரதி 125,

புதுமைப்பித்தன் 100, சுந்தர ராமசாமி 75 கருத்தரங்கமும் குறிப்பிட்டுச் சொல்ல வேண்டிய பெரும் நிகழ்வுகள். இதில் 2006இல் நடந்த கருத்தரங்கில் அப்போதைய குடியரசுத் தலைவர் ஏ.பி.ஜே. அப்துல் கலாம் அவர்கள் கலந்துகொண்டு சிறப்பித்தார்.

கருத்தரங்குகள் தவிர, புதுமைப்பித்தனின் எழுத்துக்களை முழுமையாகவும் துல்லியமாகவும் ஆவணப்படுத்தும் திட்டம் ஆ.இரா. வேங்கடாசலபதியின் ஒருங்கிணைப்பில் மேற்கொள்ளப் பட்டுவருகிறது. இதன் ஒரு பகுதியாகப் புதுமைப்பித்தன் சிறுகதைகள், கட்டுரைகள் ஆகியவற்றின் செம்பதிப்புகள் வெளியிடப்பட்டுப் பெரும் வரவேற்பைப் பெற்றுள்ளன. இது வரை வெளிவராத மற்றும் தொகுக்கப்படாத புதுமைப்பித்தனின் படைப்புக்கள் பலவும் இத்திட்டத்தின் மூலம் நூல் வடிவம் பெற்றிருக்கின்றன.

11. இரு மாத இதழ்:

2000ஆம் ஆண்டு அக்டோபர் முதல் காலச்சுவடு இரு மாத இதழாக வெளிவரத் தொடங்கியது. பல்வேறு நிகழ்வு களால் சூழலில் உருவாகியிருந்த இடைநிலை இதழுக்கான தேவையைப் பூர்த்தி செய்யும் விதமாக உள்ளடக்கத்தின் எல்லைகள் – தரத்தில் சமரசம் செய்துகொள்ளாமல் – விரிவ டைந்தன. பயணத்தின் இந்தக் கட்டத்தில் அரசியல் சார்ந்த சமூகப் பார்வைக்கான முக்கியத்துவம் கூடியது.

12. வளர்முகம்:

2002இல் காலச்சுவடு ஆசிரியர் குழுவில் சில மாற்றங்கள் ஏற்பட்டன. ரவிக்குமார், அரவிந்தன் ஆகியோர் இக்குழுவில் இணைந்துகொண்டனர். 2003இல் நஞ்சுண்டனும் இணைந்தார். அய்யனார், சிபிச்செல்வன் ஆகியோர் துணை ஆசிரியர்களாகத் தங்கள் பங்களிப்பைச் செலுத்தினர். ஆ.இரா. வேங்கடாசலபதி, கனிமொழி, கோகுலக் கண்ணன், சேரன், பத்மனநாப அய்யர் முதலானோர் அடங்கிய விரிவான ஆலோசனைக் குழுவும் உருவாக்கப்பட்டது.

13. இளைஞர்கள், பெண்கள், தலித்துகள்:

ஜெயமோகன், யுவன் சந்திரசேகர், மனுஷ்ய புத்திரன், பிரேம் – ரமேஷ், சங்கர ராம சுப்பிரமணியன் போன்ற படைப் பாளிகளின் முக்கியமான சில படைப்புக்கள் காலச்சுவடில் வெளிவந்து பரவலான கவனம் பெற்றிருக்கின்றன. ஜே.பி. சாணக்யா, சல்மா, மாலதி மைத்ரி, சுகிர்த ராணி முதலான

பல இளம் படைப்பாளிகள் தங்களைக் கூர்மைப்படுத்திக் கொள்ளும் களமாகக் *காலச்சுவடு* செயல்பட்டுவருகிறது. *காலச்சுவடு 50*ஆம் இதழ் இளம் படைப்பாளிகளை மையமாகக் கொண்டிருந்தது. சிறுகதை, கவிதை, குறும்படம் ஆகிய துறைகளில் இளம் படைப்பாளிகளுக்கான போட்டி களை நடத்திப் பல இளம் படைப்பாளிகள் தங்களை வெளிப்படுத்திக்கொள்ள வழி வகுத்தது.

இன்று தனித்த அடையாளத்துடனும் வீரியத்துடனும் உருக்கொண்டுள்ள பெண் எழுத்தின் வளர்ச்சியில் *காலச் சுவடு*க்கு அழுத்தமான பங்கு இருக்கிறது. எத்தனையோ அவதூறுகள், வெறுப்புணர்வுகள் ஆகியவற்றை எதிர்கொண்டு *காலச்சுவடு* தொடர்ந்து பெண்களுக்கு அவர்களுக்குரிய இடத்தை அளித்துவருகிறது. சல்மா, சுகிர்தராணி ஆகியோர் முதல் லதா, கவிதா வரையிலும் பல பெண் படைப்பளிகளின் பிரதான வெளிப்பாட்டுக் களமாகக் *காலச்சுவடு* இருந்து வந்திருக்கிறது.

தலித்துகளின் படைப்புக்கள், விமர்சனப் பார்வைகள், அம்மக்களின் வாழ்வியல் பிரச்சினைகள் ஆகியவற்றிற்கு உரிய முக்கியத்துவம் அளித்துவருகிறது *காலச்சுவடு*. இட ஒதுக்கீட்டு மனப்பான்மையின் அடிப்படையிலோ, அனுதாப உணர்விலோ அல்லாமல், பெண்கள் மறும் தலித்துகளுக்கான வெளியைத் தனது இயங்கு தளத்தின் இயல்பானதும் பிரிக்க முடியாதது மான பகுதிகளாகக் கருதிச் செயல்பட்டுவருகிறது *காலச்சுவடு*.

இதைத் தவிர, தொ. பரமசிவன், மா. இலெ. தங்கப்பா தியடோர் பாஸ்கரன் முதலான வெவ்வேறு துறைகளைச் சேர்ந்த ஆளுமைகளும் காலச்சுவடில் பங்களித்துவருகிறார்கள்.

14. மாத இதழ்:

மாறி வரும் சூழலில் பெருகிவரும் பொறுப்புக்களைக் கணக்கில் கொண்டு *காலச்சுவடு 2004* ஜுன் மாதம் முதல் மாத இதழாக வெளிவருகிறது.

15. சமரசமற்ற நிலைப்பாடு:

நுண் அரசியல் சார்ந்த எழுத்துக்களுக்கு முக்கிய இடம் அளித்துவரும் அதே வேளையில் மைய நீரோட்ட அரசியல் குறித்த கூர்மையான விமர்சனங்களும் *காலச்சுவடி*ல் தொடர்ந்து இடம்பெற்றுவருகின்றன. பாரபட்சமற்ற பார்வை யும் சமரசமற்ற அணுகுமுறையும் கொண்ட இந்த விமர்சனங் கள் அதிகாரத்தை நோக்கி உண்மையைப் பேசும் அரிய

குரல்களாக ஒலிக்கின்றன. பாராட்டத்தக்க விஷயங்களைப் பாராட்டத் தவறாத *காலச்சுவடு* தனது கறாரான பார்வை யால் அதிகார பீடத்தினரால் விலக்கப்படும் ஒரு இதழியக்க மாக இருப்பதில் வியப்பதற்கு ஒன்றுமில்லை. அரசு நூலகங்கள் *காலச்சுவடு* இதழ்களை வாங்குவது நிறுத்தப்பட்டிருப்பதைக் காலச்சுவடின் பாரபட்சமற்ற, சமரசமற்ற அணுகுமுறைக்குக் கிடைத்த சான்றிதழாகவே எடுத்துக்கொள்ள வேண்டும்.

சாதி, மதம், அரசியல் சித்தாந்தம், எனப் பல தளங் களிலும் வேறுபட்ட பலர் ஒன்றுபடும் ஒரு புள்ளி, *காலச் சுவடைத்* தங்களுக்கு எதிரான சக்தியாகப் பார்க்கும் அணுகு முறைதான். விமர்சனம் என்று வரும்போது யாரையும் எதற்காக வும் தவிர்க்கும் அணுகுமுறை *காலச்சுவடுக்கு* இல்லை என்பதற் கான அடையாளமாகவே இதைப் பார்க்க முடியும். *காலச்சுவடு* மீதான விமர்சனங்களுக்கும் *காலச்சுவடின்* பக்கங்களிலும் மேடைகளிலும் தாராளமாக இடமளிக்கப்படுவதும் இதே அணுகுமுறையின் ஓர் அங்கம்தான்.

16. புதிய பரிணாமம்:

2006 ஆகஸ்ட் மாதத்தில் *காலச்சுவடு* வேறொரு பரிணாமம் கண்டது. தமிழ்ச் சூழலில் இடைநிலை இதழ்கள் பெருகி, தீவிரமான ஆக்கங்கள் குறைந்து வந்தன. சிற்றிதழ்களிலிருந்து வெகுஜன இதழ்கள் ஊக்கம் பெற்றுவந்த காலம் மாறி, வெகுஜன இதழ்களின் பாதிப்புக்கள் சிற்றிதழ் இயக்கத்தின் மீது படியத் தொடங்கிய நேரம் அது. இந்நிலையில் அக்கறை கள், அணுகுமுறைகள், வெளிப்பாட்டு முறைகள் ஆகியவற்றில் தீவிரமும் கனமும் கூட வேண்டியதன் தேவையை உணர்ந்த *காலச்சுவடு*, அதற்கான முன்முயற்சியை எடுத்தது. சற்றுப் பெரிய அளவில், அதிகப் பக்கங்களுடனும் மேலும் கூர்மைப் படுத்தப்பட்ட கவனங்களுடனும் *காலச்சுவடு* வெளிவரத் தொடங்கியது.

இசைக் கலைஞர் சஞ்சய் சுப்பிரமணியன் நேர்காணல், தமிழிலக்கிய வரலாறு தொகை நூல் குறித்த பொ. வேல்சாமி யின் விமர்சனக் கட்டுரை, ஈழத் தமிழ் அகதிகளின் நிலை குறித்த ரவிக்குமாரின் விரிவான ஆய்வு, காந்தி குறித்த சிறப்புப் பகுதி, பதிப்புத் துறை குறித்த ஆழமான ஆய்வுக் கட்டுரைகள் முதலான பல ஆக்கங்கள் சமகாலத் தமிழ் எழுத்தின் எல்லைகளை விரிவுபடுத்திவருகின்றன.

100 இதழ்களைக் கடந்து 20 வயது நிறையும் இந்தத் தருணம் வெறும் காலக்கணக்கு சார்ந்த அடையாளம் அல்ல. 100 இதழ்கள், 20 ஆண்டுகள், 250 நூல்கள், பல கருத்தரங்குகள்,

எண்ணற்ற விவாதங்கள் என இப்பயணத்தின் சுவடுகள் பல்வேறு பரிமாணங்களுடன் காட்சியளிக்கின்றன.

"கனவுகள் அல்ல, காரியங்கள்" என்றார் காலச்சுவடு நிறுவனர் சுந்தர ராமசாமி. காரியங்கள் பெருகப் பெருகக் கனவுகளும் பெருகியபடி இருக்கின்றன. வளர்ந்துவரும் காரியங்களும் பெருகிவரும் கனவுகளுமாய்க் காலச்சுவடின் பயணம் தொடர்கிறது.

விவாதம்: இந்தியப் பார்வையும் இந்துத்துவப் பார்வையும்

(வாசகர் கடிதம்)

அன்புள்ள தேவிபாரதி

ஜி.கே. ராமசாமி நாகராஜனின் பார்வையை முன்வைத்து மார்க்சிய, இந்திய சித்தாந்தங்களைப் பற்றிய தன் பார்வையை முன்வைக்கிறார். மிகுதியும் தர்க்கபூர்வமான அணுகுமுறையுடன் அறிவார்த்தமான மொழியில் எழுதப்பட்டிருக்கும் இந்தக் கட்டுரை தமிழ்ச் சூழலில் மார்க்சியம் பற்றிய சில விவாதங்களைப் புதுப்பிக்க விழைகிறது. கட்டுரையின் தொடக்கத்திலிருந்தே எஸ்.என். நாகராஜனின் பார்வையை மறுக்கும், நிராகரிக்கும் போக்கு அப்பட்டமாகவே தெரிகிறது. நாகராஜனை அவர் சார்ந்த சாதியினின்றும் பிரித்துப் பார்க்க ராமசாமியின் மனம் மறுக்கிறது. இந்திய வழி என்று யாராவது பேசினாலே அதை இந்துத்துவப் பார்வை என்று சொல்லும் தட்டையான வகைமாதிரி அணுகுமுறையையே இவரும் பிரயோகிப்பது ஏமாற்றமளிக்கிறது.

மார்க்சியத்தின் வளர்ச்சியின் படிநிலைகளையும் பரிமாணங்களையும் வரலாற்றுப் பின்னணியில் அலச முற்படும் ராமசாமி, கம்யூனிசப் புரட்சி வரலாற்றின் ரத்தக் கறை படிந்த வரலாறு பற்றி மௌனம் சாதிப்பது தற்செயலானது என்று தோன்றவில்லை. மாவோயிஸ்டுகளும் ஸ்டாலினிஸ்டுகளும் ஆடிய கோர தாண்டவங்கள் மார்க்ஸியப் பார்வையின் வளர்ச்சியின் எந்தப் படிநிலையில் உள்ளன என்பதையும் தனது இயங்கியல் பார்வையின் மூலம் ராமசாமி விளக்கியிருக்கலாம். நாகராஜன் இந்துத்துவவாதியா இல்லையா என்பதா இப்போது பிரச்சினை? உலகை மாற்றியமைக்கும் கனவை விதைத்த ஒரு சித்தாந்தம் அறத்துக்குப் புறம்பான

முறையில் ஆயிரக்கணக்கான உயிர்களைக் காவு கொண்டது எப்படி என்பதும் பல இடங்களில் பூர்ஷ்வா அரசியலின் பகுதியாக அது இழிந்து நிற்பது ஏன் என்பதும் நாகராஜனின் நிறம் காவியா சிவப்பா என்பதைவிட முக்கியமான பிரச்சினைகள் இல்லையா?

இவை ஒருபுறம் இருக்க, கட்டுரையில் காந்தியைப் பற்றி அவர் கூறிய ஒரு கருத்து வருத்தத்தை ஏற்படுத்தியது. காந்தி தன் அன்பு வழியில் தீண்டாதோரை உள்ளடக்கவில்லை என்று எழுதியது மிகப் பெரிய பிழை. தீண்டாதார் விடுதலை, அவர்களுக்கான சம உரிமை ஆகியவை காந்தியின் செயல் திட்டத்தில் மிக முக்கியப் பங்கு வகித்தன. தாழ்த்தப்பட்டோர் நலனுக்காகப் பாடுபட வேண்டியதைக் காங்கிரஸின் செயல் திட்டத்தில் ஒரு பகுதியாக ஆக்கியதுடன் உயர் சாதியினரின் கடமையாகவும் உணரச் செய்தார் காந்தி. காந்தியின் சொல்லைச் சிரமேற்கொண்டு எத்தனையோ உயர் சாதிக்காரர்கள் தங்கள் வாழ்நாளில் கணிசமான பகுதியைத் தீண்டாதோர் நலனுக்காகச் செலவிட்டிருக்கிறார்கள். இந்தியாவின் ஒவ்வொரு ஊரிலும் இத்தகைய காந்தியவாதி களைப் பார்க்க முடியும். 2000 ஆண்டுக் கால இந்திய மரபு தனது செழுமையான பல்வேறு கூறுகளில் தாழ்த்தப்பட்டோ ருக்கான இடத்தை மறுத்துவந்தது மட்டுமல்ல; அவர்களது இருப்பைத் தன் பிரக்ஞையிலிருந்தும் இயல்பாகவே அகற்றி யிருந்தது. ஆனால் இந்திய மரபை அடியொற்றித் தனது செயல்திட்டங்களை வகுத்துக்கொண்ட காந்தி அதை அப்படியே பின்பற்றவில்லை. சமத்துவம், சம உரிமை போன்ற நவீனத்துவச் சிந்தனைகளை இணைத்தே தனது பணிகளை அவர் மேற்கொண்டார். கம்யூனிச வரலாற்றை எவ்வளவோ நிதானமாக ஆராய்ந்து தொகுத்துச் சொல்ல முயலும் ராமசாமி இந்த விஷயத்தில் இவ்வளவு தவறான ஒரு கருத்தைப் போகிறபோக்கில் சொல்லிவிட்டுப் போவதன் காரணத்தைப் புரிந்துகொள்ள முடியவில்லை.

மரபு சார்ந்தே இந்திய சமூகச் சீர்திருத்தம் பேசிய விவேகானந்தரும் தாழ்த்தப்பட்டோருக்கான சம உரிமைகள் பற்றி அழுத்தமாகப் பேசியிருக்கிறார். தாழ்த்தப்பட்டோரின் விடுதலை இன்றி இந்தியாவின் விடுதலையோ பொருள் சார்ந்த வளர்ச்சியோ ஆன்ம எழுச்சியோ சாத்தியமில்லை என்று அவர் திட்டவட்டமாகக் கூறியிருக்கிறார். தற்கால இந்தியா என்னும் அவரது கட்டுரையில் இதைக் காணலாம். கடந்த ஆயிரம் ஆண்டுகளாக பிராமணர்களும் க்ஷத்திரியர் களும் சேர்ந்துகொண்டு இந்தியாவின் பெருவாரியான

மக்களை ஒடுக்கிவைத்திருந்தது பற்றி இந்தக் கட்டுரையில் அவர் விரிவாகப் பேசுகிறார். இந்த ஒடுக்குமுறைதான் இந்தியாவின் அத்தனை சீர்கேடுகளுக்கும் காரணம் என்றும் அவர் கூறுகிறார். சுதந்திர இந்தியா சேரிகளின் குடிசைகளி லிருந்து எழும்; மீனவர்களின் குப்பங்களிலிருந்து எழும்; உழவர்களின் கலப்பைகளிலிருந்து எழும் என்று பிரகடனம் செய்யும் விவேகானந்தர், பிராமணர்களை இறந்த காலத்தின் எலும்புக்கூடுகள் என்று வர்ணிக்கிறார்.

சாஸ்திரங்களையும் சம்பிரதாயங்களையும் ஏற்கும் காந்தி, விவேகானந்தர் போன்றோர் தாழ்த்தப்பட்டோரின் உரிமை களுக்காக அந்த சாஸ்திரங்களை மறு வரையறை செய்யத் தலைப்படுகிறார்கள். அதாவது மரபிலிருந்து ஊக்கம் பெறும் அவர்கள் மரபின் எல்லைகளைத் தங்கள் பார்வைக்கேற்ப, காலத்துக்கேற்ப விரிவுபடுத்துகிறார்கள். இதற்காகச் சனாதனி களின் வசைகளையும் இவர்கள் கணிசமாக வாங்கிக்கட்டிக் கொண்டார்கள். இவர்களது இந்த அணுகுமுறையில் வரலாற்றுப் பார்வை இல்லையா? இதில் சமூக, வரலாற்றுப் புரிதல்கள் பிரதிபலிக்கவில்லையா?

மரபின் எல்லைகளுக்குள் நின்று தாழ்த்தப்பட்டோருக் கான விடுதலைக்காகப் பாடுபட்ட நாராயண குரு போன் றோரையும் நாம் இவ்விஷயத்தில் கணக்கில் எடுத்துக்கொள்ள வேண்டும். தாழ்ந்த சாதியைச் சேர்ந்தவர்கள் ஆழ்வார்களாகி விட்டதால் புளகாங்கிதம் அடைந்து கீழை மார்க்சியம் பேசும் நாகராஜனுக்குப் பதில் சொல்லும் வேகத்தில் மரபை விமர்சனபூர்வமாக அணுகிய மரபுவாதிகளும் இருக்கிறார்கள் என்ற வரலாற்று உண்மையை ராமசாமி கணக்கில் எடுத்துக் கொள்ளத் தவறுகிறார்.

அன்புடன்
அரவிந்தன்
சென்னை
aravindanmail@gmail.com

காலச்சுவடு, மார்ச் 2010

○○

பகுதி 3
மொழி

கொலையில் பிறந்த குலந்தை

“இந்தியாவில் முதல் சோதனைக் கொலையில் பிறந்த குலந்தையின் பெயர் என்ன?” என்ற வார்த்தைகளைக் கேட்டுத் திடுக்கிட்டுத் திரும்பினேன். பொலிவான தோற்றத் துடன் பளிச்சென்று சிரித்துக்கொண்டிருந்தார் குஷ்பு. அவருக்கு முன் உட்கார்ந்திருந்த மூன்று பேரும் “கொலையின் பிறந்த குலந்தையின்” பெயரைத் தம் நினைவறைகளில் தேடிக் கொண்டிருந்தார்கள். மூவரில் ஒருவர் சில வினாடி களுக்குள் சரியான விடையைச் சொல்லி கோடீஸ்வரி ஸ்தானத்தை நோக்கி ஒரு அடி முன்னேறினார். எனக்கென் னவோ அந்தக் கேள்வியைப் புரிந்துகொண்டதற்காகவே அவர்கள் மூவருக்கும் ஆளுக்கொரு லட்சமாவது கொடுக் கலாம் என்று தோன்றியது.

தமிழர்கள் ரொம்பவே தேறிவிட்டார்கள். “நீங்க என்ன பன்னிட்ருக்கீங்க?” ஒங்கல்க்கு எந்த ஆக்ட்ரஸ் புதிக்கும்?” தமிழ்ல்ல உங்களுக்கு புட்ச்ச டைரக்டர் யாரு?” என்றெல் லாம் தொலை பேசியில் கொஞ்சும் செந்தமிழ்ப் பெண் குரல்களோடு உரையாடுவதில் அவர்களுக்கு எந்தச் சிக்கலும் இல்லை. தொலைக்காட்சித் தொகுப்பாளர்கள் பலர், ல, ள, ழ, ன, ண போன்ற எழுத்துக்களிடையே இருக்கும் வித்தியாசங்களையெல்லாம் ஒழித்துக்கட்டி சமச்சீராக்கி வைத்திருப்பது பற்றியெல்லாம் அவர்கள் கவலைப்பட்டுக் கொண்டிருப்பதில்லை. அவர்களுக்கு வேண்டியதெல்லாம் அவர்கள் கனவுகளை ஆக்கிரமித்திருக்கும் நாயக–நாயகியர் தோன்றும் பாட்டு, அதற்கு முன் ஏதேனும் ஒரு அழகியின் கொஞ்சு தமிழ்ப் பேச்சு. இது போதாதா வாழ்க்கையின் நுகத்தடியில் கழுத்தைக் கொடுத்துவிட்டு விழி பிதுங்கித் தவிக்கும் தமிழனை ஆசுவாசப்படுத்த? இதில் தமிழைப் பற்றிக் கவலைப்பட அவனுக்கு ஏது நேரம்?

அவனுக்கு மட்டுமல்ல. தமிழைச் சகல துறைகளிலும் முன்னணியில் நிறுத்துவோம் என்று சூளுரைக்கும் அரசியல் வாதிகளுக்கும் இதற்கெல்லாம் நேரமில்லை. தமிழால் எல்லாமே முடியும் என்று மேடைக்கு மேடை எதுகை மோனையோடு வீர முழக்கமிடும் கவிஞர் பெருமக்களுக்கும் நேரமில்லை. தமிழை நவீனப்படுத்த வேண்டும்; புதிய கலைச் சொல்லாக்கங்கள் தமிழில் வர வேண்டும் என்பதற்காக மண்டையை உடைத்துக்கொண்டு பாடுபடும் அறிஞர்களுக் கும் இதையெல்லாம் கவனிக்க நேரமில்லை. தமிழை வைத்துப் பிழைப்பவர்களும் தமிழைப் பிழைக்கவைக்கப் போராடுபவர் களும் தத்தம் வழியில் சென்றுகொண்டிருக்கிறார்கள். இடை யில் சாதாரண மக்களோடு நேரடியாக உரையாடும், உறவாடும் மின்னணு ஊடகங்கள் பேச்சுத் தமிழைச் சீரழித்து வருகின்றன. சுஜாதா போன்ற மிகச் சிலர்தான் இது பற்றி அடிக்கடி விமர்சிக்கிறார்கள். கமல்ஹாசன் போன்றவர்கள் தங்கள் படங்களில் இந்தப் போக்கைக் கிண்டலடிக்கிறார்கள். மற்றபடி தமிழ் உணர்வு பொங்கி வழியும் தமிழ்ப் பொது மேடைகளில் பெரிதாக இதற்கு எதிர்வினை எதுவும் எழுவதில்லை.

கேளிக்கை என்ற வசீகர வலைக்குள் தமிழ் மக்களைச் சுருட்டி வைத்திருக்கும் இந்த ஊடகங்கள் பேச்சுத் தமிழின் அழகையும் நுட்பங்களையும் சிதைத்து வருவது அன்றாடம் நாம் கண்டும் கேட்டும் உணரும் யதார்த்தம். தமிழைத் தாய் மொழியாகக் கொண்டிராத குஷ்பு சோதனைக் குழாயைச் சோதனைக் கொலாயாக மாற்றுவதையாவது பொறுத்துக் கொள்ளலாம். தமிழ் மண்ணில் பிறந்து தமிழைத் தாய்மொழி யாகக் கொண்ட தொகுப்பாளர்களும் “ஒங்கல்க்கு எத்தினி கொலந்தைங்க?” என்று நேயர்களைக் கேட்கும்போது எப்படித் தாங்கிக்கொள்வது? நேயரின் விருப்பத்திற்கிணங்க “மொத்து கலே, மொத்துகலே” பாடலைப் போடுவதாகச் சொல்வதை எப்படிச் சகித்துக்கொள்வது? இதை முகமற்ற பார்வையாளர் கள் பொறுத்துக்கொள்வதில் ஆச்சரியமில்லை. இந்த ஊடகங் களின் நிர்வாகத்தினரும் இவற்றோடு நெருங்கிய தொடர்பு டைய தமிழ்ப் பற்றாளர்களும் எப்படிப் பொறுத்துக்கொள் கிறார்கள் என்பதுதான் புரியவில்லை.

காட்சி ஊடகத்தின் வசீகரம் அதன் தோற்றப் பொலிவில் தான் இருக்கிறது. இந்த வசீகரம்தான் வணிக ரீதியான வெற்றிக்கு அடிப்படை. எனவே காட்சி ஊடகங்களால் தோற்றப் பொலிவை சமரசம் செய்து கொள்ள முடியாது என்பது ஒப்புக்கொள்ளக் கூடிய வாதம்தான். ஆனால் இந்த அம்சத்திற்குக் கொடுக்கப்படும் அதீதமான அழுத்தம்

விபரீதமான சில விளைவுகளை ஏற்படுத்துகிறது. திரையில் தோன்றுபவர்களின் தோற்றம், நடை, உடை, பாவனை ஆகியவைதான் முக்கியம்; மற்ற எல்லாமே—மொழி, துறை சார்ந்த திறமை உள்பட—இரண்டாம்பட்சம்தான் என்பதே தமிழ்க் காட்சி ஊடகங்களின் நிலைப்பாடாக இருப்பதாகத் தெரிகிறது. கோடிக் கணக்கில் முதலீடு செய்து நடத்தும் வியாபாரத்தில் கேவலம் ல,ள, வித்தியாசங்களைப் பற்றியும் 'ண'வும் 'ழ'வும் தொலைந்துபோவது பற்றியும் கவலைப்பட்டுக் கொண்டிருக்க முடியுமா என்ன? ஒரு பெண்ணோ ஆணோ, பார்க்க நன்றாக இருக்கிறார் என்றால், தொலைபேசியிலும் நேரிலும் நேயர்களுடன் கொஞ்சலாகவும் சரளமாகவும் அரட்டை அடிக்கிறார் என்றால், இடையிடையே காரணமே இல்லாமல் கலகலவென்று அவரால் சிரிக்கவும் முடிகிறது என்றால், அவரது தமிழைப் பற்றிக் கவலைப்பட வேண்டியது நமக்குத் தேவையில்லாத விஷயம். தமிழுக்குச் சேவை செய்யவா நாம் தொலைக்காட்சி நிறுவனத்தைத் துவக்கியிருக் கிறோம்? அதற்குத்தான் இடையிடையே ஏதேனும் நிகழ்ச்சியை ஒளிபரப்பித் தொலைக்கிறோமே. வேண்டுமென்றால் யாரே னும் ஒரு தமிழறிஞரைப் பேட்டி கண்டு பயனுள்ள யோச னையைத் தமிழ்கூறு நல்லுலகத்திற்கு வழங்கத் தயார். ஆனால் அவரைப் பேட்டி காண்பவர் தமிழைச் சரியாகப் பேச வேண்டும் என்றெல்லாம் எதிர்பார்க்காதீர்கள்.

நியாயமான வாதம்தான். ஆனால் தமிழ்ப் பின்னணியில் மட்டுந்தான் இந்த நியாயம் எடுபடுகிறது, 'காட்சி ஊடகம்— வசீகரம்—தோற்றப் பொலிவு—வெற்றி' என்ற சூத்திரம் உலகம் முழுமைக்கும் பொதுவானது. ஆனால் வேறு எந்த மொழியில் நடத்தப்படும் தொலைக்காட்சி சேனல்களிலும் அந்தக் குறிப்பிட்ட மொழி இந்தச் சூத்திரத்திற்காகப் பலி கொடுக்கப்படுவதில்லை. வெளிநாட்டுச் சேனல்கள் மட்டுமல் லாது இந்தியர்களால் நடத்தப்படும் ஆங்கில சேனல்களிலும் இதே நிலை இருக்கிறது. தெலுங்கு, மலையாளம், கன்னடம், ஹிந்தி ஆகிய மொழிகள் பேசும் என் நண்பர்களிடம் கேட்ட போது அவர்களது மொழி சேனல்களில் மொழிச்சிதைவு அதிகம் இல்லை என்ற பதிலே எனக்குக் கிடைக்கிறது. அந்த சேனல்களும் இதே சூத்திரத்தைத் தத்தம் வர்த்தக நிர்ப்பந்தமாய்க் கொண்டிருப்பவைதாம். ஆனாலும் அவை வெற்றிக்குத் தேவையான தோற்றப் பொலிவுக்காக மொழியைப் பலிகொடுக்க விரும்பவில்லை. கூடியவரை இரண்டையும் உறுதி செய்வதையே அவை தமது நடைமுறையாகக் கொண்டி ருக்கின்றன. ஆனால் தமிழில் மட்டும் நிலைமை வேறாக இருப்பதன் காரணம் என்ன?

கனவின் யதார்த்தப் புத்தகம்

இதற்கான விடையைத் தமிழ்ச் சமூகத்தில் தேட வேண்டி யிருக்கிறது. நவீன காட்சி ஊடகங்களுக்குத் தேவையான தகுதிகள் பலவும் படித்த நகர்ப்புறத்து இளம் தலைமுறையின ரிடம் அதிகம் இருக்கின்றன. இந்த வர்க்கம் தமிழைத் தாய்மொழியாகக் கொண்டிருந்தாலும் தமிழே தெரியாமல் படித்துத் தேறிய வர்க்கம். இவர்களது வாசிப்பு, பொழுது போக்கு, உரையாடல் ஆகியவை பெரும்பாலும் ஆங்கிலத்தில் தான் இருக்கும். சிந்தனையும் உணர்வை வெளிப்படுத்தும் முறையும்கூட ஆங்கிலமாகவே இருக்கும். மேஜையில் கால் இடித்துக்கொண்டால் 'அவுச்' என்று கத்தும் ரகத்தைச் சேர்ந்தவர்கள் இவர்கள். கடைத்தெருவில் பேரம் பேசுவதற்கும் ஆட்டோ ஓட்டுநர், கடைநிலைப் பணியாளர்கள் முதலானோ ரிடம் உரையாடுவதற்கும்தான் இவர்களுக்குத் தமிழ் தேவைப் படுகிறது. அதற்கு, "என்னாப்பா, இங்க இர்க்கற பாண்டி பஜார்க்கு இவ்லோ கேக்ற?" என்ற தமிழ் போதும்.

தங்களது வெற்றிச் சூத்திரத்திற்குத் தேவையான தோற்றம், நடை, பாவனை ஆகியவை இவர்களிடத்தில் அதிகம் இருப்ப தால் காட்சி ஊடகங்கள் இவர்களையே தங்களுக்கான முகங் களாகவும் குரல்களாகவும் உடல்களாகவும் தேர்ந்தெடுக்கின்றன. 18, 20 வயதுக்குப் பிறகு ல, ள வேறுபாடுகளைத் தங்கள் நாவுக்குப் புரியவைப்பது இவர்களுக்குக் கடினமான காரியமாக இருக்கிறது. இதில் ண, ழ ஆகிய விசித்திரமான ஒலிகளை அறிமுகப் படுத்துவதெல்லாம் கற்பனைக்கும் எட்டாத காரியம். ஊடக நிர்வாகமும் இதையெல்லாம் பொருட்படுத்துவதில்லை. அத்ற்கு வேண்டியதெல்லாம் பளபளப்பு, தளுக்கு, கலகலப்பு. தமிழை நன்றாகப் பேசு பவர்கள் மத்தியில் இந்தத் தன்மைகளைப் பார்ப்பது அரிதாக இருக்கிறது. இந்த மகத்தான குணங்களைக் கொண்டிருப்பவர் கள் சுலபத்தில் கிடைக்கிறார்கள்.

இது ஊடகங்களின் குற்றமில்லைதான். இதற்கு ஆழமான சமூக அரசியல் காரணங்கள் உள்ளன என்பது உண்மைதான். ஆனால் இந்தக் காரணத்தைச் சொல்லி ஊடகங்கள் தப்பித்துக் கொள்ள முடியாது. வர்த்தக நிறுவனங்கள் தங்கள் விற்பனைப் பிரதிநிதிகள் மிடுக்கான தோற்றம் கொண்டிருக்கவேண்டும் என்று எதிர்பார்க்கின்றன. தினசரி முகச்சவரம், கழுத்துப் பட்டை, நேர்த்தியான உடை, புன்னகை முதலியவை வலியுறுத்தப்படுகின்றன. ஆனால் இவ்வளவுக்கும் மேலாக அந்த ஊழியரின் தொழில் சார்ந்த திறமை மிக முக்கியமாக எதிர்பார்க்கப்படுகிறது. இவ்வளவும் சிறப்பாக அமையப்பெற்ற ஒருவர், தான் விற்க வேண்டிய பொருள் அல்லது சேவை

பற்றிய அறிவோ, அது பற்றி அழகாக எடுத்துச் சொல்லும் திறமையோ இல்லாதவராக இருந்தால் அவருக்கு அந்த வேலை கிடைக்காது. கிடைத்தாலும் நிலைக்காது. இதே அளவுகோலைத் தோற்றப் பொலிவு தேவைப்படும் இன்னொரு துறைக்கும் பொருத்திப் பார்க்கலாம். உலகம் முழுவதும் அலுவலக வரவேற்பறைகளில் அழகிகள்தான் பெரும்பாலும் உட்கார வைக்கப்படுகிறார்கள். ஆனால் இதே அழகிகள் அலுவலகத்திற்கு வருபவர்களை முறையாகக் கவனிக்கத் தெரியாதவர்களாக இருந்தால் அவர்களை வீட்டுக்கு அனுப்பிவிடுவார்கள்.

காட்சி ஊடகங்களுக்குத் தோற்றப் பொலிவும் முக்கியம் தான். அதே சமயத்தில் காட்சி ஊடகங்கள் 78ஆண்டுகளுக்கு முன்பே பேச ஆரம்பித்துவிட்டன. அவை தமிழிலும் பேசு கின்றன. இன்று காட்சி ஊடகத்தின் பிரிக்க முடியாத ஒரு பகுதியாக மொழி இருக்கிறது. 24 மணி நேரமும் பாட்டைப் போட்டுக் கொண்டிருக்கும் சேனலிலிருந்து விளையாட்டு சேனல்கள், டிஸ்கவரி/நேஷனல் ஜ்யாக்ரஃபி சேனல், கார்ட்டூன் சேனல்வரை எதுவுமே இதற்கு விதிவிலக்கு அல்ல. எனவே, குறைந்தபட்ச மொழித்திறமை என்பதைக் காட்சி ஊடகத்தின் அடிப்படைத் தகுதிகளில் ஒன்றாகக் கருதுவதில் தவறில்லை. தமிழ் ஊடகங்கள் இந்த அளவுகோலைப் பின்பற்ற ஆரம்பித் தால் தமிழ் இளைஞர்களும் இளைஞிகளும் பத்தே நாட்களில் தங்கள் நாக்கைத் தமிழுக்கேற்றபடி பழக்கப்படுத்திவிடுவார்கள். வேலை வாய்ப்புக்காக எவ்வளவோ சிக்கலான படிப்பையெல் லாம் கற்கும் திறமைசாலிகள்தானே அவர்கள்.

தமிழகத்தின் நகர்ப்புறங்களில் இப்போதெல்லாம் கால் சென்டர்கள் நிறையத் தோன்றுகின்றன. வெளிநாடுகளில், குறிப்பாக அமெரிக்காவில், வசிப்பவர்களுக்காகத் தனியார் நிறுவனங்கள் நடத்தும் தகவல் தொடர்பு சேவை இது. இதில் பணிபுரிபவர்களுக்கு அமெரிக்க உச்சரிப்பைப் புரிந்துகொள்ள வும் அதே உச்சரிப்பில் பேசவும் குறுகிய காலப் பயிற்சி அளிக் கப்படுகிறது. மிகக் குறுகிய காலத்தில் அமெரிக்க உச்சரிப்பை வசப்படுத்திவிடும் தமிழர்களால் தமிழ் உச்சரிப்பைச் சரி செய்து கொள்ள முடியாதா என்ன? அழகு, வசீகரம், திறமை ஆகியவை இருந்தாலும் உச்சரிப்பு சுத்தம் இல்லாவிட்டால் வேலை கிடைக்காது என்று ஊடக நிர்வாகம் முடிவெடுத்தால் தொகுப்பாளர்களாக விரும்புபவர்கள் அதற்கேற்பத் தம்மைத் தயார்படுத்திக்கொள்வார்கள். அதற்கான பயிற்சி அளிக்கும் வகுப்புகளைத் துவக்குவதற்கும் பலர் போட்டி போட்டுக் கொண்டு முன்வருவார்கள்.

மேலும் 'மொட்டுகளே' என்பதை 'மொத்துகலே' என்று சிதைக்கும் தளுக்குத் தமிழுக்கு மத்தியில் ஒழுங்காகத் தமிழ் பேசும் குரல்களும் இதே ஊடகத்தில் கேட்கத்தான் செய்கின்றன. அந்தக் குரல்கள் நடத்தும் நிகழ்ச்சிகளும் வெற்றிகரமாகவே இருக்கின்றன. இது எப்படி சாத்தியமாயிற்று என்பதையும் ஊடகங்கள் யோசிக்க வேண்டும். ஆக, உச்சரிப்பை ஒரு முக்கியத் தகுதியாக நிர்ணயிப்பது நடைமுறை சாத்தியமற்ற யோசனை அல்ல. இதைச் செய்தால் ஊடகங்களில் நடக்கும் தமிழ்க் கொலையை நாளடைவில் தவிர்த்துவிடலாம். மொழி மீது கொஞ்சம் அக்கறையும் முனைப்பும் இருந்தால் போதும்.

தமிழை வைத்து வியாபாரம் நடத்துபவர்களிடம் தமிழுக் காக இதைச் செய்யுங்கள் என்று கோருவதில் தவறில்லை தானே!

உலகத் தமிழ் இணைய இதழ், 2002

௦௦

மொழி - மொழிபெயர்ப்பு - இலக்கிய மொழிபெயர்ப்பு

மொழிபெயர்ப்பு என்பது வழுக்குத் தரையில் நடனமாடும் கலை. நடனக் கலைஞர் தடுமாறிக் கீழே விழாமல் இருப்பதுடன் அழகாக ஆடவும் வேண்டும். இந்தக் கலையைப் பற்றிப் பேசுவதற்கு முன், அடிப்படையான சில அம்சங்களைப் பார்ப்போம்.

மொழிபெயர்ப்பு என்பது மொழிகளிடையே நிகழும் பரிமாற்றம். மொழி என்பது அடிப்படையில் தகவல் தொடர்புச் சாதனம்தான். என்றாலும், அது வளர்ந்து வந்த சூழலே அதன் தன்மையைத் தீர்மானிக்கிறது என்பதால் அது சமூக-வரலாற்றுக் கூறுகளையும் உள்ளடக்கிய பண்பாட்டுச் சாதனமாக விளங்குகிறது. மொழி என்பது சொற்களின் அல்லது சொற்றொடர்களின் தொகுப்பு மட்டு மல்ல. சொற்களுக்கு அடுத்தபடியாக மொழியின் ஆதாரமான கூறுகளில் ஒன்று இலக்கணம். செறிவான தகவல் பரிமாற்றத் திற்கு இலக்கணம் இன்றியமையாதது என்றாலும் இலக்கண விதிகளும் ஒரு மொழி பேசும் மக்களின் அவ்வப்போதைய தேவை சார்ந்தும் மனநிலை சார்ந்தும் மாறியும் வழக்கொழிந் தும் மறுவரையறைக்கு உட்படுத்தப்பட்டு வருகின்றன. சொற் கள் எல்லாக் காலங்களிலும் எல்லா நிலப்பரப்புகளிலும் ஒரே பொருள் தருவதில்லை. மக்களின் பயன்பாட்டுத் தேவைக் கேற்ப விதிகளும் பொருள்களும் தம்மைத் தகவமைத்துக் கொண்டு நெகிழ்ந்து உருமாறியபடி இருக்கின்றன. கற்பு என்ற சொல்லுக்குச் சங்க காலத்தில் வழங்கிவந்த பொருளை இன்றைக்கு அப்படியே பொருத்திப்பார்க்க இயலாது. இலக் கண விதிகளின் பயன்பாடும் அவ்வாறே. உணர்வுபூர்வமான பயன்பாட்டுக்கேற்ப மக்களின் வாய்மொழியில் மாறும் மொழி இலக்கணம், பிறகு புலவர்களால் அங்கீகரிக்கப்பட்டு

ஏற்றுக்கொள்ளப்படுகிறது. கால வழுவமைதி போன்ற விதிகள் பேச்சு மொழியின் முடிவற்ற சாத்தியக்கூறுகளை ஒட்டி எழுந்த விதிகளாகவே இருக்க முடியும்.

ஆகவே, மொழி என்பது அகராதிகளிலும் இலக்கண நூல்களிலும் மட்டும் அடங்கிவிடும் ஒரு திட்டவட்டமான அமைப்பு அல்ல. அது, தான் புழங்கும் பண்பாட்டுச் சூழலின் உயிரோட்டமான பிரதிபலிப்பு. அகராதிகளாலும் இலக்கண நூல்களாலும் ஒருபோதும் முழுமையாக வரையறுத்துவிட முடியாத பண்பாட்டுத் தளத்தைத் தன் ஊற்றாகக் கொண்ட இடையறாத நீரோட்டம். எனவே, மொழிபெயர்ப்பு என்பதும் மொழியைப் போலவே அகராதிகளையும் இலக்கண நூல்களையும் தாண்டி விரிவடையும் ஒரு பண்பாட்டுச் செயல்பாடாகவே இருக்க முடியும். இப்படிச் சொல்வது, அகராதிகள் மற்றும் இலக்கண நூல்களின் பயன்பாட்டைக் குறைத்து மதிப்பிடுவது ஆகாது. வேற்று மொழியை மட்டு மல்ல, நமது சொந்த மொழியைச் சரியாகப் புரிந்துகொள் வதற்கே இந்தக் கருவிகள் இன்றியமையாதவை என்பதில் சந்தேகமில்லை. ஆனால் உயிரோட்டமுள்ள ஒரு மொழியின் உயிர்நாடி பண்பாட்டில்தான் இருக்கிறது; மற்றவை அனைத் தும் ரத்தம், நரம்பு மண்டலம் போன்றவையாகத்தான் இருக்க முடியும்.

சில சொற்களை ஆராய்வதன் மூலம் இதை மேலும் தெளிவுபடுத்திக்கொள்ள முயற்சிசெய்யலாம். அன்றாடம் நாம் பல முறை பயன்படுத்தும் ஒரு சொல்லை எடுத்துக் கொள்வோம். Sorry என்ற சொல்லைப் பார்ப்போம். வருத்தம் என்பது அதன் எளிய பொருள். நாம் செய்யும் சின்னச் சின்னத் தவறுகளுக்கான விளைவுகளின் வீரியத்தைக் குறைப்பதற்காக இதைப் பயன்படுத்துகிறோம். அடுத்த முறை sorry சொல்லவேண்டி வரும்போது 'வருந்துகிறேன்' அல்லது 'வருத்தப்படறேன்' என்று சொல்லிப் பாருங்கள். செயற்கை யாக இருப்பதோடு பாதிக்கப்படுபவர்களைப் பரிகசிப்பதாகவும் இருக்கும். எதிர்பார்த்த விளைவை அது தராது. அதற்குப் பதிலாக 'மன்னித்துக் கொள்ளுங்கள்' என்று சொல்லிப் பாருங்கள். கனமான எதிர்வினையாக அது மாறிவிடும். 'தெரியாமல் இடித்து விட்டதற்குப்போய் மன்னிப்புக் கேட்பதா? அப்படியானால் பெரிய தவறு செய்யும்போது என்ன சொல்வது? sorryயே பரவாயில்லை' என்று எண்ணத் தோன்றும். இவை இரண்டுக்கும் பதிலாக, 'தெரியாமப் பட்டுடுச்சி', 'தெரியாம செஞ்சிட்டேன்', 'பாக்கல, தப்பா எடுத்துக்காதீங்க', 'அடடா... பாக்கலங்க', 'சே... கவனிக்காம

பண்ணிட்டேன்...' இப்படி எதையாவது சொல்லிப் பாருங்கள். Sorry யின் பயன்பாட்டுக்கு அருகில் வரும். தடுக்கி விழுந்தால் பயன்படுத்தும் ஒரு சாதாரணச் சொல். அதை மொழிபெயர்ப் பதில் எவ்வளவு சிக்கல் பாருங்கள். காரணம் sorry என்ற சொல் உருவாகி வளர்ந்த பண்பாட்டுச் சூழல் வேறு; நமது பண்பாட்டுச் சூழல் வேறு.

இன்னொரு சொல்லைப் பார்ப்போம். Dating. To have a social engagement with persons of opposite sex என்கிறது அகராதி. ஆணும் பெண்ணும் ஏற்பாடு செய்துகொள்ளும் சந்திப்புகள் என்று கொள்ளலாம். இந்த ஆணும் பெண்ணும் ஏற்கனவே காதலர்களாக இருக்கலாம். அல்லது காதலர்களாக மாறும் கட்டத்தில் அவர்கள் உறவு இருக்கலாம். இதைத் தமிழில் எப்படி மொழி பெயர்ப்பது? காதல் சந்திப்பு என்று சொல்லலாமா? இந்தச் சொற்சேர்க்கை வினோதமாக ஒலிக்கிறது அல்லவா? வேறு எதாவது முயன்று பாருங்கள். Datingஇற்கு இணையாகத் தமிழில் வினோதமாக ஒலிக்காத ஒரு சொல்லை அவ்வளவு எளிதில் கண்டறிந்துவிட முடியாது. காரணம் dating என்ற சொல் வெறும் சொல் அல்ல. அது அந்தச் செயல் உருவான பண்பாட்டுச் சூழலின் உருவாக்கம். அதனின்றும் மாறுபட்ட பண்பாட்டுச் சூழலில் விளைந்த எந்த மொழியிலும் இது சட்டென்று ஒட்டிக்கொள்ளாது.

தமிழிலிருந்தும் ஓரிரு உதாரணங்களைப் பார்க்கலாம். 'பரிசம் போடுதல்', 'சீர்வரிசை' ஆகிய சொற்களை ஆங்கிலத் தில் மொழிபெயர்த்துவிட முடியாது. காரணம், இந்தச் சொற் கள் பண்பாட்டின் வெளிப்பாடுகள். அடிக்குறிப்புப் போடாமல் ஆங்கிலத்தில் இச்சொற்களைப் புரியவைக்க முடியாது. காரணம், பண்பாடுகளில் காணப்படும் வேறுபாடுகள்.

பண்பாட்டையும் மொழியையும் பிரித்துப் புரிந்துகொள் ளவே முடியாது. எனவே ஒரு மொழியின் பண்பாட்டுக் கூறுகளை ஓரளவேனும் அறிந்து கொள்ளாமல் அதை மொழி பெயர்க்கும் வேலையில் இறங்குவது கண்களைக் கட்டிக் கொண்டு சமைப்பது போன்ற விஷப் பரீட்சையாக முடிந்துவிடக்கூடிய அபாயத்தைக் கொண்டது.

○

சொல் – பொருள் என்ற தட்டையான சூத்திரம் மொழி பெயர்ப்புக்கு உதவாது என்பதே மொழிபெயர்ப்பாளர்கள் முதன்மையாக மனத்தில் இறுத்திக்கொள்ள வேண்டிய அம்சம். ஒரு சொல்லுக்கான பொருள், இடம், காலம், பின்புலம் ஆகியவற்றுக்கேற்ப மாறியபடி இருக்கும் என்பதால்

கனவின் யதார்த்தப் புத்தகம்

ஒரு சொல் அல்லது சொற்றொடர் ஒரு குறிப்பிட்ட இடத்தில் எந்தப் பொருளைச் சுட்டி நிற்கிறது என்பதைப் புரிந்து கொள்ளும் முயற்சியில் இறங்கினால்தான் அதைச் சிறப்பாக மொழிபெயர்க்க இயலும். நேரடியாக மொழிபெயர்க்கவே முடியாத பிரயோகங்கள் ஒவ்வொரு மொழியிலும் ஏராளமாக உள்ளன. மிக எளிமையான பிரயோகங்களிலிருந்து கடினமான பிரயோகங்கள்வரை இதற்குப் பல உதாரணங்கள் உள்ளன. 'பார்த்துப் போ' என்ற தொடரை 'See and go' என்று மொழிபெயர்த்துவிட முடியாது என்பதை நாம் புரிந்துகொள்ளும்போது 'you see' என்ற சொல்லை 'நீ பார்' என்று சொல்லிவிட முடியாது என்பதையும் புரிந்துகொள்ள முடியும். 'உன்னைக் கவனித்துக்கொள்கிறேன்' என்ற தொடர் வெவ்வேறு தொனிகளில் வெவ்வேறு பொருளைத் தரக்கூடியது. ஆங்கிலத்தில் 'fix' என்ன சொல்லும் அப்படியே. இதுபோன்ற பிரயோகங்களில் சொற்களை விலக்கிவிட்டு அவை சுட்ட விழையும் பொருளை மட்டுமே பார்க்க வேண்டும்.

○

ஒரே ஒரு பொருள் மட்டுமே கொண்ட சொல் உலகின் எந்த மொழியிலும் இருக்க முடியாது. ஒரு சொல்லின் பொருள்கள் குறித்த திட்டவட்டமான வரையறையையும் யாரும் வகுத்துவிட முடியாது. ஒரு மொழி புழங்கும் பண்பாட்டுச் சூழலில் வாழும் மக்களால் தொடர்ந்து புதுப்பிக்கப் பட்டுவரும் சாத்தியக்கூறுகள் எல்லாச் சொற்களுக்குமே இருக்கின்றன. எனவே, ஒரு சொல்லை அல்லது தொடரை மொழிபெயர்க்கும்போது அந்தச் சொல் அல்லது தொடர் தொழிற்படும் பின்னணியையும் நாம் கணக்கில் எடுத்துக் கொண்டாக வேண்டும். சாலையோரத்தில் நாம் காணும் Free Left என்ற குறிப்பை 'இலவச இடது' என்றோ 'எஞ்சி யிருக்கும் இலவசம்' என்றோ மொழிபெயர்த்துவிட முடியாது என்னும் போது மொழியின் உச்சபட்ச வெளிப்பாடான படைப்புக் கலையின் மொழிப் பயன்பாட்டை எப்படி எளிதாக அணுக முடியும்?

படைப்பு என்பது இல்லாத ஒன்றை உருவாக்குவது. எழுத்துக் கலைஞர் அதற்கு முன் இல்லாத ஒன்றைத் தன் மொழியில் வெளிப்படுத்த முனையும்போது அந்த மொழியின் அதிகபட்ச சாத்தியங்களைப் பயன்படுத்திக்கொள்ள வேண்டி யிருக்கிறது. தன் தேவை சார்ந்து அந்தச் சாத்தியங்களின் எல்லைகளை அவர் நெகிழ்த்திக்கொள்ளவும் வேண்டியிருக் கிறது. படைப்புக் கலையின் உச்ச நிலை எனக் கருதப்படும் கவிதை மொழியில் இலக்கண விதிகள் மாறிக் கிடப்பதை

நாம் காண முடியும். படைப்பு மொழி என்பது ஆகிவந்த பொருளுக்கு உட்பட்டும் அதற்கு உட்படாமலும் இயங்க முடியும் என்னும் நிலையில் படைப்பு மொழியை மொழி பெயர்ப்பதில் சிக்கல் அதிகரித்துவிடுகிறது. அதற்கேற்ப மொழிபெயர்ப்பவரின் பொறுப்பும் உழைப்பும் பன் மடங்கு அதிகரித்தாக வேண்டியிருக்கிறது. சாதாரண மொழியில் ஒரு சொல்லுக்குப் பல பொருள்கள். படைப்பு மொழியிலோ ஒரு சொல்லுக்குப் பலப் பல பொருள்கள் என்பது மட்டுமல்ல, எதிர்பாராத பொருள்களும் இருக்கக்கூடும் என்பதைத்தான் நாம் முக்கியமாகக் கவனத்தில் கொள்ள வேண்டும்.

இந்த எண்ணற்ற சாத்தியங்கள் ஒரு கலைஞரின் கலைத் தேவைக்கேற்ப மாறுபட்ட இயல்புகள் கொண்டவையாக இருக்கும் என்பது மேலும் முக்கியமானது. லெவ் தல்ஸ்தோயைப் படிக்கும்போது நமக்கு ஏற்படும் மொழி சார்ந்த புரிதல்கள் அதே ரஷ்யப் பண்பாட்டைச் சேர்ந்த ஃபியதோர் தஸ்தயெவ்ஸ்கியைப் படிக்கும்போது உதவாமல் போகலாம். இந்தப் புரிதல்களுமே காப்ரியல் கார்சியா மார்க்கஸின் மொழியை ஊடுருவ உதவாமல் போகலாம். பிரதிகள் ஆங்கிலத்தில் இருந்தாலும் சாமர்செட் மாமின் ஆங்கிலம் வேறு, டி.ஹெச். லாரன்ஸின் ஆங்கிலம் வேறு. ஒவ்வொரு படைப்பாளியும் தான் படைக்கத் தேர்ந்தெடுக்கும் மொழிக்குள் தனது கலைக்கான பிரத்யேக மொழி ஒன்றை உருவாக்கி அதன் உதவியுடன் ஒரு தனி உலகத்தை சிருஷ்டி செய்கிறார். அந்த உலகத்தின் நதிகளும் பள்ளத்தாக்குகளும் மலைகளும் வனங்களும் வேறு வேறு. சந்து பொந்துகளும்தான். எனவே ஒவ்வொரு படைப்பையும் தனித்த ஒரு மொழி மண்டலமாகக் கருதி அதன் கூறுகளைப் புரிந்துகொள்ள முயற்சிசெய்யும் போதுதான் படைப்பு மொழியை மொழிபெயர்க்கும் திறன் நமக்குக் கூடும். ஒவ்வொரு படைப்பாளியும் ஓர் உலகம். ஒவ்வொரு படைப்பும் ஒரு தனி உலகம். சுந்தர ராமசாமியின் *ஜே.ஜே: சில குறிப்புகள்* நாவலை ஆங்கிலத்தில் மொழி பெயர்த்த ஆ.இரா. வேங்கடாசலபதி, கு.ரா.வின் ஒரு புளியமரத்தின் கதையை மொழிபெயர்ப்பது மிகவும் கடினம் என்கிறார். ஒரே எழுத்தாளர். இரு படைப்புகள். இரு வேறு உலகங்கள். இரு மொழி மண்டலங்கள். இதுதான் படைப்பை மொழிபெயர்ப்பதில் உள்ள ஆதாரமான சவால்.

ஒரு சொல்லுக்குப் பல பொருள்கள் என்று பார்த்தோம். ஆனால் படைப்பில் ஒரு பொருளுக்கு ஒரு சொல்தான். ஒரு படைப்பாளியின் அந்தரங்க அகராதியில் ஒரு குறிப் பிட்ட பொருளுக்கு இரண்டு சொற்கள் கிடையாது என்பார்

மௌனி. 'கூறினான்' என்பது வேறு; சொன்னான் என்பது வேறு என்பது அவரது அணுகுமுறை. அழுத்தமான கூற்று களுக்குக் கூறினான் என்றும் அவ்வளவு அழுத்தமற்ற பேச்சுக்குச் சொன்னான் என்றும் போடுவது தன் வழக்கம் என்று அவர் சொல்லியிருப்பதாக சுந்தர ராமசாமி பதிவு செய்திருக்கிறார்.

படைப்பாளி சொல் தேர்வில் இவ்வளவு கவனமாக இருப்பதால், அச்சொல்லை மொழிபெயர்ப்பவரும் மிகவும் கவனமாக இருக்க வேண்டும். படைப்பாளி ஒரு குறிப்பிட்ட சொல்லை எதற்காகப் பயன்படுத்தியிருக்கிறார், கதைப் போக்கில் அந்தச் சொல் பெறும் பொருளில் ஏற்படும் மாறுதல் என்ன என்பதையெல்லாம் ஆராய வேண்டும். மூல மொழி யின் ஒவ்வொரு சொல்லையும் படைப்பின் ஒட்டுமொத்தப் பின்புலத்தில் (overall context) வைத்துப் பார்த்த பிறகே இலக்கு மொழியில் அதற்கான இணைச் சொல்லை நாம் தேட முடியும். இத்தகைய ஆராய்ச்சிக்கு மொழி அறிவு, மொழிசார் பண்பாடு குறித்த அடிப்படை அறிவு, படைப்பாளி கட்டி எழுப்பும் படைப்புலகம் குறித்த நுண்ணுணர்வு எனப் பல கூறுகளை நாம் வளர்த்துக்கொள்ள வேண்டியிருக்கிறது.

படைப்பை மொழிபெயர்க்கையில் தவிர்க்கக் கூடாத மேலும் ஓரிரு அம்சங்கள் பற்றிக் கோடிகாட்டிவிட்டு இந்தக் குறிப்புகளை முடித்துக்கொள்கிறேன். ஒரு படைப்பின் தொனியை நாம் எந்தக் காரணம் கொண்டும் மாற்றக் கூடாது. சொற்கள், வாக்கியங்கள் ஆகியவை தரும் பொருள் களின் சாத்தியங்களை உள்ளடக்கியும் அவற்றைத் தாண்டியும் படைப்பின் குரலாய் வெளிப்படுவது தொனிப் பொருள். இந்தத் தொனியை விட்டுவிடுவது அல்லது மாற்றிவிடுவது படைப்பின் உயிரைப் போக்குவதற்கு இணையானது. ஒரு படைப்பின் தொனி இறுக்கமானதாக இருந்தால் மொழி பெயர்ப்பிலும் அந்த இறுக்கம் இருக்க வேண்டும். இலகுவாக இருந்தால் இலகுவாக. இலகுவான தொனியில் எழுதப்பட்ட, சிக்கல்கள் அற்ற படைப்புகள் மொழிபெயர்ப்பதற்கு ஒப்பீட் டளவில் எளிதானவை. வெகுஜன ரசனைக்கான படைப்புகள் பெரும்பாலும் இந்த வகையில் இருக்கும். இது போன்ற படைப்புகளில் இலக்கு மொழியில் சுவாரஸ்யத்தைக் கொண்டு வருவதுதான் பெரிய சவாலாக இருக்கும். ஆனால் ஃப்ரான்ஸ் காஃப்கா போன்றோரின் படைப்புகளில் அவற்றின் உள் ளார்ந்த சிக்கல்களை மாற்று மொழியில் கொண்டுவருவது தான் பிரச்சினை. மூல மொழியில் சிக்கலான, நீளமான வாக்கியங்கள் இருந்தால் இலக்கு மொழியிலும் பெரும்பாலும்

அவற்றைக் கொண்டுவர வேண்டும். மூலப் படைப்பின் சிக்கலைத் தக்கவைத்துக்கொண்டே புரிதலைச் சாத்தியப்படுத்தும் விதத்தில் மொழிபெயர்ப்பதுதான் இங்குள்ள சவால். மொழிபெயர்ப்பாளர் இந்தச் சவாலில் ஏதேனும் ஓர் அம்சத்தில் தோற்றாலும் காஃப்கா விடுவிக்க முடியாத புதிராகவோ வெகுஜன இதழின் எழுத்தாளராகவோ மாறிவிடுவார்.

அடுத்தது, பண்பாட்டை 'மொழிபெயர்ப்பது'. இதில் முக்கியமான விஷயம் என்னவென்றால் பண்பாட்டை மொழிபெயர்க்கக் கூடாது என்பதுதான். தேவைப்பட்டால் அடிக்குறிப்புப் போட்டு விளக்கலாம். வேற்று மொழிப் படைப்புகள் தவிர்க்க இயலாமல் வேற்றுப் பண்பாட்டை உள்ளடக்கியவை. பண்பாட்டின் கூறுகளை அவற்றின் நேரடிப் பொருளில் மொழி பெயர்ப்பது அல்லது புரியவைப்பதற்காக அதற்கு இணையாக ஏதேனும் ஒன்றை இங்கே தேடியெடுத்துப் பயன்படுத்துவது ஆகிய இரண்டும் சரியான அணுகு முறைகள் அல்ல. பண்பாட்டு ரீதியான அன்னியத் தன்மை ஒரு மொழிபெயர்ப்புப் படைப்பில் பிரதிபலிப்பது இயல்பானது மட்டுமின்றித் தவிர்க்கக் கூடாததும் ஆகும். வேற்று மொழியில் ஒரு படைப்பைத் தேடிப் படிக்கும் ஒரு வாசகர் அந்தப் படைப்பின் மொழி மற்றும் பண்பாட்டு நுட்பங்களைப் படைப்பினூடாகப் புரிந்துகொள்ள மெனக்கெடுவது போலவே மொழிபெயர்ப்பின் மூலம் அதைப் படிக்கும் வாசகரும் மெனக்கெட வேண்டும். மிகவும் தேவைப்படும் இடங்களில் அடிக்குறிப்பின் மூலம் விளக்கம் அளிக்கலாமே தவிர, 'ஆப்பிளை வெண்டைக்காயாக மாற்றும்' வேலையில் இறங்கக் கூடாது. பீட்டர்ஸ்பர்க் நகரை ஊட்டியாக மாற்றிவிடக் கூடாது.

இதோடு ஒட்டி வரும் இன்னொரு விஷயம் கொச்சை வழக்குகளை மொழிபெயர்த்தல் தொடர்பானது. மூல மொழியில் முறைசாரா மொழி பயன்படுத்தப்பட்டுள்ள இடங்களை மொழிபெயர்க்கையில் இலக்கு மொழியிலும் முறைசாரா மொழியைப் பயன்படுத்தலாம். ஆனால் இதில் சுதந்திரத்தை விடத் தடைகளே அதிகம். மூல மொழியில் – உதாரணத்திற்கு ஆங்கிலத்தில் – புழங்கும் கொச்சை வழக்குகள் பற்றி மொழிபெயர்ப்பாளருக்கு எந்த அளவுக்கு ஆழமான அறிவு இருக்கிறது என்பது முக்கியமான கேள்வி. அப்படியே இருந்தாலும் அந்தக் கொச்சையைத் தமிழுக்குக் கொண்டுவருகையில் தமிழில் எந்தக் கொச்சையைப் பயன்படுத்துவது என்பது ஒரு சிக்கல். சாதி, மதம், வர்க்கம், நிலப்பரப்பு, தொழில் எனப் பல காரணிகளால் பல விதமான கொச்சைகள்

புழங்கும் தமிழில் எந்தக் கொச்சையை லண்டனில் புழங்கும் ஒரு கொச்சைக்கு இணையாகக் கொள்ள முடியும்?

சில மொழிபெயர்ப்பாளர்கள் பாத்திரங்களின் சமூக பொருளாதாரப் பின்னணியை வைத்து இலக்கு மொழியின் கொச்சையை முடிவுசெய்யத் துணிகிறார்கள். மேல் தட்டில் (அல்லது கீழ்த் தட்டில்) இருப்பவர்கள் அனைவரும் ஒரே விதமாகப் பேசுவதில்லை. ஒரே பொருளாதாரப் பின்னணி இருந்தாலும் சாதியைப் பொறுத்தும் வசிப்பிடத்தைப் பொறுத்தும் பேச்சு மொழிகள் மாறும் ஒரு மொழியில் இது விபரீத முயற்சியாகவே முடியும். உதாரணமாக, நெல்லையில் உள்ள ஒரு பணக்காரச் செட்டியாரும் தஞ்சையில் உள்ள ஒரு பணக்காரப் பிராமணரும் ஒரே கொச்சை மொழியைப் பேசுவ தில்லை. விவசாயம்தான் தொழில் என்றாலும் மேல்சாதி விவசாயிகளும் கீழ்ச்சாதி விவசாயிகளும் பேசும் கொச்சை ஒரே விதமானவையல்ல. எனவே முறை சாரா மொழியைத் தமிழுக்குக் கொண்டுவருகையில் சற்றே நெகிழ்வான மொழியைப் பயன்படுத்துவதோடு நிறுத்திக்கொள்வதே நல்லது.

இலக்கிய மொழிபெயர்ப்பில் நாம் எடுத்துக்கொள்ள வேண்டிய கவனங்களுக்கு அழுத்தம் கொடுத்துப் பேசும்போது இந்தக் கவனங்களின் விபரீதமான பரிமாணங்களையும் சுட்டிக் காட்ட வேண்டியிருக்கிறது. கடினமான சில படைப்புகளை மொழிபெயர்க்கையில் போதிய கவனமோ உழைப்போ மொழியறிவோ இல்லாமல் மொழிபெயர்க்கப்பட்ட பிரதிகள் தமிழில் கொட்டிக் கிடக்கின்றன. அதுபோலவே, சிக்கலான படைப்புகளை மிதமிஞ்சிய பிரக்ஞை காரணமாக மேலும் சிக்கலானவையாக ஆக்கிவைத்த பிரதிகளும் கணிசமாக இருக்கின்றன.

ஆங்கிலம், தமிழ் ஆகிய இரு மொழிகளின் அடிப்படை வேற்றுமைகளைப் புரிந்துகொள்ளாமல் ஆங்கில வாக்கிய அமைப்புகளை அப்படியே தமிழில் ஒற்றியெடுத்துத் தரும் 'தீவிர' மொழிபெயர்ப்பாளர்கள் இருக்கிறார்கள். உதாரண மாக, ஆங்கில மொழியில் செயப்பாட்டுவினையைப் பயன் படுத்துவது இயல்பானது. ஆனால் தமிழில் அரிதாகவே அது பயன்படுத்தப்படும். இதைப் புரிந்துகொள்ளாமல் தமிழிலும் செயப்பாட்டு வினையில் வாக்கியங்களை அடுக்கிக் கொண்டேபோவது பொருத்தமானதல்ல. அதுபோலவே எழுவாயை ஒரு வாக்கியத்தில் எங்கே அமைப்பது என்பது. இதில் ஆங்கிலமும் தமிழும் முற்றிலும் வேறான பண்புகளைக் கொண்டிருக்கின்றன. ஆங்கிலப் பாணியைத் தமிழில் அப்படியே பின்பற்றுவது அபத்தமானது. மூல மொழிக்கு

விசுவாசமாக இருப்பது என்பது இதுவல்ல. அடர்த்தியான பொருள் தரும் சொற்கள், தொடர்கள், மரபுத் தொடர்கள் ஆகியவற்றை எளிமைப்படுத்துவது தவறு என்பதுபோலவே அவற்றைக் கரடுமுரடான தமிழில் தருவதும் தவறுதான். எளிமைப்படுத்தாமல், நீர்த்துப்போகச் செய்யாமல், புரியும் வண்ணம் இவற்றை மொழி பெயர்ப்பதே சவால். இதற்கான உழைப்பைச் செலுத்தாதவர்கள் அல்லது செலுத்த இயலாத வர்கள் தங்கள் கைபோன போக்கில் மொழிபெயர்த்துவிட்டு, அதற்கு முட்டுக்கொடுப்பதற்காக மனம்போன போக்கில் மொழிபெயர்ப்புக் கருத்தாக்கம் ஒன்றைப் பிரகடனம் செய்துவிட்டுப் பெருமைப்பட்டுக்கொள்கிறார்கள்.

○

இலக்கிய மொழிபெயர்ப்பில் இன்றியமையாத சில அம்சங் களை இப்படித் தொகுத்துக்கொள்ளலாம்:

- கவனம், உழைப்பு, மொழியறிவு, மொழிசார் பண்பாடு குறித்த அடிப்படைப் புரிதல்.
- படைப்பின் தொனி, படைப்பு மொழியின் சிக்கல், அடர்த்தி ஆகியவற்றை உள்வாங்குதல்.
- எளிமைப்படுத்தலோ (simplification) குழப்பமோ பிழை களோ இன்றி இவற்றை இலக்கு மொழியில் வெளிப் படுத்துதல்.
- கொச்சை வழக்குகளை மொழிபெயர்ப்பதில் உள்ள சிக்கல்கள் குறித்த பிரக்ஞையைக் கொண்டிருத்தல்.

மூலப் பிரதியின் மீதான விசுவாசத்தின் எல்லைகள், சுதந்திரத்தின் எல்லைகள், மொழிகளின் அடிப்படை வேறுபாடுகள் குறித்த தெளிவு போன்ற சில அம்சங் களையும் இதில் சேர்த்துக்கொள்ள வேண்டும். இவை யெல்லாம் ஓரளவேனும் மொழிபெயர்க்கத் தெரிந்தவர் கள் இலக்கிய மொழிபெயர்ப்பில் ஈடுபடும்போது கவனிக்க வேண்டிய விஷயங்கள். மொழிபெயர்ப்புக்கு ஆதாரமான மொழியறிவோ கூறுணர்வோ இல்லாமல் மொழிபெயர்ப்பில் ஈடுபடுபவர்களைப் பற்றி ஒன்றும் சொல்வதற்கில்லை.

குறிப்புகள்

1. ஆ. இரா. வேங்கடாசலபதி, நேர்காணல், காலச்சுவடு இதழ் *50 (2003)*

2. *2001இல் பாண்டிச்சேரியில் காலச்சுவடு நடத்திய மௌனி படைப்புகள் குறித்த கருத்தரங்கின் தொடக்க விழாவில் பேசும்போது சுந்தர ராமசாமி இதைக் குறிப்பிட்டார்.*
3. *ஜே.ஜே: சில குறிப்புகள்.*

❍

(குளோபலிங்கோ நிறுவனமும் ஆழி பதிப்பகமும் இணைந்து அக்டோபர் 28, 29 தேதிகளில் சென்னையில் நடத்திய 'தமிழாக்கம் 2006' கருத்தரங்கில் வாசிக்கப்பட்ட கட்டுரையின் விரிவான வடிவம். குளோபலிங்கோ நிறுவனம் கடந்த ஆறு ஆண்டுகளாகத் தொழில்முறை மொழிபெயர்ப்பில் ஈடுபட்டு வருகிறது. கருத்தரங்கைத் தொடர்ந்து மொழிபெயர்ப்புப் பயிலரங்கம் நடைபெற்றது.)

❍❍

மொழிபெயர்ப்பின் பன்முகச் சவால்கள்

காலச்சுவடு டிசம்பர் இதழில் டாக்டர் அனந்தராமன் ரோமண்ட் கார்வரின் கதையைக் குப்புசாமி மொழிபெயர்த் திருந்தது குறித்துச் சில கருத்துக்களைச் சொல்லியிருந்தார். மேற்படிக் கதையின் ஆங்கில மூலத்தை நான் படிக்கவில்லை. மொழிபெயர்க்கபட்ட வடிவத்தை மட்டும் வைத்துக்கொண்டு மொழிபெயர்ப்புப் பற்றி எந்த முடிவுக்கும் வருவது சரியாக இருக்காது. ஆதலால் குப்புசாமியின் மொழிபெயர்ப்புக் குறித்து எதுவும் சொல்ல நான் துணிய மாட்டேன். ஆனால் அனந்தராமனின் கருத்துக்கள் பற்றிச் சில விஷயங்கள் சொல்லியாக வேண்டியிருக்கிறது.

குப்புசாமியின் மொழிபெயர்ப்பில் சில குறைகளைக் காணும் அனந்தராமன் அந்தக் குறைகள் transliteration செய்ததால் ஏற்பட்டவை என்கிறார். Transliteration என்பதை வார்த்தைக்கு வார்த்தை மொழிபெயர்த்தல் என்று விளக்க மளித்து அந்த விளக்கத்தின் அடிப்படையில் குப்புசாமியின் மொழிபெயர்ப்பை விமர்சிக்கிறார். முதலில் இந்தப் புரிதலே தவறானது. Transliteration என்பதற்கும் மொழிபெயர்ப்புக்கும் சம்பந்தமே இல்லை. ஒரு மொழியில் எழுதப்பட்டிருப்பதை அப்படியே வேறொரு மொழியின் வரி வடிவங்களைப் பயன்படுத்தி எழுதுவதே transliteration. அதாவது, சென்னை என்பதை Chennai என்று எழுதுவது. பெரும்பாலான பெயர்ச் சொற்கள் இப்படித்தான் எழுதப்படுகின்றன. இது அவன் வீடு என்பதை ithu avan veedu என்றோ come to my home என்பதை கம் டு மை ஹோம் என்றோ எழுதுவதுதான் transliteration. இச்சொல்லுக்கு ஆக்ஸ்ஃபோர்ட் அகராதி தரும் பொருள் இது: Write or print (a letter or word) using the closest corresponding letters of a different alphabet or language.

Transliteration என்ற சொல்லின் பொருள் இப்படி இருக்க, அதன் அடிப்படையில் டாக்டர் அனந்தராமன் – அந்தச் சொல்லின் பொருள் சார்ந்த எல்லையை மீறி – முன்வைக்கும் சில வாதங்களைப் பார்ப்போம். "பட்டையான நாடாக்கள் அவன் கைகளுக்கு அடியில் நுழைந்து முதுகிற்குச் சென்று மீண்டும் சுற்றிக்கொண்டு முன்னால் வந்து அவனது தடிமனான இடுப்பிற்குக் கீழே கட்டப்பட்டிருந்தன" என்னும் வாக்கியத்தைத் "தலையைச் சுற்றி மூக்கைத் தொடும்" வாக்கியம் என்கிறார். "நொண்டி அடித்து மயக்கத்தைத்தான் தருகிறது" என்கிறார். இந்தப் 'பிரச்சினை'க்குக் காரணமாக அவர் காண்பது transliteration.

Transliterationக்கும் இதற்கும் சம்பந்தமில்லை என்பது ஒரு புறம் இருக்க, "தலையைச் சுற்றி மூக்கைத் தொடும்" வாக்கியங்கள் மொழிபெயர்ப்பில் தம்மளவில் தவறானவை அல்ல என்பதைப் புரிந்துகொள்ள வேண்டும். ஒருவேளை மூல ஆசிரியர் "தலையைச் சுற்றி மூக்கைத் தொடும்" வாக்கியங்களை எழுதியிருந்தால் அதை மாற்ற மொழிபெயர்ப்பாளருக்கு எந்த உரிமையும் இல்லை. மூல ஆசிரியர் எளிமையாக நேரடியாக எழுதியிருந்தால் அதை எளிமையாக நேரடியாக மொழிபெயர்க்க வேண்டும். "தலையைச் சுற்றி மூக்கைத் தொடும்" பாணியில் எழுதியிருந்தால் "தலையைச் சுற்றி மூக்கைத் தொடும்" பாணியில்தான் மொழிபெயர்க்க வேண்டும். மூல ஆசிரியரின் பாணியை மாற்றும் உரிமை மொழிபெயர்ப்பாளருக்குக் கிடையாது.

"ஓட்டுநர் இருக்கையில் இருந்தவன் திரும்பிப் பார்த்தான்" என்னும் வாக்கியத்தில் "ஓட்டுநர் என்ற ஒரு வார்த்தை போதாதா" என்று கேட்கிறார் அனந்தராமன். போதும்தான். ஆனால் அதைத் தீர்மானிக்க வேண்டியவர் குப்புசாமி அல்ல. ரோமண்ட் கார்வர்தான். "The person who was sitting on the driver's seat" என்று கார்வர் எழுதியிருந்தால் அதை மாற்றும் உரிமை குப்புசாமிக்கு இல்லை. அதுபோலவே அனந்தராமன் குறிப்பிடும் "கோணலான" வாக்கியமும். ரோமண்ட் கார்வர் கோணலான வாக்கியம் எழுதியிருந்தால் குப்புசாமியும் கோணலான வாக்கியத்தைத்தான் எழுத வேண்டும். மாற்ற உரிமை இல்லை.

மூலப் படைப்பின் மொழி நடை சிக்கலானதாக இருந்தால் அந்தச் சிக்கல் மொழிபெயர்ப்பிலும் பிரதிபலிக்க வேண்டும். ஷேக்ஸ்பியருக்கும் சார்லஸ் டிக்கன்ஸுக்கும் சாமர்செட் மாமுக்கும் இடையே உள்ள வித்தியாசங்கள் மொழிபெயர்ப்பில் தெரியவில்லை என்றால் அது மொழிபெயர்ப்பு அல்ல.

வேறு ஏதோ ஒன்று. புதுமைப்பித்தன், மௌனி, அசோகமித்திரன், கோணங்கி ஆகியோரை ஆங்கிலத்தில் மொழிபெயர்க்கும் போது இவர்கள் நால்வருக்கும் இடையே உள்ள வித்தியாசங்கள் – அவர்களது மொழி நடையின் நிறை குறைகளோடு – ஆங்கிலத்திலும் பிரதிபலித்தால்தான் அது நல்ல மொழிபெயர்ப்பு. புதுமைப்பித்தனின் பாய்ச்சல் நடையும் கோணங்கியின் படிம மொழியும் மௌனியின் இறுக்கமும் அசோகமித்திரன் நடையின் எளிமை போன்ற தோற்றமும் மொழிபெயர்ப்பில் பிரதிபலிக்கவில்லை என்றால் மொழிபெயர்ப்பாளர் தன் பணியை ஒழுங்காகச் செய்யவில்லை என்றே பொருள். மூலத்தில் திருகலான வாக்கியங்களோ கவித்துவமான வாக்கியங்களோ கரடு முரடான வாக்கியங்களோ இருந்தால் மூல ஆசிரியரின் படைப்பாளுமையையும் அவரது மொழியின் தன்மையையும் பிரதிபலிக்கும் விதத்தில் மொழிபெயர்ப்பிலும் அவை இருக்க வேண்டும். மூலத்தில் விசித்திரமான பிரயோகங்கள் இருந்தால் இலக்கு மொழியிலும் அவை பிரதிபலிக்க வேண்டும். இதைச் செய்ய முடியவில்லை என்றால் மொழிபெயர்க்கக் கூடாது அல்லது தன் செயலை மொழிபெயர்ப்பு என்று சொல்லிக்கொள்ளக் கூடாது. "இன்றைய மாடிக்கு ஏன் இத்தனை படிகள்" என்று லா.ச. ராமாமிர்தம் ஒரு இடத்தில் எழுதுகிறார். அது என்ன இன்றைய மாடி என்று நினைத்து மொழிபெயர்ப்பாளர் அதை மாற்றிவிட முடியுமா?

மூலத்தின் சிக்கல்களையும் நுட்பங்களையும் சீவித் தள்ளிவிட்டு இலகுவாகத் தரப்படும் வடிவங்கள் மூல எழுத்தை மொழிபெயர்ப்பாளர் தன் மொழியில் திருப்பிச் சொல்வதாகத்தான் அமையும். படைப்பாளியின் பிரத்யேக ஆளுமையை வெளிப்படுத்தும் அவரது நடையின் எந்த அம்சமும் இல்லாத மாற்று மொழி வடிவங்கள் இவை. இந்த வகையான எழுத்துக்கள் மூலப் படைப்பின் சாரத்துக்கு வேண்டுமானால் நியாயம் செய்பவையாக இருக்கலாம். ஆனால், நடைக்கோ படைப்பின் பொதுவான பண்புகளுக்கோ நியாயம் செய்வதாக இருக்காது. படைப்பு என்பது மூலக் கதை மட்டுமல்ல என்பதால் இவற்றை மொழிபெயர்ப்புகள் என்று சொல்ல முடியாது.

தமிழ் தினசரிகள் சிலவற்றில் ஆங்கிலத்தில் எழுதப்படும் சில கட்டுரையாளர்களின் பத்தி எழுத்தை 'மொழிபெயர்ப்பு' செய்திருப்பார்கள். அந்தத் தமிழ் நடையைப் பார்த்தீர்களானால் அந்தப் பத்திரிகையில் வரும் இதர எழுத்துக்கள் போலவே இருக்கும். பெயரை எடுத்துவிட்டால் எந்த

வித்தியாசமும் தெரியாது. இதெல்லாம் மேற்படி வகையைச் சார்ந்தவை. படைப்பாளியின் அடையாளத்தை அழிக்கும் அல்லது தொலைக்கும் முயற்சிகள்.

"தமிழ்க் கதைகளைப் படிப்பதுபோலவே" இருக்கும் மொழிபெயர்ப்பை அனந்தராமன் மெச்சுகிறார். தமிழ்க் கதைகளைப் படிப்பதுபோலவே இருக்க வேண்டும் என்றால் தமிழ்க் கதைகளையே படித்துவிட்டுப்போக வேண்டியது தானே? வேறு மொழிகள், வேறு பண்பாட்டுச் சூழல்கள், வேறு பார்வைகள், வேறு விதமான படைப்பாளிகள் முதலானவற்றை ஒரு வாசகருக்கு அவரது மொழியிலேயே வாசிக்கும் வாய்ப்பைத் தருவதுதான் மொழிபெயர்ப்பின் நோக்கம். மொழிபெயர்க்க முடியாத பண்பாட்டு ரீதியான அம்சங்களில் மட்டும் தேவைப்பட்டால் சற்று நீட்டி எழுதுதல், அடிக்குறிப்புத் தருதல் போன்ற முயற்சிகளில் மொழிபெயர்ப் பாளர் ஈடுபடலாம். அனந்தராமன் விரும்பும் விதத்தில் மொழிபெயர்த்தால் ஜேம்ஸ் ஹாட்லி சேஸுக்கும் டி.ஹெச். லாரன்சுக்கும் இடையில் மொழி நடை சார்ந்த வித்தியாசம் எதையும் தமிழில் காண முடியாது. இருப்பதிலேயே மிகவும் சந்தேகத்துக்குரிய மொழிபெயர்ப்பு அன்னிய மொழியின் வாடையே இல்லாத படு எளிமையான மொழிபெயர்ப்புத் தான்.

மூலத்தின் சிக்கல்களைக் கூடியவரையிலும் தவிர்த்து விட்டு எளிமையாக "மறுகூறல்" முறையில் செய்யப்படும் மொழிபெயர்ப்புகளுக்கு எந்த மதிப்பும் இல்லை என்று நான் சொல்ல வரவில்லை. இவ்வகை மொழிபெயர்ப்புக்கள் – மூலத்தின் சாரத்திற்கு நியாயம் செய்யும் முயற்சிகளாக இருக்கும் பட்சத்தில் – கதையை (மட்டும்) பிற மொழிகளில் அறிமுகம் செய்யும் சேவையைச் செய்யக்கூடியவை. மாணவர்களுக்கும் ஆரம்ப நிலை வாசகர்களுக்கும் இவை மிகவும் பயன்படக்கூடியவை. இவற்றின் பயன்பாடு கருதி இவற்றை வரவேற்கும் அதே நேரத்தில் இவை மொழிபெயர்ப் பின் பன்முகச் சவால்களை ஏற்றுச் செய்யப்படும் ஆதரிச மான மொழிபெயர்ப்பு முயற்சிகள் அல்ல என்பதையும் மறந்துவிடக் கூடாது.

○○

வட்டாரம் கடந்த மேட்டிமைவாதம்
அல்லது
கெலம்பு காத்து வர்ட்டும்

கேள்வி: அன்னைத் தமிழில் பேசும் நீங்கள் சென்னைத் தமிழில் பேசிப் பார்த்ததுண்டா?

பதில்: தமிழ்த் தாயின் முகத்தில் செம்புள்ளி, கரும்புள்ளி குத்திப் பார்ப்பதா? கொடுமை! கொடுமை!

இது 87ஆம் பிறந்த நாளை ஒட்டித் தமிழக முதல்வர் டாக்டர் கலைஞர் மு. கருணாநிதி குமுதம் வார இதழுக்கு அளித்த பேட்டியில் இடம்பெற்ற கேள்வி – பதில்.

முத்தமிழ் அறிஞர் என்று போற்றப்படும் கருணாநிதிக்குச் சென்னைத் தமிழின் மீது என்ன கோபமோ தெரியவில்லை. சென்னைத் தமிழின் மேற்பரப்பில் தெரியும் சில தன்மைகளை வைத்தும் அதைப் பேசுபவர்களின் சமூக அடுக்கின் மதிப்பை (அல்லது மதிப்பின்மையை) வைத்தும் அந்த மொழியை மதிப்பிடும் மைய நீரோட்டப் பார்வையையே அவரது கருத்து பிரதிபலிக்கிறது. இந்தப் பார்வையைப் பரிசீலனைக்கு உட்படுத்தினால் மொழி சார்ந்த பல கற்பிதங்களையும் கருத்தோட்டங்களையும் புரிந்துகொள்ள முடியும். அவற்றில் ஊடாடும் சாதிய, வர்க்க, மேட்டிமைக் கூறுகளையும் புரிந்துகொள்ளலாம்.

சென்னைத் தமிழின் கொச்சை வழக்கைக் கேட்ட மாத்திரத்தில் கூசிப்போகும் மேட்டுக்குடியினர் பலர் இருக்கிறார்கள். சென்னையின் நடுத் தட்டு, மேல் தட்டுப் பிரதிநிதிகள் பலரும் தமிழகத்தின் பிற பகுதிகளைச் சேர்ந்த பலரும் சென்னைத் தமிழைத் தமிழின் இழிந்த வழக்காகக் கருதி விமர்சனமும் பரிகாசமும் செய்வதுண்டு. சமீபத்தில் வெளியான பாணா காத்தாடி என்னும் படத்துக்குத் தன் வலைப் பக்கத்தில் விமர்சனம் எழுதிய உண்மைத் தமிழன் என்பவர் படத்தில் கூவம் பாஷை நன்றாகக் கையாளப்பட்டிருப்பதாக

மெச்சிக்கொள்கிறார். கதாநாயகனாக நடித்த அதர்வா கூவம் பாஷையிலும் பொளந்துகட்டுகிறாராம். சென்னையில் வழங்கிவரும் மொழி நாற்றமெடுக்கும் கூவத்தோடு ஒப்பிடப் படுவது தற்செயலானதோ விதிவிலக்கானதோ அல்ல. தமிழ்ப் பரப்பின் பொதுப்புத்தியின் பார்வை இது. சமூக மட்டத்தில் மேல் அடுக்குகளில் இருப்பவர்களும் அங்கு செல்ல விரும்பு பவர்களும் கொண்டிருக்கும் பொதுவான பார்வையின் வெளிப் பாடுதான் இது. படித்த, நாகரிக வளர்ச்சி பெற்ற மக்களின் வாயிலோ காதுகளிலோ நுழையக் கூடாத அநாகரிக மொழி யாகவே சென்னைத் தமிழ் பலராலும் கருதப்பட்டுவருகிறது. படிக்காத, பாமரத்தனமான, பண்பாட்டின் கடைநிலையில் உழல்பவர்களின் மொழியாகவே சென்னைத் தமிழ் தமிழகத் தின் பொதுப்புத்தியில் உருவகப்படுத்தப்பட்டுள்ளது. சென்னைத் தமிழை ரசிப்பவர்களில் சிலரும் தட்டிக்கொடுக்கும் மனப் பாங்கோடுதான் அதை அணுகுகிறார்கள்.

ஒரு மொழியின் மேன்மை, மிகுதியும் அதிலுள்ள படைப்புக் களையும் அறிவுசார் பிரதிகளையும் இலக்கண அமைப்பையும் சார்ந்திருக்கிறது. உலக மொழிகளுடன் அதற்குள்ள உயி ரோட்டமுள்ள தொடர்பு, புதிய விஷயங்களை ஆயாசமின்றி உள்வாங்கிக்கொள்ளும் திறன், மாறிவரும் காலத்துக்கேற்ப மாற்றங்களை ஏற்கும் நெகிழ்வுத்தன்மை போன்ற கூறுகளை அதன் மேன்மையை அளப்பதற்கான இதர அளவுகோல் களாகக் கூறலாம். அந்த மொழி பேசும் மக்களின் வாழ்நிலை யும் அந்த மொழியின் அந்தஸ்தைத் தீர்மானிக்கும் காரணி யாக அமையும். ஆனால் ஒரு மொழி வாழும் மொழியாக இருக்க வேண்டுமானால் அது மக்களால் தொடர்ந்து பேசப்படும் மொழியாக இருக்க வேண்டும். வெவ்வேறு இடங்களில் வசிக்கும் மக்கள் வெவ்வேறு முறைகளில் ஒரே மொழியைப் பேசுவது இயல்பானதே. அம்மொழி பேசும் மக்கள் வாழும் இடங்களையும் அவ்விடங்களின் கல்வி மற்றும் கலாச்சாரக் கூறுகளையும் பொறுத்து அவர்கள் அம்மொழியைக் கையாளும் விதமும் மாறும். வட்டாரம் சார்ந்து மாறும் மொழியின் வடிவம் வட்டார வழக்கு என்று குறிப்பிடப்படுவதுபோலவே சாதி வழக்கு, புலமை வழக்கு, எளிமை வழக்கு ஆகிய பல வழக்குகள் உள்ளன. மருத்துவம், வேளாண்மை, தையல் கலை முதலான துறை சார்ந்த வழக்குகளும் உள்ளன.

ஒவ்வொரு வட்டாரத்திலும் ஒரு விதமான வடிவம் எடுக்கும் மொழியில் பேச்சு வழக்கு என்று பொதுவான ஒரு வழக்கும் வழங்கிவருவதுண்டு. சாதி, வட்டாரம் ஆகிய வேறுபாடுகளைத் தாண்டி எல்லா வட்டாரங்களிலும் வழங்கக்

கூடிய பொதுவான கொச்சை/பேச்சு வழக்கை இப்படிச் சொல்லலாம். உதாரணமாக, பார்த்துக்கொள் என்னும் சொல் பாத்துக்கிடு என்றும் பாத்துக்க என்றும் பாத்துக்கோ என்றும் பலவிதமாக வழங்கிவரும். ஆனால் கொடு என்பது குடு என்று ஆவது அனேகமாக எல்லா வகைமைகளுக்கும் பொதுவானது.

இப்படிப்பட்ட வகைமைகள் அனைத்தும் ஒரு மொழியின் உயிரோட்டத்தை உணர்த்துபவை. அதாவது, உயிரோடு இருக்கும் மொழியில்தான் வகைமைகள் இருக்க முடியும். அந்த வகைமைகள் காலந்தோறும் மாறிக்கொண்டும் இருக்க முடியும். புதுப்புது வழக்குகள் தோன்றுவதும்கூட ஒரு மொழியின் உயிர்ப்பை உணர்த்தும் அடையாளம்தான் (தங்கிலீஷ் என்று சொல்லப்படும் ஆங்கிலம் கலந்த தமிழ் வழக்கும்கூட இவ்வகையில் தமிழின் வாழும் தன்மையின் உதாரணம்தான்).

இத்தகைய வழக்குகளில் ஒன்றான சென்னைத் தமிழும் தமிழின் உயிர்ப்பைப் பறைசாற்றும் ஓர் அடையாளம் என்பதில் சந்தேகம் இல்லை. மதுரைத் தமிழ், கொங்குத் தமிழ், கரிசல் தமிழ், நாஞ்சில் தமிழ், ஈழத் தமிழ் போலச் சென்னைத் தமிழும் ஒரு வட்டார வழக்குதான். எல்லா வட்டார வழக்குகளையும் போலவே பல்வேறு இயல்பான காரணிகளால் உருவாகி, தொடர்ந்த பயன்பாட்டினால் உருமாறிவரும் ஒரு வழக்கு. சென்னைத் தமிழை மேலெழுந்த வாரியாகப் பார்க்கும்போது அது படிக்காத மக்களின் கொச்சை மொழி என்று தோன்றும். ஆனால் சற்று நிதானமாகப் பார்த்தால் எல்லா வட்டார வழக்குகளையும்போலவே சென்னைத் தமிழும் வட்டார வழக்குகளுக்கான அனைத்துக் கூறுகளையும் கொண்ட வழக்கு என்பது தெரியவரும்.

○

பிற வட்டார வழக்கு எதற்கும் இல்லாத சில கூறுகள் சென்னைத் தமிழுக்கு உண்டு. அது, பிற மொழிகளை உள்வாங்கித் தன்வயப்படுத்தும் திறன். கஸ்மாலம் என்று ஒரு சொல். இதன் வேர்ச் சொல் வடமொழியில் உள்ள கஸ்மலம் என்ற சொல். இதன் பொருள் அழுக்கு. இழிவான காரியங்களைச் செய்பவர்களைச் சென்னைத் தமிழில் கஸ்மாலம் என்று சொல்வார்கள். அதுபோலவே ஜபூர் அல்லது ஜபுரு என்று வழங்கப்படும் சொல். இதன் வேர்ச் சொல் ஜபுர் என்னும் உருதுச் சொல். பொருள் ஜால வித்தை. இது கிட்டத்தட்ட இதே பொருளின் அங்கத வடிவில் ஜபுரு காட்டாதே என்று சென்னைத் தமிழில் வழங்கிவருகிறது. ந–அஸ்தி = நாஸ்தி (ஒன்றுமில்லை) என்ற வடமொழிச் சொல் நாஸ்தி பண்ணிடுவேன் என்று சென்னைத் தமிழில்

வழங்கிவருவதைப் பார்க்கும்போது சென்னைத் தமிழ் பிற மொழிகளை எப்படி நுட்பமாக உள்வாங்கியிருக்கிறது என்பது புரியும். பஜார், பேஜார், மஜா, கேடி, தௌலத், கிங்கு, போன்ற பல சொற்களை வைத்தும் இதைப் புரிந்துகொள்ளலாம்.

நேரடிப் பொருள்கள் தரும் இத்தகைய சொற்கள் ஒரு புறம் இருக்க, சற்றே திரிந்த அல்லது வித்தியாசமான பொருள் தரும் பிறமொழிச் சொற்களின் இருப்பும் சென்னைத் தமிழின் பிரத்யேகத் தன்மைகளில் ஒன்று. உதாரணம் அப்பீட் என்ற் சொல். இது பம்பர விளையாட்டில் பயன்படுத்தப்படும் சொல். தரையில் சுற்றும் பம்பரத்தின் ஆணியைச் சாட்டை யால் அணைத்து, சாட்டையைச் சுண்டிப் பம்பரத்தைத் தலைக்கு மேலே எழுப்பிப் பிடிக்கும் செயலுக்கு அப்பீட் என்று பெயர். இது அப் ஹைட் என்ற சொல்லிலிருந்து மருவி வந்தது என்ற தகவல் ஜெயகாந்தனின் ஒரு மனிதன், ஒரு வீடு, ஒரு உலகம் என்னும் நாவலில் காணக் கிடைக்கிறது. அதுபோலவே அம்பேல் என்னும் சொல் ஐ–ஆம்–ஆன்–பெயில் என்னும் தொடரின் மரூஉ என்றும் அந்த நாவல் சொல்கிறது. இவை இரண்டுமே மூலப்பொருளுக்கு நெருக்க மான பொருளிலேயே விளையாட்டில் பயன்பட்டாலும் சென்னைத் தமிழின் நடைமுறைப் பயன்பாட்டில் வேறு பொருள்களையும் இவை தருகின்றன. கிளம்புகிறேன் (நான் அப்பீட்டு) என்றும் ஆளை விடுங்கள் (அம்பேல்) என்றும் நடைமுறையில் இவை வழங்கப்படுகின்றன.

தாராந்துட்டியா என்ற சொல்லை எடுத்துக்கொள்வோம். தாரை வார்த்தல் என்பது இந்து சமயச் சடங்கு சார்ந்த ஒரு தொடர். தன்னுடைய ஒரு பொருளைத் தன்னுடையது அல்ல என்று முற்றாகத் துறந்து பிறருக்குத் தந்துவிடும் செயலே தாரை வார்த்தல். சென்னைத் தமிழில் தாராந்துட் டியா என்றால் தொலைத்துவிட்டாயா என்று பொருள். தாரை வார்த்தல் என்னும் தொடருக்கான பொருள் அங்கதச் சுவையோடு மறு வடிவம் எடுக்கும் அழகை இங்கே காண லாம். இத்தனை மொழிகளின் தாக்கம் சென்னைத் தமிழில் இருப்பதைப் பார்க்கும்போதே இத்தனை மொழிகளுடன் அது உறவாடியிருப்பதை உணர முடியும். சென்னையிலும் அதை ஒட்டியுள்ள பகுதிகளிலும் உருது, ஆங்கிலம், தெலுங்கு, சமஸ்கிருதம், இந்தி ஆகிய பல மொழிகள் புழங்கியிருப்பதன் அடையாளங்களைச் சென்னைத் தமிழில் காணலாம்.

சென்னைக்கு மிக அருகில் இருக்கும் ஆந்திரப் பிரதேசத் தின் தாக்கத்தைச் சென்னையின் மக்கள் தொகை விகிதாச் சாரத்தில் மட்டுமின்றி சென்னைத் தமிழின் நைனா, டப்பு, துட்டு, போன்ற சொற்களிலும் எனக் ‘கோசரம்’, அதுக் ‘கோசரம்’

போன்ற வழக்குகளிலும் காணலாம். காலனியாதிக்கக் காலத்தில் சென்னை ஆங்கிலேயர்களின் மிக முக்கியமான மையமாக இருந்தது. இதன் அடையாளங்களைச் சென்னை யின் பல்வேறு பகுதிகளில் இன்றும் காண முடிவதுபோலவே சென்னைத் தமிழிலும் காண முடிகிறது. காலனியாதிக்கத் துக்குச் சற்று முந்தைய காலகட்டத்தில் சென்னை தெலுங்கு மன்னர்களின் ஆட்சியின் கீழ் இருந்தது. ஆங்கிலேயர்கள் இங்குக் கால் ஊன்ற முயன்றுகொண்டிருந்த சமயத்தில் ஹைதர் அலி பல முறை சென்னையின் மீது படையெடுத்து ஆங்கிலே யர்களுக்குப் பெரும் சவாலாக விளங்கிவந்தார். இதுபோன்ற நிகழ்வுகளால் சென்னையில் பல தரப்பட்ட மக்கள் வந்தனர், வாழ்ந்தனர். போர், வணிகம் முதலான காரணங்களுக்காகப் பல மொழி பேசும் மக்களின் போக்குவரத்து அதிகமாக இருந்தது. இந்த நிகழ்வுகளின் தாக்கங்கள் சென்னை மொழியில் தமிழின் வேறு எந்த வட்டார வழக்குக்கும் இல்லாத ஒரு தனித்தன் மையை – பல மொழிகள் கலந்த தன்மையை – அளித்திருக் கின்றன. ஒரு விதத்தில் சென்னையின் வரலாற்றை அறிவதற் கான ஒரு ஆதாரமாகவும் சென்னைத் தமிழ் இருக்கிறது என்று சொல்லலாம். பல்வேறு மொழிகளால் வளமூட்டப் பட்ட வண்ண மயமான இந்த மொழியை அக்கறையுடன் ஆராய்ந்து பல உண்மைகளைக் கண்டறிவதற்குப் பதிலாக இதை இழிவுபடுத்தும் போக்கு நிலவுவது துரதிருஷ்டவச மானது. கீழ்த்தட்டு மக்களின் வாழ்க்கை முறை, சமய நம்பிக்கைகள், பழக்கவழக்கங்கள் ஆகியவை எப்படி இழிவாகப் பார்க்கப்படுகிறனவோ அதே போல அவர்களது மொழியும் பார்க்கப்படுகிறது. மேட்டிமை வாதத்தின் மொண்ணைத்தனம் என்றுதான் இதைச் சொல்ல முடியும்.

○

உணர்ச்சிக்கு நெருக்கமான வெளிப்பாடுகள் சென்னைத் தமிழின் வியக்கவைக்கும் ஒரு கூறு. மொழியின் ஆதாரமான பயன்பாடுகளில் ஒன்று, உணர்ச்சியை வெளிப்படுத்துதல். அந்த வகையில் பார்த்தால் சென்னைத் தமிழ் அளவுக்கு உணர்ச்சிக்கு நெருக்கமான ஒரு வழக்கைக் காண்பது அரிது. புட்டுக்கிச்சி, பூட்ட கேஸு என்பன போன்ற சொற்கள் உணர்த்தும் உணர்ச்சியைப் பிற மொழிகளில், பிற வழக்கு களில் இவ்வளவு சிக்கனமாக வெளிப்படுத்த முடியாது. ரொம்பவும் பீற்றிக்கொள்ளாதே என்பதைச் சொல்ல அமுக்கி வாசி என்று சொல்வதும் உணர்ச்சியைக் கச்சிதமாகக் காட்டும் வெளிப்பாடுதான்.

சென்னை மொழியின் கொச்சையை நாக்கை அதிகம் துன்புறுத்தாத எளிமைப்படுத்தலின் விளைவு என்று சொல்ல

லாம். கஷ்டம் – கஸ்டம், ஓடி வா – ஓடியா, வந்துகொண்டிருக்கிறான் – வந்துனுகுறா(ன்), கிழிச்சிடுவேன் – கீசிடுவேன், போயிடிச்சி – பூட்ச்சி போன்றவற்றை உதாரணங்களாகச் சுட்டலாம்.

○

சென்னைத் தமிழின் போதாமைகளையும் பலவீனங்களையும் பற்றிப் பேசுபவர்கள் அதன் உச்சரிப்புத் திரிபுகளையும் கொச்சையையும் சுட்டிக்காட்டுவார்கள். வலிச்சிக்குனு, இஸ்துக்கினு, புட்ச்சிக்குனு, மெர்சலாயிட்டா(ன்) முதலான பல சொற்களை மூக்கைப் பிடித்துக்கொண்டே விசித்திரமான முறையில் சொல்லிக்காட்டுவார்கள். இந்தக் குறைகளைக் கூறுபவர்கள் பிற வழக்குகளின் குறைகளை வசதியாக மறந்துவிடுகிறார்கள். திரிபு என்பது எல்லா வழக்குகளுக்கும் பொதுவானது என்பதையும் மறந்துவிடுகிறார்கள். சளி பிடித்திருக்கிறது என்பதைச் சளி பிடிச்சிக்கிடிச்சி, தடுமம் பிடிச்சிரிக்கி, சளி பிடிச்சிண்ட்ருக்கு என்றெல்லாம் சொல்வது வட்டார / சாதி வழக்காக அங்கீகாரம் பெறும் என்றால் ஜல்ப்பு (ஜலதோஷம்) புட்ச்சிக்கிச்சு என்று சென்னைவாசி சொல்வது மட்டும் எப்படி இழி வழக்காக ஒதுக்கப்பட முடியும்? கிளம்பிவிட்டார்கள் என்பதைக் கிளம்பிட்டாய்ங்க என்று சொல்வதில் ரசம் இருக்கிறது என்று கருதுபவர்கள் கெலம்பிட்டாங்க என்று சொல்வதில் மட்டும் ஏன் ரசக் குறைவைக் காண வேண்டும்? கஷ்டம் என்பதை கஸ்டம் என்று சென்னைத் தமிழர் சொல்லும்போது சிரிப்பவர்கள் சிவாஜி என்பதை ஜிவாஜி என்று நெல்லைத் தமிழர் சொல்லும் போதும் சிரிக்க வேண்டியதுதானே. தமிழ் என்பதைத் தமில் என்று உச்சரிக்கும் தமிழர்கள் எண்ணிக்கை குறைந்தது ஒரு கோடியைத் தாண்டும். கழுதையைக் கய்தே என்று சென்னைத் தமிழர் சொல்கிறார் என்றால் களுத என்று சொல்லும் பிற வட்டாரத் தமிழரும் இருக்கிறார். இந்நிலையில் சென்னைத் தமிழின் கொச்சையை மட்டும் பிரத்யேகப் பரிகசிப்புக்கும் இழிவுக்கும் உள்ளாக்குவது என்ன நியாயம்?

இதுபோலப் பல கேள்விகளை எழுப்பலாம். ஆனால் வேறுபாடுகள் சார்ந்து கட்சி கட்டிக்கொண்டு லாவணி பாடுவதால் மொழிக்கு எந்தப் பலனும் விளையப் போவதில்லை. எல்லா வட்டார வழக்குகளுக்கும், பல்வேறு வட்டாரங்களில் இருக்கும் தமிழர்களுக்கும் இருக்கும் பொதுவான சில பிரச்சினைகள் சென்னைவாசிகளுக்கும் சென்னைத் தமிழ் வழக்கிற்கும் இருக்கத்தான் செய்யும். இந்தப் பிரச்சினைகளை மட்டும் வைத்துக்கொண்டு சென்னைத் தமிழை இழி வழக்காகக் காண முடியாது என்பதை உணர வேண்டும்.

சென்னைத் தமிழில் சகஜமாகப் புழங்கிவரும் வசைச் சொற்களை வைத்து அதை இழிவாகப் பார்க்கும் போக்கும் உள்ளது. எல்லா மொழிகளிலும் எல்லா வட்டார வழக்கு களிலும் 'கெட்ட' வார்த்தைகள் உள்ளன. அந்தச் சொற்களை அந்த வட்டாரத்தைச் சேர்ந்த எல்லோரும் பயன்படுத்துவ தில்லை. பயன்படுத்துபவர்களும் எல்லாச் சமயங்களிலும் பயன்படுத்துவதில்லை. இந்தச் சொற்களை வைத்து எந்த மொழியையும் வழக்கையும் யாரும் இழிவுபடுத்துவதில்லை. வக்காளி அல்லது ஒக்காளி என்ற பாலியல் சார் வசைச் சொல்லை ரசமான திரிபாகக் காண்பவர்கள் சென்னைத் தமிழின் வசைச் சொல்லுக்கு மட்டும் வேறு அளவுகோல் களைப் போடுகிறார்கள். 'ங்கோத்தா' என்ற சொல்லைக் கேட்ட மாத்திரத்தில் முகத்தில் விகாரம் காட்டுபவர்கள் கிட்டத்தட்ட அதே பொருள் தரும் 'ஃபக்' என்ற சொல்லை வாக்கியத்துக்கு நான்கு முறை பயன்படுத்தும் வெள்ளைக் காரர்களைக் கண்டு முகம் சுளிப்பதில்லை. ஷிட் என்ற சொல் ஆங்கிலத்தில் சொல்லப்படுவதாலேயே உயர் அந்தஸ்துப் பெற்றுப் படித்தவர்கள் நாவில் குடியிருக்கிறது. பீ, மூத்திரம் என்னும் தமிழ்ச் சொற்கள் கடை நிலையில் வாழும் தமிழர் கள் பேசுவதாலேயே அருவருக்கத்தக்கவையாய்க் கருதப்படு கின்றன. இவையெல்லாம் மேட்டுக்குடிப் பார்வையின் மொழி சார்ந்த வெளிப்பாடுகள் அன்றி வேறு என்ன?

○

சிக்கனம், உணர்ச்சி, பிற மொழிகளை உள்வாங்குதல், எளிமை யான பிரயோகங்கள் ஆகியவை கொண்ட சென்னைத் தமிழின் இன்னொரு முக்கியமான அம்சத்தைப் பற்றிப் பேசாமல் இருக்க முடியாது. பல்வேறு செய்திகளை உள்ளடக் கிய ரசமான தொடர்கள் சென்னைத் தமிழில் இயல்பாகப் புழங்குகின்றன. எதிராளியிடம், "உன் பேச்சை நான் நயா பைசாவுக்குக்கூட மதிக்கவில்லை; உன்னோடு பேசுவதால் எனக்கு நேரம்தான் வீணாகிறது; நீ இங்கே நிற்பதுகூட எனக்குத் தொந்தரவாக இருக்கிறது; நீ நகர்ந்தால் குறைந்த பட்சம் எனக்குக் காற்றாவது வரும்" என்றெல்லாம் சொல்ல சில சமயம் நாம் விரும்பக்கூடும். 'கெலம்பு, காத்து வர்ட்டும்' என்ற ஒரே தொடரின் மூலம் இவ்வளவு செய்திகளையும் சொல்லிவிடுகிறது சென்னைத் தமிழ். போக்குவரத்து நெரிச லில், "இடது புறம் இடம் உள்ளதே, அந்த இடைவெளியில் வளைந்து சென்று முன்னேறலாமே" என்று நமக்கு முன்னால் இருக்கும் வண்டிக்காரரிடம் சொல்ல விரும்புவோம். இதை ஒரு ஆட்டோக்காரர் மிக எளிதாக, "லெப்ட்ல வாங்கின் போயே(ன்)" என்று சென்னைத் தமிழில் சொல்லிவிடுவார்.

இந்த அளவுக்கு வண்ண மயமான இன்னொரு வழக்கை எந்த மொழியிலும் காண்பது அரிது. ஆனால் இந்தத் தமிழைப் பெரும்பாலும் படிக்காதவர்களும் அடித்தட்டு மக்களும் பயன்படுத்தும் ஒரே காரணத்துக்காக இதை இழிவாகப் பார்க்கும், சித்தரிக்கும் போக்கு படித்த நடுத்தட்டு, மேல் தட்டு மக்கள் மத்தியில் நிலவுகிறது. விளிம்பு நிலை சார்ந்த கூறுகளை இழிவாகவோ பரிகாசமாகவோ அனுதாபத்துடனோ வெறுப்புடனோ அணுகும் தட்டையானதும் அதிகார உணர்வு கொண்டதுமான மைய நீரோட்டப் பார்வை இது.

ஒல்காப் புகழ் கொண்ட தமிழ் இன்றளவிலும் வாழுவது அதன் செவ்வியல் தன்மையால் அல்ல. மக்களிடையே பேசப்படும், அன்றாடம் புதிது புதிதாய் மாற்றம் கொள்ளும் தன்மையைக் கொண்டிருப்பதால்தான். வட்டார வழக்குகளை எல்லாம் ஒழிக்க வேண்டும் என்று அவ்வப்போது பேசிவரும் பேராசிரியர் அன்பழகன் வட்டார வழக்குகள் ஒரு மொழியை வாழ வைக்கின்றன என்பதை உணரத் தவறுகிறார். மேடை களில் முழங்கப்படும் தமிழ் மட்டும்தான் தமிழ் என்று ஆகிவிட்டால் என்ன ஆவது என்று நினைத்துப்பார்க்கவே பயமாக இருக்கிறது. வட்டார வழக்குகள் இன்றித் தமிழ் மொழி தன் வண்ணங்களையும் உயிர்ப்பையும் இழந்து காட்சியளிக்கும் என்பதில் சந்தேகமில்லை.

வாழும் மொழிக்கான பல்வேறு இலக்கணங்களையும் தேவைகளையும் தன்னகத்தே கொண்டிருக்கும் சென்னைத் தமிழ் என்னும் வட்டார வழக்கை மொழி மீது அக்கறை உள்ள யாரும் புறக்கணிக்கவோ இழிவுபடுத்தவோ மாட்டார் கள். ஒரே தாய்மொழியைக் கொண்ட மக்கள் பேசும் மொழியின் தன்மைகள் இடம் சார்ந்தும் தொழில் சார்ந்தும் சாதி சார்ந்தும் வரலாறு சார்ந்தும் மாறுவது மிக இயல் பானது. வெகுமக்கள் பண்பாடு, பழக்க வழக்கங்கள், மொழிக் கூறுகள் ஆகியவற்றில் உள்ள வேறுபாடுகள் பல்வேறு கோணங்களில் ஆராயப்பட வேண்டியவை. பல உண்மை களை நமக்கு உணர்த்தக்கூடியவை. இதில் உயர்வென்றும் தாழ்வென்றும் பேதம் காண்பது மேட்டிமைவாதம். ஆய்வுப் பார்வையோ மொழியின் வகைமை குறித்த பிரக்ஞையோ அற்ற இந்த மேட்டிமைவாதத்தைக் கண்டு சென்னைத் தமிழ் பேசும் தமிழர் இகழ்ச்சி நகையுடன், "கெலம்பு காத்து வர்ட்டும்" என்றோ "மூடினு போ" என்றோ சொல்லிவிட்டுப் போய்விடுவார். மைய நீரோட்டத்தின் பொதுப்புத்தி சார்ந்த இந்தக் கண்ணோட்டத்தால் அவருக்கு எந்த நஷ்டமும் இல்லை.

○○

பகுதி 4

பிற

மகாத்மா காந்தி ஏன் உப்பை எடுத்தார்?

உப்பு. அறுசுவைகளில் ஒன்று. உணவில் இன்றியமை யாதது. என்றாலும் மிகக் குறைவாகச் சேர்க்கப்படுவது. இதை வைத்துக்கொண்டு ஒரு தேசத்தையே எழுச்சி பெறச் செய்ய முடியுமா? ஒரு சாம்ராஜ்யத்தையே அசைத்துப் பார்க்க முடியுமா?

"நேராகக் கடலுக்குச் செல்லுங்கள். உப்பளத்திலிருந்து ஒரு கைப்பிடி அளவு உப்பை எடுங்கள். அந்த உப்புக்கு வரி கொடுக்காமல் எடுத்து வாருங்கள். இதைச் செய்தால் அரசு ஆட்டம் காணும்." இப்படி ஒரு கருத்தை யாராவது சொல்லியிருந்தால் அனைவரும் வாய் விட்டுச் சிரித்திருப் பார்கள். ஆனால் இந்த வார்த்தைகள் ஏற்படுத்திய தாக்கம் இந்திய வரலாற்றில் அலாதியானதொரு நிகழ்வாக நிலை பெற்றுள்ளது.

1930 மார்ச் 12ஆம் தேதி மாதம் மகாத்மா காந்தியடிகள் தனது சபர்மதி ஆசிரமத்தில் உப்புச் சத்தியாக்கிரக யாத்தி ரையைத் தொடங்கினார். மிகச் சிலர்தான் அவருடன் கிளம்பி னார்கள். காந்தியடிகள் நடைப் பயணமாகத் தண்டி என்னும் இடத்தை நோக்கிச் சென்றார். அவரது பயணம் ஏப்ரல் 6 அன்று தண்டி கடற்கரையில் முடிந்தது. இந்த 25 நாள் பயணத்தின்போது வழி நெடுகிலும் மக்கள் அவரது பயணத்தில் இணைந்துகொண்டார்கள். ஆங்கிலேய அரசின் சட்டத்தை மீறி தண்டி கடற்கரையில் காந்தியடிகள் உப்பு எடுத்தது நாடெங்கிலும் மிகப் பெரிய எழுச்சியை ஏற்படுத் தியது. நாட்டில் பல்வேறு மாநிலங்களிலும் மக்கள் பெரும் திரளாகச் சென்று கடற்கரையில் சட்டத்தை மீறி உப்பு எடுத்தார்கள். ஆயிரக்கணக்கானோர் கைதானார்கள். இத்தனை பேர் இந்த இயக்கத்தில் இவ்வளவு தீவிரமாக ஈடுபடுவார்கள் என்பதை ஆங்கிலேய அரசு எதிர்பார்க்கவில்லை.

உப்புச் சத்தியாக்கிரகம் நடந்ததற்குச் சுமார் பத்தாண்டு களுக்கு முன்பு தான் நடத்திய ஒத்துழையாமை இயக்கம் வன்முறைப் பரிமாணங்களைக் கைக்கொண்ட பிறகு காந்தியே அதை முடிவுக்குக் கொண்டுவந்தார். அதன் பிறகு வேறு எந்தப் போராட்டமும் பெரும் அளவில் வெகுஜனப் போராட்ட மாக உருப்பெறவில்லை. உப்புச் சத்தியாக்கிரகம்தான் அதைச் சாதித்தது. அதன் பிறகும் வேறு எந்தப் போராட்டமும் அந்த அளவு வெற்றி பெறவில்லை என்பதோடு, வெகுமக்கள் தன்மையையும் பெறவில்லை என்பதையும் இங்கு நாம் நினைவுபடுத்திக்கொள்ள வேண்டும்.

ஆங்கிலேய அரசு தன் உப்பு வரிச் சட்டத்தைத் திரும்பப் பெற்றுக்கொள்ளவில்லை. 1946இல் ஜவஹர்லால் நேருவின் தலைமையில் அமைந்த இடைக்கால அரசுதான் அந்தச் சட்டத்தை நீக்கியது. ஆனால் உப்புச் சத்தியாக்கிரகத்தின் வெற்றி ஆங்கில அரசை உலுக்கியது. வரலாறு காணாத இந்த வெகுமக்கள் போராட்டம் உலகம் முழுவதும் பெரும் செய்தியாகப் பரவியது. இதற்குக் கிடைத்த அபரிமிதமான ஆதரவைக் கண்டு அயர்ந்த ஆங்கிலேய அரசு பேச்சுவார்த் தைக்கு இறங்கி வந்தது. இரண்டாம் வட்ட மேஜை மாநாட் டுக்கு வருமாறு காந்தியை அழைத்தது. தண்டி யாத்திரை, விடுதலைப் போராட்ட வரலாற்றில் மிக முக்கியமான மைல்கல்லாக மாறியது.

○

ஏகாதிபத்திய எதிர்ப்பு என்பதை சுதேசி உணர்வினின்றும் தனித்த ஒன்றாகக் காந்தியடிகள் பார்க்கவில்லை. அவரது போராட்டத்தின் ஒவ்வொரு அம்சமும் அடக்கு முறை எதிர்ப்பு என்ற ஒற்றைப் பரிமாணத்தை மறுத்துப் பன்முகத் தன்மையுடன் ஆழமான மாற்றங்களை விழைந்தது. அவரது போர் முறை, சுதேசி, தன்னிறைவு, சுய மரியாதை ஆகிய வற்றை அடிப்படையாகவும் இலக்காகவும் கொண்டு ஏகாதி பத்திய எதிர்ப்பை மேற்கொண்டது. சுதேசி உணர்வையும் ஏகாதிபத்திய எதிர்ப்பையும் இயல்பாக ஒருங்கிணைத்த காந்தியடிகளுக்கு உப்பு வரியை எதிர்த்து உப்பின் மீதான உரிமையை நிலைநாட்டுவது என்பது மிகவும் பொருத்தமான தொரு போராட்டமாக அமைந்தது. உப்பு ஒரே சமயத்தில் ஏகாதிபத்தியத்துக்கு எதிரான ஆயுதமாகவும் சுதேசி உணர் வின் வெளிப்பாடாகவும் மக்களின் உணர்வோடு கலந்த ஒரு பண்டமாகவும் விளங்கியது காந்திக்கு மிகவும் வசதியாக அமைந்துவிட்டது.

ஆங்கில அரசு, திடீரென்று உப்புக்கு வரி விதித்துக் காந்தியின் போராட்டத்துக்கு வசதியான ஒரு ஆயுதத்தை வழங்கிவிடவில்லை. சொல்லப்போனால் காந்தியடிகள் அந்தப் போராட்டத்தைத் தொடங்கும்போது உப்பு வரிச் சட்டத்துக்குக் கிட்டத்தட்ட 100 வயது. 19ஆம் நூற்றாண்டில் இந்தியாவை ஆண்ட கிழக்கிந்தியக் கம்பெனி 1835இல் இந்தியாவில் தயாராகும் உப்புக்குச் சிறப்பு வரி விதித்தது. இது இங்கிலாந்தில் உற்பத்தியான உப்பை இந்தியாவில் இறக்குமதி செய்வதற்கான ஒரு நடவடிக்கை. இதனால் உப்பை இங்கே எடுத்து வந்து விற்ற கிழக்கிந்தியக் கம்பெனிக்கு அபரிமிதமான லாபம் கிடைத்தது.

சிப்பாய்க் கலகம் என்றும் முதல் இந்தியச் சுதந்திரப் போராட்டம் என்றும் சொல்லப்படும் ராணுவப் போராட்டம் 1857இல் நடந்தது. அந்தப் போராட்டம் ஒடுக்கப்பட்ட பிறகு 1858இல் இந்தியாவை ஆளும் பொறுப்பை பிரிட்டிஷ் அரசே ஏற்றுக்கொண்டது. அதன் பிறகும் உப்பு வரிச் சட்டம் திரும்பப் பெறப்படவில்லை. இந்தியர்கள் தாங்கள் தயாரிக்கும் உப்புக்கு அதிக வரி கட்டிவந்தார்கள். பலர் அன்னிய உப்பை மலிவு விலைக்கு வாங்கிவந்தார்கள். எனவே திடீரென்று இந்தப் பிரச்சினை உருவாகிவிடவில்லை என்பது வெளிப்படை.

கருத்துச் சுதந்திரத்தைப் பறித்தல், சுதந்திரமாக வணிகம் செய்வதைத் தடுத்தல் என்று பல்வேறு அடக்குமுறைச் சட்டங்களும் பல முனைகளில் சுரண்டல்களும் நடைமுறை யாக இருந்த பிரிட்டிஷ் இந்தியாவில் உப்பைப் போராட்டக் கருவியாக ஆக்க வேண்டும் என்ற எண்ணம் காந்திக்கு எப்படித் தோன்றியது? அந்தக் கருவி வெற்றிகரமாகத் தன் இலக்கை அடையும் என்ற உறுதி அவருக்கு எப்படி ஏற்பட்டது?

போராட்டம் என்று வரும்போது நேரடியான ஆயுதப் போராட்டம் என்பது மிகவும் எளிமையானது. பலத்தைத் திரட்டு, பலத்தைப் பெருக்கு. எதிரியுடன் மோது. வெல் அல்லது வீர மரணம் அடை. இதுதான் நேரடி மோதலின் எளிமையான இலக்கணம். ஆனால் வன்முறை அல்லது உடல் சார்ந்த மோதல் தவிர்த்த போராட்டம் என்பது அத்தனை எளிமையானதல்ல. அகிம்சை என்பதை வெறும் போராட்ட வழிமுறையாக மட்டுமல்லாமல் ஒரு வாழ்க்கை முறையாகவே கண்ட காந்தியடிகள் வன்முறை தவிர்த்த போராட்டங்களின் மூலம்தான் இந்தியா விடுதலை பெற முடியும் என்று ஆழமாக நம்பினார். வன்முறை என்பது

இரு புறமும் கூரான கத்தி என்பதில் அவருக்கு எள்ளளவும் ஐயம் இல்லை. அது மனிதத் தன்மைக்கே எதிரான ஒரு அம்சம் என்பதிலும் அவருக்கு ஆழ்ந்த தெளிவு இருந்தது. அகிம்சை முறை என்பது அவரைப் பொறுத்தவரை வெறும் போராட்ட உத்தி அல்ல. மோதினால் ஆங்கிலேயனை வெல்ல முடியாது என்னும் கணிப்பிலிருந்து பிறந்த மாற்று வழியும் அல்ல. மாறாக, எதிரியையும் நேசிக்கும் ஆன்மீக அணுகுமுறை. விடுதலை என்பதை இரத்தக் கறை படியாத, வெறுப்பின் நிழல் அண்டாத மானுட விடுதலையாகக் காந்தி உருவகித்தார். எதிரியின் மனசாட்சியைத் தொடுவதாக வும் போராடுபவர்களின் உணர்வைத் தட்டி எழுப்புவதாகவும் தன் போராட்ட வழிமுறைகள் அமைய வேண்டும் என்று விரும்பியதுதான் காந்தியின் தனித்தன்மை. இப்படிப்பட்ட அணுகுமுறையுடன் ஒரு போராட்டக் கருவியைக் கண்டு பிடிப்பது எளிமையான செயலல்ல. ஆனால் அதில் அசாத்திய மான எளிமையைப் பின்பற்றியது காந்தியின் மேதைமை என்று சொல்லலாம்.

கத்தி, கம்பு, துப்பாக்கி, அடிதடி போன்ற வெளிப்படை யான போராட்டக் கருவிகளை விலக்கிய காந்தி, மக்களின் உணர்வில் கலந்த பண்பாட்டுக் கூறுகளின் புற அடையாளங் களைப் போர்க் கருவிகளாக மாற்றினார். நாட்டில் நிலவிய நடைமுறைப் பிரச்சினைகளை இந்தக் கருவிகளின் துணை யுடன் எதிர்கொண்டார். தவிர, விடுதலை என்பது அதன் சாரத்தில் சுய தன்மையைக் காப்பது, எல்லா விதங்களிலும் சுய சார்பை எய்துவது என்பதையும் அவர் உணர்ந்திருந்தார். இந்த அம்சங்களையெல்லாம் அவர் மிக இயல்பாகவும் மிகத் திறமையாகவும் ஒருங்கிணைத்தார். இதை மக்களிடையே கொண்டுசெல்லப் பல்வேறு குறியீடுகளை அவர் உருவாக்கி, தன் இடையறாத முயற்சிகளின் மூலம் மக்களிடையே அவற்றைப் பிரபலப்படுத்தினார். இந்த ஒருங்கிணைவிலும் குறியீடுகளின் தேர்விலும் இருந்த எளிமையும் கலாபூர்வமான அழகும் ஈடு இணையற்றவை.

ராட்டையை எடுத்துக்கொள்ளுங்கள். அன்னியத் துணிப் புறக்கணிப்பு என்பது ஒரு அணுகுமுறை. உனக்கு வேண்டிய உடையை ஏன் நீயே நெய்துகொள்ளக் கூடாது என்பது இன்னொரு அணுகுமுறை. காந்தி முன்வைத்த இந்த அணுகு முறை மக்களை அதிகம் கவர்ந்ததற்குக் காரணம் அது மிக எளிமையானதும் நேரடியானதுமான குறியீடாக இருந்தது என்பதுதான். இந்தக் குறியீட்டை மற்ற துறைகளுக்கும் விரிவுபடுத்த அவரால் முடிந்தது. அனைத்துத் துறைகளிலும்

தன்னிறைவு. பிறரிடம் கையேந்தாத நிலை. நமக்கு வேண்டியதை நாமே செய்துகொள்வது. அதாவது சுய வழிமுறைகள், சுய மரியாதை. இதன் சுதந்திரத்தின் சாரம்.

உணவு, மருந்து என்று வாழ்வின் எல்லாத் துறைகளிலும் இந்த எளிய சூத்திரத்தைப் பொருத்திக் காட்ட ராட்டை என்ற குறியீடு காந்திக்கு உதவியது. ராட்டை என்பது மலிவாக ஆடைகளைத் தயாரித்துக்கொள்ளும் உத்தி அல்ல. அது ஒரு வாழ்க்கை முறை. அதே சமயம் தன்னிறைவின், விடுதலையின் குறியீடு. ஹரிஜன ஆலயப் பிரவேசம், விதவையர் மறுமணம், கிராமத் தன்னிறைவு ஆகியவையும் அப்படிப்பட்டவைதாம்.

இதே போன்றதொரு குறியீடுதான் உப்பு. முன்பே குறிப்பிட்டதுபோல், சுமார் நூறு ஆண்டுகளுக்கு முன்பே உப்புக்கு வரி விதிக்கப்பட்டிருந்தது. உப்பு மட்டுமல்ல. கிழக்கிந்தியக் கம்பெனிக்கும் இதர ஆங்கிலேய வர்த்தகர்களுக்கும் பலன் தரும் வண்ணம் இந்தியச் சட்டங்களில் பல அம்சங்கள் ஆங்கிலேயரால் புகுத்தப்பட்டிருந்தன. ஆனால் அவற்றையெல்லாம் கையில் எடுக்காமல் காந்தி உப்பைத் தன் போராட்டக் கருவியாக மாற்றினார். விடுதலைப் போரின் குறியீடுகளில் ஒன்றாக மாற்றினார். மிக வெற்றிகரமான குறியீடுகளில் ஒன்றாகக் காலம் அதை மாற்றிக் காட்டியது என்றால் அதற்குக் காரணம், காந்தியின் தேர்வில் இருந்த எளிமையும் மக்களின் ஆன்மாவோடு உறவாடும் தன்மையும்தான்.

வெள்ளையனை அடித்து விரட்ட வேண்டும் என்ற வேகத்தோடு ரத்தக் கொதிப்பு ஏறியிருந்த சுதந்திரப் போராட்ட வீரர்களில் பலரை அகிம்சாவாதிகளாக மாற்றிய காந்திய ரசவாதம் இங்கும் வெற்றிகரமாக இயங்கியது. காரணம், உப்பு என்னும் குறீயீட்டின் எளிமையும் வலிமையும். உப்பு என்பது உணவின் இன்றியமையாத அம்சம். அறுசுவைகளில் மிகக் குறைவாகப் பயன்படுத்தப்பட்டாலும் மிக முக்கியமானதாகக் கருதப்படும் சுவை இது. எனவே இது உணவுக்கே அடையாளமாகக் கருதப்படுவதில் வியப்பில்லை. தின்ற சோற்றுக்குத் துரோகம் இழைக்கக் கூடாது என்னும் கருத்தைத் தின்ற உப்புக்குத் துரோகம் இழைக்கக் கூடாது என்பதாக வெளிப்படுத்தும் இந்தியச் சமூகத்தை உப்பின் குறியீட்டுத் தன்மை கவர்ந்ததில் வியப்பில்லை. இந்தியாவின் பெரும்பாலான மொழிகளில் உப்பு என்பது உணவு, நன்றியறிதல், விசுவாசம், சுரணை ஆகியவற்றின் குறீயீடாக விளங்குவதைப் பார்க்க முடிகிறது (இந்தியில் துரோகி

என்பதை நமக்ஹராம் என்பார்கள்; நமக் என்றால் உப்பு என்று பொருள்).

உப்பைச் சுரணையின் குறியீடாகக் கண்டு பழகிய இந்திய மக்களுக்கு அதைத் தங்கள் சுய மரியாதையின் குறியீடாகப் பார்ப்பது மிக எளிதாக இருந்தது. எனவேதான் அந்நிய அரசுக்கு வரி கொடாமல் உப்பை எடுத்து இந்த நாட்டில் என் உரிமையை நிலைநாட்டப்போகிறேன் என்று ஒரு முதியவர் சொன்னதும் நாங்களும் வருகிறோம் என்று லட்சக்கணக்கான மக்கள் கூடவே சென்றார்கள். நாங்களும் உப்புப் போட்டுத்தானே சாப்பிடுகிறோம், எங்களுக்கு மட்டும் சுரணை கிடையாதா என்பதே இந்த எழுச்சிக்கு ஆதாரமான உணர்வு நிலை. இந்த உணர்வு மக்களின் மன ஆழங்களில் வலுவாக வேரூன்றிய உணர்வு. இதைத் தட்டி எழுப்பியதுதான் அந்தக் கிழவரின் மேதைமை.

மேதைமை என்பதுகூடச் சரியில்லை. இந்தியாவை, அதன் மரபை, பண்பாட்டின் ஆழத்தைப் புரிந்துகொளவதில் அவருக்கு இருந்த ஆழம் என்று சொல்வதே பொருத்தமானது. எந்த நரம்பை எப்படிச் சுண்டினால் எந்த ஸ்வரம் எப்படி எழும் என்பதைத் துல்லியமாக உணர்ந்த இசைக் கலைஞனின் தேர்ச்சியை ஒத்த திறம் இது. இந்த மண்ணையும் மக்களையும் ஆழமாக நேசித்து ஆழமாகப் புரிந்துகொண்ட ஒரு மனிதருக்குத்தான் இது சாத்தியப்படும். காந்தியடிகளுக்கு இது சாத்தியப்பட்டதில் வியப்பு என்ன இருக்கிறது.

○

“நீ விரும்பும் மாறுதலாக முதலில் நீ மாறு” என்பது காந்தியடிகளின் மிகப் பிரபலமான கூற்றுக்களில் ஒன்று. சபர்மதி ஆசிரமத்தில் நடைப் பயணத்தைத் தொடங்கிய காந்திக்குத் துணையாக இருந்தது தன் போராட்டக் கருவியின் மீது இருந்த அசைக்க முடியாத நம்பிக்கைதான். மக்கள் உப்பை எடுக்கட்டும் என்ன ஆகிறது என்று பார்ப்போம் என்று அவர் காத்திருக்கவில்லை. விளைவுகளைப் பார்த்துக்கொண்டு வியூகங்களை மெருகேற்றும் தந்திரங்களை அவர் கையாளவில்லை. வரி கொடாமல் உப்பை எடுப்பது சுய மரியாதையின் அடையாளம், விடுதலை உணர்வின் வெளிப்பாடு என்று நீ கருதுகிறாயா? முதலில் நீ அதைச் செய் என்று காந்தியின் அந்தராத்மா அவருக்குக் கட்டளையிட்டது. அவர் கிளம்பினார். தேசம் அவர் பின்னால் சென்றது. வரலாறு உருவாயிற்று.

2009, அக்டோபர் 2

○○○

அண்ணா ஹஸாரேயின் போராட்டம்: சலனம் கொள்ளும் இந்தியப் பொது வெளி

இந்திய சுதந்திர தினத்திற்கு மறுநாள் தொடங்கிய அண்ணா ஹஸாரேயின் உண்ணாவிரதப் போராட்டம் ஆகஸ்ட் 28 காலையில் முடிவுக்கு வந்தது. "12 நாளாக நடைபெற்ற போராட்டத்திற்குக் கிடைத்த வெற்றி இது. இளைஞர்கள் சக்தியே இப்போராட்டத்தை முக்கியமானதாக மாற்றியது. மக்கள் சக்தி நாடாளுமன்றத்தைவிட பலமானது" என்றார் அண்ணா ஹஸாரே. 12 நாட்களில் நடைபெற்ற நிகழ்வுகளை கவனித்தவர்களுக்கு அண்ணா சொல்வதுபோல மக்கள் சக்தி நாடாளுமன்றத்தைவிட வலிமையானது என்ற எண்ணம் ஏற்பட்டிருக்கக்கூடும். இன்னொரு சுதந்திரப் போர் என்றும் ஆகஸ்ட் புரட்சி என்றும் வர்ணிக்கப்பட்ட இந்தப் போராட்டம் ஒரு தனி மனிதர் அல்லது ஒரு குழுவின் உறுதியான செயல்களால் எந்த அளவுக்கு மக்களின் ஆதரவைத் திரட்ட முடியும் என்பதை உணர்த்தியது. பல உண்மைகளை உணர்த்தியிருப்பதுடன் பல கேள்விகளையும் இப்போராட்டம் எழுப்பியிருக்கிறது.

முதலில் அண்ணாவின் உண்ணாவிரதத்துக்கு அனுமதி மறுத்து அவரைக் கைது செய்த அரசு, பிறகு படிப்படியாகத் தன் நிபந்தனைகளைத் தளர்த்தியது. அண்ணாவுக்கு நாடு முழுவதுமிருந்து கிடைத்த ஆதரவு, காட்சி ஊடகங்களின் திரைகளையும் அச்சு ஊடகங்களின் பரப்பையும் அண்ணா வின் போராட்டம் ஆக்கிரமித்துக்கொண்ட விதம், முதலில் தயங்கினாலும் பிறகு சுதாரித்துக்கொண்டு ஆதரவு தந்த எதிர்க்கட்சிகள், நாடாளுமன்றத்தில் மத்திய நிதி அமைச்சர் பிரணாப் முகர்ஜி உள்படப் பலரும் அண்ணாவைப் பாராட்டிப் பேசியது ஆகியவற்றைப் பார்த்தால் நாடாளுமன்றம் மக்கள்

சக்திக்கு முன்பு தலை வணங்கியதாகவே தோன்றும். ஆனால் சற்றுக் கூர்ந்து கவனித்தால் அரசும் நாடாளுமன்றமும் இந்தப் பிரச்சினையை எவ்வளவு முடியுமோ அந்த அளவுக்கு விரைவாகவும் சுமுகமாகவும் தீர்த்துவைக்க வேண்டும் என்று கருதியதாகவே தோன்றுகிறது. அண்ணா முன்வைத்த கோரிக்கை களில் பலவற்றையும் அரசு ஏற்கவில்லை. அவரது குழுவினர் முன்வைத்த ஜன் லோக்பால் மசோதாவின் பெரும்பாலான அம்சங்களையும் இன்னமும் ஏற்கவில்லை. பிரதமர், நீதிபதி ஆகியோரும் லோக்பால் வரம்புக்குள் கொண்டுவர வேண்டும் என்கிற அதி முக்கியமான கோரிக்கைக்கு எதிர்க்கட்சியான பாரதீய ஜனதா கட்சி ஆதரவு தெரிவித்தாலும் ஆளும் காங்கிரஸ் ஆதரவு தெரிவிக்கவில்லை. ஏற்றுக்கொள்ளப்பட்ட மூன்று கோரிக்கைகள் முக்கியமானவைதான் என்றாலும் பிரதமரை யும் விசாரணை வரம்பிற்குள் கொண்டுவர வேண்டும் என்னும் ஜன் லோக்பாலின் தலையாய கோரிக்கை ஏற்கப் படாமலேயே இருக்கிறது.

நாடாளுமன்றமும் காங்கிரஸும் அண்ணாவின் போராட் டத்துக்குப் பின்னால் உள்ள நியாயத்தை அங்கீகரித்தது போலத் தோன்றினாலும் இதற்குப் பின் வேறொரு நோக்கமும் ஒளிந்திருக்கலாம். அண்ணா குழுவினரின் உறுதியாலும் ஊடக ஆதரவினாலும் இந்தப் போராட்டத்துக்கு எதிரான மக்கள் ஆதரவு நாளுக்கு நாள் பெரிதாகிவந்தது. அரசு இதைக் கையாண்ட முறை போராட்டத்துக்கு வலு சேர்ப்பதாகவே அமைந்தது. போராட்டத்துக்கு எதிரான வாதங்கள் அறிவுஜீவி களின் வட்டத்தைத் தாண்டி எதிரொலிக்கவில்லை. இந்நிலை யில் அண்ணா குழுவும் பெருந்திரளான மக்களும் ஊழலை ஒழிக்க விரும்புவதாகவும் அரசும் நாடாளுமன்றமும் ஊழலை முக்கியமான பிரச்சினையாகக் கருதவில்லை என்பதாகவும் ஒரு தோற்றம் உருப்பெற்று வலுப்பெறத் தொடங்கியது. ஊழல் என்னும் ஒற்றைப் பிரச்சினைக்கு எதிரான மக்களின் உணர்வுகள் அரசையும் ஆளுங்கட்சியையும் சிறுமைப்படுத்தும் அளவுக்கு வளரக்கூடிய நிலை உருவானது. இதை வளர விடுவது தனக்கு நல்லதல்ல என்று உணர்ந்த அமைப்பு பின்வாங்குவது போன்ற பாவனையைக் கைக்கொண்டு போராட்டத்தை முடிவுக்குக் கொண்டுவந்தது என்றும் கருத இடம் இருக்கிறது. இப்போதைக்கு அண்ணா குழுவின ருக்கு வெற்றி என்று தோன்றினாலும், அமைப்பு, குடிமைச் சமூகத்தின் மீதான தன் பிடியைத் தளரவிடாமல் இருப்பதற் கான தொலை நோக்கிலான நடவடிக்கையாகவும் இதைப் பார்க்க முடியும். அண்ணா குழுவினர் மீண்டும் தங்கள் போராட்டத்தைத் தொடங்கு முன் அரசு சுதாரித்துக்கொண்டு

தன் நிலையை உறுதிப்படுத்திக்கொள்வதற்கான வாய்ப்புகள் அதிகம் உள்ளன.

என்றாலும் அண்ணாவின் போராட்டம் சில முக்கிய மான விளைவுகளை ஏற்படுத்தியுள்ளது. எதைப் பற்றியும் கவலைப்படாமல் தானுண்டு தன் வசதிகள் உண்டு என்று வாழ்ந்துவரும் நடுத்தர வர்க்கத்தை அது தெருவுக்கு வந்து போராட வைத்திருக்கிறது. இந்தப் போராட்டமே நடுத்தர வர்க்கத்தின் போராட்டம் என்று சில விமர்சகர்கள் சொல் கிறார்கள். அது பெருமளவில் உண்மைதான். ஆனால் அதனா லேயே இந்தப் போராட்டத்தைச் சிறுமைப்படுத்தும் முயற்சி ஏற்கத்தக்கதல்ல. நடுத்தர வர்க்கம் பொது விவகாரங்கள் குறித்து அக்கறை செலுத்துவதில்லை என்ற குற்றச்சாட்டையும் இதே அறிவுஜீவிகள் முன்வைத்துவருவதை மறந்துவிட முடியாது. அதேசமயம், இது முழுக்க முழுக்க நடுத்தர வர்க்கத்தினரின் போராட்டம் என்று சொல்வது தவறு என்பது போராட்டம் நடக்கும் இடத்திற்கு நேரில் சென்று பார்த்தால் புரியும். கடை நிலைத் தொழிலாளிகள், ஆட்டோ ஓட்டுநர்கள் முதலானோரும் இந்தப் போராட்டத்துக்கு ஆதரவு தெரிவித்திருக்கிறார்கள். அவர்களையும் பெரும் எண்ணிக்கையில் போராட்ட மையங்களில் பார்க்க முடிகிறது. குடும்ப அட்டை, பாஸ்போர்ட், வெள்ள நிவாரணத் தொகை, ஓட்டுநர் உரிமம் பெறுதல், அரசு மருத்துவமனைகளில் சிகிச்சை பெறுதல் என்று எல்லா விவகாரங்களிலும் லஞ்சம் தர வேண்டிய நெருக்கடிக்கு மக்கள் உள்ளாகிறார்கள். நடுத்தர வர்க்கமும் மேல் தட்டு வர்க்கமும் நிர்வாகத்தைத் திட்டினா லும் அவர்களால் கேட்கும் லஞ்சத்தை வீசி எறிந்துவிட்டுப் போக முடியும். அப்படிச் செய்ய முடியாத அடித் தட்டு மக்களுக்கு ஊழலின் மீதான கோபம் அதிகமாகவே இருக்கும். அதை வெளிப்படுத்த ஒரு வாய்ப்புக் கிடைத்தால் அவர்கள் கட்டாயம் தங்கள் குரலை ஒலிக்கச் செய்வார்கள். இந்தப் போராட்டத்திலும் அதைக் காண முடிகிறது.

அரசின் மக்கள் விரோதச் சட்டங்கள் அடித்தட்டு மக்களை அதிகம் பாதிக்கிறது என்பதைக் குறிப்பிடும் எழுத் தாளர் அருந்ததி ராய், இதுபோன்ற சமயங்களில் லஞ்சம்தான் அடித்தட்டு மக்களின் வாழ்வாதாரத்தை உறுதிப்படுத்தும் அம்சமாக இருக்கிறது என்கிறார். ஊழலை ஒழிப்பேன் என்று சொல்லும் மேட்டுக்குடியினர் இந்த மக்களின் நிலை பற்றிக் கவலைப்படுகிறார்களா என்று கேட்கிறார். மக்கள் விரோதச் சட்டத்தை எதிர்த்துப் போராடுவதற்குப் பதிலாக, லஞ்சம் மூலம் அதிலிருந்து தப்பிக்கும் உரிமைக்காகப்

போராடுவது எப்படிச் சரியாகும்? அரசின் அணுகுமுறைகளிலும் செயல்முறைகளிலும் ஒட்டுமொத்த சீர்திருத்தம் ஏற்படுவதுவரையிலும் ஊழலுக்கு எதிரான போராட்டங்கள் அடித்தட்டு மக்களுக்கும் எதிரானதாகவே இருக்கும் என்று வாதிடுவதில் நியாயம் இருக்கிறது. ஆனால் எல்லா விதமான போராட்டங்களிலும் இதுபோன்ற மறு பக்கங்கள் இருக்கத் தான் செய்கின்றன. அவை பற்றிக் கவலைப்படுவதும் அந்தப் பாதிப்புகளைக் குறைக்க முனைவதும் அவசியம்தான். ஆனால் அவற்றின் அடிப்படையில் போராட்டத்தையே தவறு என்று சொல்வதை ஏற்க முடியாது. இது முழுக்க முழுக்க நடுத்தர வர்க்கத்தின் போராட்டம் என்றாலும் அதற்காக இந்தப் போராட்டத்தைக் குறை கூற முடியாது.

○

அருந்ததி ராய் மட்டுமின்றி அருணா ராய் என்னும் சமூக நல ஊழியரும் அண்ணாவின் போராட்டத்தை விமர்சிக்கிறார். இவர் இந்திய ஆட்சிப் பணிப் பதவியைத் துறந்து மக்கள் பணிக்கு வந்தவர். ஊழல் ஒழிப்புக்கு மிகப் பெரிய ஆயுதமாக உள்ள தகவல் அறியும் உரிமைச் சட்டத்தைக் கொண்டுவர முதன்மைக் காரணமாக இருந்தவர். நூறு நாள் வேலை சட்டம் வருவதற்கும் இவர் ஆற்றிய பணிகள் குறிப்பிடத் தக்கவை. தன் பணிகளுக்காக மகசசே விருதுபெற்ற அருணா ராய், லோக்பால் எனும் கருத்தை முதலில் முன்னெடுத்தவர். அண்ணா ஹஸாரேவின் லோக்பால் ஜனநாயகத்துக்குக் கேடு செய்யும் என்கிறார் அருணா ராய். மக்களால் தேர்ந் தெடுக்கப்படாத அதிகாரிகளைக் கொண்ட அமைப்பிடம் உச்சபட்ச அதிகாரத்தை அளிப்பது மிகப் பெரிய கேடாகவே முடியும். அதிகாரம்தான் ஊழலை உண்டாக்குகிறது. உச்ச பட்சமான அதிகாரம் என்பது உச்சபட்சமான ஊழலையே உருவாக்கும் என்று அவர் முன்வைக்கும் விமர்சனங்கள் கூர்ந்து கவனிக்கவும் பரிசீலிக்கப்படவும் வேண்டியவை.

அண்ணா ஹஸாரேவும் அவரது குழுவினரும் முன் வைத்த சில அதீதமான கோரிக்கைகளையும் அருணா ராய் விமர்சிக்கிறார். நாடாளுமன்றத்தில் விவாதிக்காமல் ஜன் லோக்பால் சட்டத்தை நிறைவேற்ற வேண்டும் என்றும் நாடளுமன்றம் திருத்த முற்பட்டால் அண்ணாவிடம் முன் அனுமதி பெற வேண்டும் என்றும் பேசுவது பேசுவது ஜனநாயகத்தை அவமானப்படுத்தும் செயல் என்று குறிப்பிடு கிறார். குறிப்பிட்ட தேதிக்குள் பிரதமர் பதில் சொல்லியாக வேண்டும் என்று சொல்வது, பிரதமர் அல்லது ராகுல் காந்தியுடன்தான் பேசுவேன் என்று அறிவிப்பது, அரசுக்குக்

கெடுவைப்பது என்று சகட்டு மேனிக்கு அரசை மிரட்டும் போக்கில் அண்ணா குழுவினர் ஈடுபட்டார்கள். ஊழலை ஒழிக்க விரிவானதும் கடுமையானதுமான ஒரு சட்டம் தேவை. அந்தச் சட்டத்திலிருந்து யாருக்கும் விலக்கு அளிக்க வேண்டியதில்லை என்னும் அடிப்படைகளைத் தொடர்ந்து வலியுறுத்துவதற்குப் பதில் அண்ணா குழுவினர் தாங்கள் இணையான ஒரு அரசு நடத்துவதுபோலப் பேசத் தொடங்கினார்கள். கடைசியில் பிரதமரையும் சட்ட வரம்பிற்குள் கொண்டுவருவது முதலான முக்கியமான அம்சங்களில் கருத்தொற்றுமை ஏற்படாமலேயே போராட்டம் முடித்துக் கொள்ளப்பட்டது. சவடால்களில் கவனம் சிதறும்போது அடிப்படைகளில் சமரசம் செய்துகொள்வதே அதன் விளைவாக இருக்கும்.

○

ஊடகங்களின் உதவி இல்லாமல் அண்ணா ஹஸாரேயின் போராட்டத்துக்கு இந்த அளவுக்கு ஆதரவு திரண்டிருக்காது என்பதில் சந்தேகமில்லை. அண்ணாவின் போராட்டத்தைத் தங்களது சொந்தப் போராட்டமாக எடுத்துக்கொண்டுவிட்ட ஊடகங்கள் அரசுக்கு எதிரான மற்ற பல போராட்டங்களை அதிகம் கண்டுகொள்வதில்லை. அருந்ததி ராய் குறிப்பிடுவதைப் போல, தமிழ்நாட்டின் கூடங்குளத்தில் அணு உலைக்கு எதிராகப் பத்தாயிரம் பேர் உண்ணா விரதம் இருக்கிறார்கள். அதுகுறித்து எந்த ஊடகமும் அலட்டிக்கொள்ளவில்லை. மணிப்பூரில் பல அராஜகங்களுக்குக் காரணமான ஆயுதப் படைகளின் சிறப்பு அதிகாரச் சட்டத்தை எதிர்த்து இரோம் ஷர்மிளா பத்து ஆண்டுகளாக உண்ணாமல் போராடிக்கொண்டிருக்கிறார். ஒடிஷாவின் வனங்களைக் காக்க பாஸ்கோ ஆலையை எதிர்த்துப் பழங்குடி இன மக்கள் போராடுகிறார்கள். கங்கையைப் பாதுகாக்க இரண்டு மாதங்களுக்கும் மேல் உண்ணாவிரதம் இருந்து உயிர் துறந்தார் நிகமானந்த். இதைப் பற்றியெல்லாம் ஊடகங்கள் அதிகம் பேசுவதில்லை. நேரடி ஒளிபரப்புகளை ஏற்பாடு செய்து போராட்டத்தைப் பெரும் நிகழ்வாக மாற்றுவதில்லை. அருந்ததி ராயும் ஏனைய பலரும் முன்வைக்கும் இதுபோன்ற குற்றச்சாட்டுக்களில் நியாயம் இருக்கிறது. ஆனால் ஊடகங்களின் பாரபட்சத்தைக் காட்டி ஊழலுக்கு எதிரான போராட்டத்தைச் சிறுமைப்படுத்த முடியாது. இரண்டையும் பிரித்துப் பார்க்க வேண்டும்.

தவிர, ஒருவர் ஒரு விஷயத்துக்காகப் போராடினால் நீ ஏன் இந்த விஷயத்துக்காகப் போராடவில்லை என்று

கேட்பதில் பொருளில்லை. அருந்ததி ராய் போன்றவர்களும் எல்லாப் பிரச்சினைகளையும் பற்றி எழுதுவதில்லை. ஐ.பி.எல். ஊழல்கள் பற்றியோ அழகிரி மீதான குற்றச்சாட்டுக்கள் பற்றியோ அவர் ஏன் எழுதவில்லை என்று கேட்பது சுலபம். ஆனால் இப்படிப்பட்ட கேள்விகள் நம்மை எங்கேயும் கொண்டு செல்லாது. ஒரு கோரிக்கையை முன்வைப்பதிலும் இன்னொன்றைக் கண்டுகொள்ளாமல் இருப்பதிலும் உள்ள அரசியலையும் உள்நோக்கங்களையும் அம்பலப்படுத்த வேண்டியதுதான். ஆனால் நீ ஏன் இதைச் செய்யவில்லை என்று கேட்டுக்கொண்டிருப்பது மட்டுமே போதாது. எதுவுமே செய்யாமல் பலர் இருக்கும் ஒரு சமூகத்தில் யாரேனும் சிலர் எதையேனும் முன்வைத்துப் போராடுவதைப் பாராட்டுவதில் தவறில்லை.

○

அண்ணா முன்வைக்கும் லோக்பால் மசோதாவில் ஏகப்பட்ட பிரச்சினைகள் உள்ளன. ஒருவர்மீது குற்றம்சாட்டிக் கைது செய்து வழக்கு தொடுக்கும் அதிகாரத்தை – காவல் துறைக்கும் சி.பி.ஐ.க்கும் இருக்கும் அதிகாரம் – லோக்பாலுக்கு வழங்க வேண்டும் என்று ஜன் லோக்பால் சொல்கிறது. இது பல சிக்கல்களுக்கு வழி வகுக்கக்கூடியது.

மக்கள் தங்கள் குறைகளை லோக் ஆயுக்தா (மாநில அளவில் லோக்பாலுக்கு இணையான அமைப்பு) அல்லது லோக்பாலிடம் முறையிடலாம் என்கிறது ஜன் லோக்பால். ரேஷன் அட்டை தொடர்பான பிரச்சினைகள் முதல், கடமையைச் செய்ய அல்லது செய்யாமல் இருக்க லஞ்சம் வாங்குவதுவரை எல்லாவற்றையும் லோக்பால் அல்லது லோக் ஆயுக்தாவிடம் கொண்டு செல்ல வேண்டும் என்றால் அதற்கு எத்தனை பெரிய அமைப்பு தேவைப்படும் என்று யோசித்துப் பாருங்கள். அந்த அமைப்பு அரசைச் சாராமல் தன்னிச்சையாக இயங்கும் அமைப்பாகவும் இருக்க வேண்டும் என்றால் அது எந்த அளவுக்குச் சாத்தியம்? அது நியாயமாக இயங்க என்ன உத்தரவாதம்? அதுவும் கட்டைப் பஞ்சாயத்தாக மாறாது என்று உறுதியாகச் சொல்ல முடியுமா?

நீதித்துறை மீது லோக்பாலுக்கு அதிகாரம் இருக்க வேண்டும் என்பதும் பல அபாயகரமான விளைவுகளை ஏற்படுத்தக்கூடியது. நீதித்துறையைச் சீர்திருத்துவதுதான் அதன் தவறுகளைக் குறைக்கச் சிறந்த வழி. நாட்டிலுள்ள நீதிமன்றங்களை முழுமையாகக் கட்டுப்படுத்தும் அதிகாரம் உச்ச நீதிமன்றத்திடம் ஏற்கெனவே உள்ளது. அதனை மேலும்

வலுப்படுத்தலாம். உச்ச நீதிமன்ற நீதிபதிகளைக் கண்காணிக்க ஒரு குழு அமைக்கலாம். மாறாக, லோக்பாலை நாட்டின் மிக உயர்ந்த அதிகாரம் கொண்ட அமைப்பாக மாற்றுவது ஏற்கக்கூடிய கோரிக்கை அல்ல. நீதிமன்றத்தின் முன்முயற்சியால்தான் இன்று பல அமைச்சர்களும் இதர பதவிகளில் இருப்பவர்களும் கம்பி எண்ணிக்கொண்டிருக்கிறார்கள் என்பதை மறந்துவிடக் கூடாது.

10 பேர் கொண்ட லோக்பால் குழுவில் நான்கு பேர் சட்டப் பின்னணியுடனும் மீதிப் பேர் எந்தப் பின்னணியுடனும் இருக்கலாம் என்றும் ஜன லோக்பால் சொல்கிறது. குற்றங்களை விசாரிக்கச் சட்டப் பின்னணி இல்லாதவர்களை நியமிப்பது அபாயகரமானது. இல்லையேல் இதுவும் கட்டைப் பஞ்சாயத்து போலத்தான் செயல்படும்.

○

இதுபோன்ற விமர்சனங்களும் மாற்று யோசனைகளும் பல தரப்பினராலும் முன்வைக்கப்படுகின்றன. இவற்றுக்கு மத்தியில் அண்ணா ஹஸாரே மற்றும் அவரது குழுவினரின் நேர்மை குறித்த சந்தேகங்களும் எழுப்பப்படுகின்றன. ஊழல் என்பது எல்லாரையும் பாதிக்கும் ஒரு பிரச்சினை. அதை எதிர்த்து யார் எந்த நோக்கத்துக்காகப் போராடினாலும் அது வரவேற்கத்தக்கதுதான். பொது நீதிக்கும் நேர்மைக்கும் புறம்பான சுய நல நோக்கங்கள் குறை சொல்பவர்களுக்கு இருக்கும் என்றால் அவற்றை அம்பலப்படுத்துவது அவசியம் தான். ஆனால் அவர்கள் எழுப்பும் குரலால் ஊழல் போன்றதொரு மாபெரும் பிரச்சினைக்கு எதிரான மக்கள் கருத்தும் அரசு மீதான நெருக்கடியும் வலுப்பெறும் என்றால் அந்த அளவிலேனும் அதை வரவேற்க வேண்டும். அம்பலப்படுத்துவதோடு தங்கள் கடமை முடிந்தது என்று நினைக்கும் அறிவுஜீவிகள் பிரச்சினையைத் தீர்வை நோக்கி நகர்த்துவதில்லை என்பதைக் கவனிக்க வேண்டும்.

இவை எல்லாவற்றையும் தாண்டி அண்ணா ஹஸாரே முன்னெடுத்துள்ள போராட்டத்திற்கு ஆதரவு பெருகியிருக்கிறது. இந்த ஆதரவை அண்ணா ஹஸாரேயின் முரண்பாடுகளையோ ஊடகங்களின் பாரபட்சத்தையோ ஜன் லோக்பாலின் போதாமைகளையோ முன்வைத்துச் சிறுமைப்படுத்திவிட முடியாது. காரணம், இது மிகுதியும் மக்களின் இயல்பான வெளிப்பாடு. அவர்களது நெடுநாள் ஆதங்கத்தின் வடிகால். இந்த உணர்வைப் புரிந்துகொள்ள மறுப்பதோ எளிமைப்படுத்துவதோ நல்லதல்ல.

ஓய்வு பெற்ற அதிகாரிகள், பள்ளி, கல்லூரி மாணவர்கள், குடும்பத்தைக் கவனித்துக்கொள்ளும் பெண்கள், முகநூலில் போராட்டத்துக்கு ஆதரவு தெரிவிக்கும் வெள்ளைக் காலர் வர்க்கம், கூலித் தொழிலாளிகள், ஆட்டோ ஓட்டுநர்கள் என்று பல தரப்பினரும் அண்ணாவின் போராட்டத்திற்கு ஆதரவு தெரிவிக்கிறார்கள். இவர்கள் யாரும் ஆட்சி அதிகாரத்தின் மையத்தில் இருப்பவர்கள் அல்ல என்பதை மறந்துவிடக் கூடாது. முறைகேடுகளின் மீதும் ஊழல்களின் மீதும் ஏற்பட்ட வெறுப்பு, அமைப்பின் மீதான விரக்தி, அரசியல் கட்சிகளால் திரும்பத் திரும்ப வஞ்சிக்கப்படும் ஏமாற்றம் ஆகியவற்றையே போராட்டத்துக்கான ஆதரவு பிரதிபலிக்கிறது. சலனங்கள் அருகிவரும் இந்தியப் பொதுவெளியில் இந்த அணிதிரளலும் உணர்ச்சி வெளிப்பாடுகளும் மிகவும் முக்கியமானவை.

நாழிகை மாத இதழ் 2011 செப்டம்பர்

4